जेव्हा इंग्रजांनी एक एक करत भारतातील राज्य गिळंकृत करायला सुरूवात केली, देशातल्या जनतेवर जुलूम करायला लागले त्यावेळेस भारत माते च्या शूर सुपुत्रांनी देशाला स्वतंत्र करण्यासाठी जीवाचे रान केले आणि देशाला गुलाम करणाऱ्या इंग्रजांच्या विरुद्ध सशस्त्र लढा दिला. तर ही आहे त्या शूर जवान सुपुत्रांच्या संघर्षाची रोमांचकारी कथा १८५७ चा स्वातंत्र्य संग्राम

१८५७
चा स्वातंत्र्य संग्राम

डॉ. हरिकृष्ण देवसरे

डायमंड बुक्स
www.diamondbook.in

© प्रकाशकाधीन

प्रकाशक : डायमंड पॉकेट बुक्स (प्रा.) लि.
X-30, ओखला इंडस्ट्रियल एरिया, फेज-II
नई दिल्ली-110020.
फोन : 011-40712200
ई-मेल : wecare@diamondbooks. in
वेबसाइट : www.diamondbooks.in
प्रकाशन : 2024

१८५७ चा स्वातंत्र्य संग्राम
1857 Swatantra Ka Maha Sangram
By - *Dr. Harikrishn Devsare*

विषय सूची

१

इंग्लंड ची महाराणी एलिजाबेथ यांनी सन १६०० ई मध्ये काही इंग्रजी व्यापार्यांनी भारतातून व्यापार करण्यास अनुमती घेतली. त्यांनी त्याच्यासाठी जी कंपनी बनवली,त्याच नांव ठेवलें ईस्ट इंडिया कंपनी.त्यावेळेपर्यंत भारताच्या यात्रेचा समुद्री मार्ग पोर्तुगीज यात्रींनी शोधला होता.त्या मार्गाची माहीती घेऊन आणि व्यापाराची तयारी करुन इंग्लंडहून सन१६०८मध्ये हेक्टर नावाच्या एका जहाजातून भारतासाठी रवाना झाले. ह्या जहाजाचा मुख्य हॉकिन्स होता. हेक्टर जहाज सुरतच्या गोदीत येऊन थांबले. त्यावेळी सुरत भारताचे एक प्रमुख व्यापारीक केंद्र होते.

त्यावेळी भारतावर मुगल बादशाहा जहांगीर यांचे शासन होते. हॉकिन्स यांनी आपल्या इंग्लंडचा बादशाहा जेम्स पहिला यांचे जहांगीरच्या नावाचे एक पत्र आणले होते. त्यांनी जहांगीराच्या दरबारात स्वता:ला रजदूताच्या रुपांत सादर केले आणि त्यांनी गुढगे वाकवून बादशाहाला लवून सलाम केला.कारण तो इंग्लंडच्या सम्राटाचा राजदूत होऊन आला होता, म्हणून जहांगीराने भारतीय परंपरेला अनुसरुन अतिथीचे विशेष स्वागत केले आणि त्यांना सलाम केला. जहांगीराला माहीत नव्हते कि ज्या इंग्रज जातीच्या ह्या तथाकथित प्रतिनीधीला जो सन्मान देत आहेत, तेच एक दिवस ह्याच जातीचे वंश भारतावर शासन करतील आणि आमच्या शासकांना आणि जनतेला आपल्या समोर गुढगे टेकवून सलाम करण्यास लाचार करतील.

त्या वेळेपर्यंत पोर्तुगीज कालिकत मध्ये आपला जम बसवला होता आणि भारतात व्यापार करत होते. व्यापार करायला तर हॉकिन्स पण आले होते. त्यांनी आपल्या प्रति जहांगीराचे सहृदय आणि उदार व्यवहारांना पाहून संधीचा पूर्ण फायदा घेतला.हॉकिन्सनी जहांगीराचे पोर्तुगीजांच्या विरुध्द कान भरले आणि जहांगीरा कडून विशेष सवलती आणि अधिकार प्राप्त केले. त्यांनी ह्या कृपेच्या बदल्यात आपल्या सैनिकांची ताकद वाढवली. पोर्तुगीजांची जहाजे लूटली. सुरतेत त्यांचा

व्यापाराला पण ठप्प करण्याचे उपाय केले, आणि ह्याच प्रकारे ६ फेब्रुवारी १६१३ ला बादशाहा जहांगीर कडून एक शाही आज्ञापत्र काढलं कि इंग्रजांना सुरतमध्ये घरं बांधुन व्यापार करण्याची परवानगी दिली जात आहे.ह्याच बरोबर जहांगीरानी ही परवानगी दिली कि दरबारात एक इंग्लंडचा एक राजदूत ही ठेऊ शकतात. ह्याच्या पसिणाम स्वरुप सर टॉमस रो सन १६१५ मध्ये राजदूत म्हणून आले. त्यांच्या प्रयत्नामुळे सन १६१६ मध्ये इंग्रजांना कलिकत आणि मछलीपट्टन मध्ये ऑफिस काढण्यास अनुमति मिळाली.

शहाजहांच्या शासनकाळात, सन १६३४ मध्ये इंग्रजांनी शहाजहां ला सांगून कलकत्यातून पोर्तुगीजांना हटवून केवळ स्वत:ला व्यापार करण्याची अनुमति घेतले. त्या वेळेपर्यंत हुबळी गोदीपर्यंत आपले जहाज आणण्यासाठी इंग्रजांना पण कर द्यावा लागत होता. पण शाहजहांच्या एका मुलीचा इलाज करणाऱ्या इंग्रज डॉक्टरनी हुबळीत जहाज आणण्यास आणि सामानावर कर माफ करवून घेतला.

औरंगजेब च्या शासनकाळात परत एकदा पोर्तुगीजांचा प्रभाव वाढला होता. मुंबईचा टापू त्यांच्या अधिकारात होता.सन १६६१ मध्ये इंग्रजांच्या सम्राटाला हा टापू, पोर्तुगीजांकडून आंदण मिळाला होता. नंतर सन १६६८ मध्ये ह्या टापूला ईस्ट इंडिया कंपनी ने इंग्लंडच्या सम्राटाकडून खरेदी केलाह्यानंतर इंग्रजांनी ह्या मुंबई टापूवर किल्लेबंदी पण केली होती.

सन १६६४ मध्ये, ईस्ट इंडिया कंपनीच्याच प्रमाणे भारतात व्यापार करणुआसाठी फ्रांसची एक कंपनी आली, ह्या फ्रेंचानी सन १६६८ मध्ये सुरतेत, १६६९ मध्ये मछलीपट्ट्ण मध्ये आणि १७७४ मध्य पाँडेचरी मध्ये आपली ऑफिसेस उघडली. त्या वेळेचा प्रधान होता- दुमास. सन १७४१ मध्ये दुमासच्या जागी डूप्लेची नियुक्ति झाली. लिहीले आहे- डोप्ले एक अत्यंत योग्य आणि चतुर सेनापति होता. त्यांचा पूर्वाधिकारी दूमासनां मुगल शासनाद्वारा नवाब हा खिताब मिळाला होता. म्हणून डूप्ले आले त्या वेळी तर त्यांनीच स्वता:लाच नवाब डूप्ले म्हणायला सुरवात केली. डूप्ले पहीले युरोपीयन निवासी होता,त्याच्या मनांत भारतात युरोपीयन साम्राज्य स्थापण्याची इच्छा झाली. डूप्लेला भारतीयांच्यात काही खास न्यूनता आढळल्या, ज्यांचा त्याने पूर्ण फायदा उथवला. एक ही कि भारताच्या वेगवेगळ्या राजांशी त्या वेळची आपसातील इर्षा, प्रतिस्पर्धा आणि लढाईच्या दिवसात विदेशियांच्या साठी कधी एक आणि कधी दुसऱ्या पक्षासाठी हळू-हळू आपली ताकद वाढवून घेण काहीस कठीण होतं, आणि दुसर असं कि या साठी युरोपातून सेना घेऊन यायची

आवश्यकता नव्हती. बळ, वीरता, आणि सहनशक्तित भारतवासी युरोपीयांपेक्षा वरचढ होते. आपल्या ऑफिसरांबद्दल चा भाव पण भारतीय शिपायांच्यात खूपच जबरदस्त होता. परंतु राष्ट्रीयता चा भाव किंवा स्वदेशाचा विचारात त्यांच्यात नितांत अभाव होता. त्यांना मोठ्या सशजतेने युरोपीयन पध्दतीने सैनिकी शिक्षण दिले जाऊ शकले असते आणि युरोपीयन अधिकाऱ्यांच्या आधीन ठेवता आलं असत. म्हणून विदेशियांच सगळं काम मोठ्या सुदरतेच्या बरोबर हिंदुस्थानी शिपायांकडून काढून घेता आलं असत.डूप्ले ला आपली ही महत्वाकांक्षेच्या पूर्तीत केवळ एकच गोष्टीची बाधा नजरेत आली होती. आणि ती होती इंग्रजांचा प्रतीस्पर्धा.(भारतातील इंग्रजांचे राज्य: सुंदरलाल प्रकाशन विभाग: पृष्ठ १२१)

डूप्लेची शंका बरोबर होती. इंग्रजांची नजर पण भारताचे खजाने आणि येथे शासन करण्यावर होती. ह्याचा एक पुरावा हा मिळतो आहे कि सन १७४६ मध्य कर्नल स्मिथ ह्या इंग्रजानी जर्मनीच्या बरोबर मिळून बंगाल, बिहार आणि उडिशावर विजय मिळवून आणि त्यांना लुटण्याची योजना गुपचुप तयार करुन युरोपला पाठवली. आपल्या योजनेत त्यांनी लिहीले होते- मिगल साम्राज्य आणि सोन्यानी ओतप्रोत भरले आहे. केसाम्राज्य सदानकदा निर्बल आणि असुरक्षित राहीले आहे. आश्चर्याची गोष्ट ही आहे कि आजपर्यंत युरोपच्या कोणत्याही बादशाहानी, ज्याच्या जवळ जलसेना आहे, बंगाल जिंकण्याचा कोणीही प्रयत्न केला नाही.एकाच हल्यात अपार धन मिळवता येईल,ज्याने ब्राझिल आणि पेरु (दक्षिण अमेरिका) च्या सोन्याच्या खाणीवर मात केली जाईल.

मुगलांचे निती फारच खराब आहे. त्यांची सेना पण अधिक खराब आहे. जल-सेना त्यांच्या नाहीच आहे. साम्राज्यात नेहमी कलह होत असतो. इथल्या नद्या आणि इथल्या गोद्या, दोन्ही विदेशींसाठी खुल्या आहेत. हा देशावर सहज विजय मिळवता येईल,ज्या सहजतेने स्पेन ला अमेरिकेच्या आधीन केल होतं.

अलीवरदी खां च्या जवळ तीन करोड पौंड (जवळ जवळ पन्नास करोड रुपये) चा खजीना तयार आहे. त्याची वार्षिक कमाई कमीतकमी वीस लाख पौंड असेल. त्याचे प्रांत समुद्राच्या बाजूने खुले आहेत. तीन जहाजातून दीड हजार ते दोन हजार सैनिक ह्या हल्यासाठी खूप होतील. (फ्रांसिस ऑफ लॉरेन्स ला कर्नल मिल चे पत्र मिळाले: कंन्सीडरेशन ऑफ द अफेयर्स ऑफ बंगाल, मध्ये लेखक बोल्ट द्वारा उधृत) जनरल मिल नी काही अधिकच मोठ स्वप्न पाहीले होते. परंतु ह्याला नाकारले जाऊ शकत नाही कि ईस्ट इंडिया कंपनी चे इंग्रज आपल्या

अशाच मनसुब्यांना पूर्ण करण्यात दंग होते. वास्तविक विदेशी द्वारा भारताला गुलाम बनवण्याचा हा प्रयत्न भारतीयांसाठी एक मोठी लज्जास्पद गोष्ट होती- विशेष रुपाने ह्यासाठी कि ह्या योजनेत स्वत: भारतीय लोकांनी ह्याला साथ दिली आणि पुढे जाऊन आपल्या पायात गुलामीच्या बेड्या घालून घेतल्या लिहील आहे- अठराव्या शतकाच्या मध्यात बंगालमध्ये आम्हाला हे लज्जास्पद दृश्य बघायला मिळत आहे कि त्या वेळच्या विदेशी ख्रिश्चन काही हिंदुंच्या बरोबर मिळून देशाच्या मुसलमान शासकांच्या विरोधात उठाव करण्यासाठी आणि राज्याला नष्ट करण्याचे षडयंत्र रचत होते. इंग्रज कंपनीच्या गुप्तहेरांच्या मदतीत खास कलकत्याचा एक श्रीमंत पंजाबी व्यापारी अमीचंद होता.त्याला ह्या गोष्टीच लालुच देण्यात आलं कि नवाबाला मारुन मुर्शिदाबादच्या खजान्यातील काही मोठा हिस्सा तुला मिळेल, आणि इंग्लिस्तानात तुझे नांव एवढं मोठ होईल, जितकं भारतात कोणाच झालं नसेल. कंपनीच्या नोकरांना आदेश दिला होता कि अमीचंदची खूप बड्दास्त ठेवा. (भारतात इंग्रजाचे राज्य : सुंदरलाल: पृष्ठ १२६)

कंपनीच्या हमीवरुन आणि अमीचंदच्या इच्छेनी, बंगालची तात्कालीन शासक अलीवरदीखां च्या सर्व सच्याईने काम कराणारे यांना विश्वासघात करण्यासाठी तयार केले. तिथे कलकत्यात इंग्रजांची आणि चंद्रनगरात फ्रेंच लोकांसाठी घरं बनविणे आणि किल्लेबंदी करणे सारखं चालू होते. अलीवरदीखांना ह्याची माहीती होती. परत ज्यावेळी त्यांना अमीचंद आणि दुसरे विश्वासघातकींच्या षडयंत्रा बद्दल समजले, त्यावेळी त्याची योजना उधळून लावली,परंतु ह्या सर्व घट्नांनी अलीवरदीखां सावध झाले आणि पोर्तुगिजांचे,इंग्रजांचे आणि फ्रेंचांचे मनसुब्यांचा पण पत्ता लागला.

बंगालचे नवाब अलीवरदीखांना काही मुलगा नव्हता, म्हणून त्यांनी आपला नातू सिराजुद्दौला ला, आपला उत्तराधिकारी बनवल होत. तो आजारी असायचा आणि त्याला आपली अंतिम वेळ जवळ आल्याच समजल होत. म्हणून एक दूरदर्शी नीतीज्ञाप्रमाणे त्यांनी आपला नातू सिराजुद्दौला ला एक दिवस जवळ बोलावून सांगितलं- राज्यात युरोपीयनांची ताकदीवर नजर ठेव. जर खुदाने माझे वय वाढवल, तर मी तुला ह्या भीती पासून मुक्त करेन-आता, माझ्या मुला, हे तुला करायचे आहे, तैलंग देशात त्यांच्या लढाया आणि त्यांच्या कूटनिती पासून तुला सावध राहील पाहीजे. आपल्या-अपल्या बादशाहांच्यात घरातील भांड्णाच्या कारणाने ह्या लोकांनी मुगल सम्राटांचा देश आणि शहंशाहांच्या प्रजेचे धन-माल चोरुन आपापसात वाटून घेतलं आहे. ह्रा तीन युरोपीयन जातीला एकदम नेस्तनाबुत

करण्याचा विचार करु नकोस. इंग्रजांची ताकद वाढली आहे. पहिल्यांदा त्यांचा खातमा कर.ज्यावेळी इंग्रजांचा नाश करशील,त्यावेळी बाकी दोन्ही जाती तुला अजून त्रास देणार नाहीत. माझ्या मुला, त्यांना किल्ले बनवायला किंवा फौजफाटा ठेवायला परवानगी देऊ नकोस. जर तू ही चूक केलीस, तर हे राज्य तुझ्या हातातून जाईल (बंगाल इन १७५६-१७५७, खंड २, पृष्ठ १६)

१० एप्रिल सन १७५६ ला नवाब अलीवरदीखां चा मृत्यु झाला. त्याच्या नंतर सिराजुद्दौला, आपल्या आजोबांच्या गादीवर बसला.सिराजुद्दौलाचे वय त्यावेळी चोवीस वर्ष होते. ईस्ट इंडियाकंपनीच्या नीतीनुसार षडयंत्राचा सारं जाळ पसरण्यात आले. इंग्रजांना वाटत नव्हते कि सिराजुद्दौलानी शासन करवं म्हणून त्यांनी सिराजुद्दौलाचा सर्व ठिकाणी अपमान करण्याचा आणि त्याच्या बरोबर भांड्ण उकरून त्याला डिवचण्याचे काम सुरु केले.सिराजुद्दौला ज्यावेळी मुर्शिदाबादच्या गादीवर नवाबाच्या योग्यतेने बसला तर परंपरेनुसार त्याचे कर्मचारी वर्ग, वजीरांना, विदेशी जातीच्या वकिलांना, दरबारात येवून भेटणे जरुउरी होते. पण इंग्रज कंपनीच्या वतीने सिराजुद्दौलाला कोणीही भेटायला गेले नाही.

सिराजुद्दौला चा विश्वासघात

इंग्रजानी निश्चय केला कि सिराजुद्दौला ला एक दिवस सुध्दा शांत बसू द्यायच नाहीह्या कामात सिराजुद्दौलाचे सच्चे समजले जाणारे लोकपण ह्यात मोठ्या संखेने इंग्रजांना मिळाले होते.इंग्रजांनी ह्यावेळी छल-कपट,खोट,बेईमानी,धोका,लालच देणे अशाप्रकारच्या सर्व घाणेरड्या वृत्तीना आपलं हत्यार बनवलं , आणि भारतवासी मोठया सहजतेने गद्दारी करण्यासाठी तयार होत होते,सिराजुद्दौलाचा एक नातेवाईक, मुर्शिदाबादच्या नवाबाच्या आधीन, तो पूर्णिया चा नवाब होता. इंग्रजांनी ह्या नवाबाला ज्याचे नांव होते शौकतगंज होत.आपल्यात घेतलं आणि मुर्शिदाबाद च्या गादीवर सिराजुद्दौलाच्या जागेवर बसवण्याचे आमिष दाखवून त्याच्या कडून सिराजुद्दौलाच्या विरुध्द उठाव केला.त्याच्यावर सिराजुद्दौला आपली सेना घेऊन पोर्णियाच्या बाजूने गेला. शौकतगंज घाबरला, आणि त्याने रस्त्यातच सिराजुद्दौला ला भेटून त्याला नजराणा भेंट देऊन, त्यानी सगळ्या चिठ्या दाखवल्या,ज्या इंग्रजांनी त्याला भडकवण्यासाठी लिहील्या होत्या, सिराजुद्दौलाने ह्यावर एक हुकुम काढला कि इंग्रजांनी आणि फ्रेंचांनी कोणताही नविन किल्ला बनवायचा किंवा कोणत्याही जुन्या किल्याची डगडुजी करायची. फ्रेंचांनी हा आदेशाचे पालन केले होत, पण इंग्रजांनी तो आदेश पाळला नाही.

खर तर सिराजुद्दौला अत्यंत उदार आणि चांगल्या स्वभावाचा होता. ह्याच गोष्टीने त्याची कमजोरी बनली आणि पोढेजाऊन त्याला खूप नुकसान झाले. इंग्रजांनी आता मुर्शिदाबाद च्या एका दिवाण राजा वल्लभ आपल्यात घेतला. रजा वल्लभाच्या ह्या अशा करण्याने सिराजुद्दौला नाराज झाला.कलकत्यातील अमीचंद नावाचा पंजाबी व्यापारी, आगोदरच इंग्रजांच्या हाती विकला होता. इंग्रजांनी आता राजा वल्लभाचा मुलगा राजा किशनदास ला कलकत्याला बोलावून, अमीचंद च्या घरांत ठेवले.राज वल्लभ ची सगळी संपत्ती पण किशनदासच्या बरोबर कलकत्याला आली.ह्याने सिराजुद्दौला ला आणखीन वाईट वाटले. त्यांनी इंग्रजांना हुकुम दिला कि किशनदास ला परत पाठवा, पण इंग्रजांना चूक करायची होती.म्हणून त्यंनी त्याला पाठवण्यास नकार दिला.

इंग्रजांनी सिराजुद्दौला च्या हुकुमाला नजुमनता, एका प्रकारे जो अपमान केला– त्याने सिराजुद्दौलानी आपल्या नम्र स्वभावाच्या करणाने दूर करीत इंग्रजांना समजवण्याचा प्रयत्न केला.त्यांनी कासिम बाजारात इंग्रजांच्या घरंचा मुख्य वॉट्स ला बोलावून सांगितले– जर इंग्रज शांत व्यापारीं प्रमाणे देशात रहाणार असतील, तर आता पण मोठ्या खुशीने राहू शकतात, पण प्रांताच्या शासकाच्या नात्याने माझा हा हुकुम आहे कि त्यांनी ताबडतोब सर्व किल्यांना पाडून जमिनीत मिळवा, जे त्यांनी हल्लीच माझ्या परवानगी शिवाय बनवले आहेत. पण इंग्रज व्यापारी अशाहुकुमाला कां मान्य होतील, कारण त्यांना तर भांड्ण पाहीजे. शेवटी सिराजुद्दौलाच्या शांततेचा बांध फुटला. २४ मे सन १७५६ ला इंग्रजांची घरं घेरण्यासाठी आपली सेना कसिम बाजारात पाठवली. इंग्रजांच्या तोफंच्या शिवाय सिराजुद्दौलाच्या सेनेनी कसिम बाजार चे घर आपल्या ताब्यात घेतले.घरातील सर्व इंग्रजांना बंदी केले. सिराजुद्दौला त्यांना मारु शकत होता, पण त्यांनी असं नाही केले. त्यांच सामान पण लुटले नाही केवळ हत्यारे आणि दारुगोळा जप्त केला. इंग्रजांनी माहीत होते कि ते सैनिकांच्या शक्तिच्या जोरावर सिराजुद्दौला ला कधीही जिंकू ह्स्कणार नाही–म्हणून ते धोका, बेईमानी, खोटेपणा विश्वासघात इत्यादीचा आधार घेऊन सिराजुद्दौला गादीवरुन हटवण्याचा प्रयत्न करीत होते.आणि सिराजुद्दौला आपल्या सज्जनतेच्या कारणाने पुन्हा–पुन्हा इंग्रजांच्या चिडवण्याला त्यांना क्षमा करत होते आणि समजविण्याचा प्रयत्न करीत होते लिहीले आहे– सिराजुद्दौलानी म्हंटल आहे, जरी इंग्रज आपल्या आत्तापर्यंतच्या अपराधाच्या बदल्यात दंडाप्रमाणे किंवा क्षतिपूर्तिचे म्हणून थोडे–अधिक धन द्यायला तयार असतील आणि पुढे शांत रहाण्याचं वचन देत असतील

तर वाटाघाटी होऊ शकतात. कलकत्याचे इंग्रज अधिकारींना पण ह्याची सुचना देण्यात आली होती. जरी ते म्हंट्ले तर त्यावेळी पण सिराजुद्दौला च्या बरोबर वाटाघाटी करु शकत होते. पण लोकं आपल्या षडयंत्राच्या जोरावर सिराजुद्दौलाचा नाश करण्याचे ठरवल होते.(भारतात इंग्रजांचे राज्यः सुदरलालः पृष्ठ १३०)

इंग्रजांची छल-कपटाची नीति वाढतच चालली होती. ते सिराजुद्दौला ला काहीच समजत नव्हते. ह्याच कारणाने त्यांना धडा शिकवण्यासाठी सेना तयार केली. १६ जून १७५६ ला सिराजुद्दौला कलकत्याला पोहोचला. त्यांनी इंग्रजांना घेरले. इंग्रजांनी त्याचा लढा दिला आणि त्यांना हार खावी लागली. सिराजुद्दौलानी हुकुम दिला,कोणत्याही इंग्रजाला जीवे मारण्यात येऊ नये. २० जून लाकोठीतील सगळ्या इंग्रजांना कैद करण्यात आले. सिराजुद्दौला त्या सगळ्यांना मारु शकत होता, पण त्यांनी त्यांना सोडून दिले. बदल्यात इंग्रजांनी एक घटना घडवून सिराजुद्दौला ला बदनाम केले. त्यांनी सागितले कि सिराजुद्दौलानी १४६ इंग्रज कैद्यांना एका छोट्या कोठडीत बंद करुन मारुन टाकण्यात आले. इंग्रज इतिहासकारंनी ह्याला ब्लॅक होल ची घटना म्हणून सिराजुद्दौला ला बदनाम केलं.परंतु त्या वेळेच्या इतिहास संशोधकावर ही गोष्टचांगल्या प्रकारे समजली आहे कि ब्लॅक होलचा हासारा प्रकार खोटा आहे, आणि केवळ सिराजुद्दौलाच्या चारित्र्यावर शिंतोडेकरण्यासाठी आणि इंग्रजांच्या नंतरच्या कुचक्राला उचित करार देण्यासाठीरचला गेला होता. (भारतात इंग्रजी राज्यः सुंदरलालः पृष्ठ १३३)

सिराजुद्दौला २४ जून १७५६ ला कलकत्याहून मुर्शिदाबादला आले. कलकत्याहून जे इंग्रज पळाले होते, ते बंगालच्या वर फलता नावाच्या स्थानावर जाऊन थांबले. लिहीले आहे, कि सिराजुद्दौलाची नीयत जर काही वेगळी असती, तर कलकत्ता किंवा फलत्याहून कुठेही ह्या विदेशी व्यापार्यांचा एकेकाला संपवण्याल आणि त्याच बरोबर त्यांच्या सर्व षडयंत्राचा अंतकरण्यासाठी त्यांच्या करता खूपच सोप काम होत. जर असं त्यांनी केलं, तर कोणी निष्पक्ष इतिहास लेखक त्यांनादोषी ठरवू शकत नाही. परंतु त्या भोळे भारतीय नरेशांना ह्या विदेशियांचे चरित्र आणि त्यांच्या चालींचा अजून काही पत्ता लागला नाही.ह्या भोळेपणाची सिराजुद्दौला आणि त्यांचे देश, या दोघांना बरीच मोठी किंमत मोजावी लागली.

जे इंग्रज फलतात होते, त्यांनी मद्रासस मध्ये रहाणारे इंग्रजांना लिहीण्यात आले कि मद्रासहून नविन सेना जमा करुन बंगालला पाठवून द्यावी. ह्याच्या उत्तरात ऑक्टोबर महिन्यात शंभर युरोपीयन आणि तेराशे हिंदुस्थानी शिपाई मद्रासहून रवाना

केले गेले. जलसेनेचे नेतृत्व ॲडमिरल वॅटसन ला आणि थलसेनाचे नेतृत्व कर्नल क्लाइव्ह ला देण्यात आले. मद्रासचे इंग्रज अधिकारी १३ ऑक्टोबर १७५६ ला लिहीलेल्या एका पत्रात वॅटसन आणि क्लाइव्ह ला हा आदेश दिला- "आपण बंगालला पोचल्यावर नवाबाच्या माणसांना आपल्याकडे घेऊन कोणालाही नवाबी हक्क सांगणारा उभा करुन आणि कोणतेही दुसरे उपाय करुन आणि षडयंत्रानी नवाबी उखडून टाकण्याचा प्रयत्न करा." (बंगाल इन १७५६-१७५७, खंड १, पृष्ठ २३९-२४०)

बंगालला पोहोचल्यावर वॅटसन आणि क्लाइव्ह यांनी आपल्या चालीनुसार आणि लोकांकडून विश्वासघात करुन घेत इंग्रजांनी बजबज,तानाह, कलकत्ता आणि हुगळीचे किल्यावर ताबा मिळवलाइंग्रजांनी हुगळीत लूटमार केली आणि प्रजेवर अत्याचार केले. हे ऐकल्यावर सिराजुद्दौलासेना घेऊन मुर्शिदाबादहून निघाला आणि हुगळी जवळ येऊन इंग्रज सेनापति वॅटसन ला एक पत्र लिहीले जे असे होते: "तुम्ही लोकांनी हुगळी नगर घेतले, त्याला लूटले आणि माझ्या प्रजेशी युध्द केले. अशा प्रकारचे काम व्यापार्यांना शोभा देत नाही.म्हणून मी मुर्शिदाबादहून हुगळीच्या जवळ आलो आहे, ह्याप्रकारे मी नदी ओलंडून येत आहे आणि माझी सेनाची एक तुकडी तुमच्या पडावाकडे येत आहे. तरीपण जर आपली इच्छा असेल कि कंपनीचा करभार पहिल्यासारखा परत व्हावा आणि कंपनीचा व्यापार चालू राहावा तर कोणाताही अधिकारी माणूस माझ्याकडे पाठवा, जो आपली इच्छा आणि आवश्यकताची बाब मला सांगू शकेल आणि ह्यासंबंधी माझ्याशी सर्वकष बोलणी करु शकेल. ह्या बाबतची परवानगी द्यायला मला काही संदेह नाही कि कंपनीच्या सर्व कोठ्या तुम्हाला परत मिळतील आणि ज्या अटींवर तुम्ही ह्या राज्यात पहिल्यापासून व्यापार करत होतात, त्याच अटींवर पुढे करत राहा." (ईव्स वायजेजे: पृष्ठ १०९)

या पत्रावरुन सिराजुद्दौलाची शांतिप्रियता, त्यांची सहनशीलता, त्यांची उदारता आण्इ त्यांची प्रजापालकता, या सर्वांची ओळख होते. पण इंग्रजांनी ह्याचा चुकीचा फायदा घेतला. त्यांनी सिराजुद्दौला बरोबर संधीसाधूपणा केला, पण पाठीमागून ते विश्वासघात आणि छल-कपटाच्या योजना चालूच ठेवल्या. त्यांनी सिराजुद्दौला ला पदोपदी आपल्या खरेपणाचा भरवसा दिला आणि त्याच बरोबरधोका आणि फक्त धोकाच करत राहीले. ह्रा रितीने त्यांनी बंगाल मध्ये सिराजुद्दौलाच्या विरुध्द उठावाची पूर्ण तयारी केलीइंग्रजांनी लाचदेण्यासाठी तिजोर्या उघडल्या आणि सिराजुद्दौलाच्या मंत्र्यांना आणि इमानदारांन आपल्याकडे खेचून

14 *** 1857 चा स्वातंत्र्य संग्राम

त्यांना विश्वासघात करण्यास तयार केले. सेनेच्या शिपायांना पण त्यात सामिल केले. मीर जाफर त्यावेळी सिराजुद्दौलाचा सेनापति होता. त्याला मुर्शिदाबादचा नवाब बनवण्याची लालूच देऊन इंग्रजांनी फितुर केले. मीर जाफर, सिराजुद्दौलाचे आजोबा अलीवरदीखांचे मेव्हणे होते.म्हणून सिराजुद्दौलाचा त्याच्यावर खूप विश्वास होता. इंग्रजांनी सिराजुद्दौलाचा विश्वास मिळवून मुर्शिदाबादच्य दरबारात आपला राजदूत ठेवायला मंजूरी मिळवली होती. सेनापति वॅट्सला राजदूताच्या रुपात नियुक्त करुन क्लाइव्ह आपल्या सर्व विश्वासघातकी योजना तयार करत होता.ह्याच वॅट्सने सिराजुद्दौलाच्या इमानदारांना आपल्याकडे फितुर केले होते.२६एप्रिल सन १७५७ ला वॅट्सने क्लाइव्हला पत्र लिहीले: मीर जाफर आणि त्याचे सहकारी नवाबाला गादीवरुन उतरवायला इंग्रजांना मदत करायला तयार आहेत. ह्यानंतर ४ जून १७५७ ला वॅट्सने मीर जाफरशी एक गुप्त संधी साधली कि ज्यात हे म्हंटले होते कि जितके अधिकार सिराजुद्दौलाने इंग्रजांना दिले आहेत, मीर जाफर सूभेदार झाल्यावर त्या सर्वांना कायम करेल.

लढाईची पूर्ण तयारी झाल्यावर वॅट्स आणि मुर्शिदाबादेत रहाणारे दुसरे इंग्रजांनी तिथून रात्रीच्या रात्री चुपचापपळून जाणे योग्य समजले. ज्यावेळी सिराजुद्दौला ला सकाळी ही बातमी समजली, त्यावेळी तो सावध झाला. इतिहासकार लिहीतात कि सिराजुद्दौला ला आपल्या काही अधिकारांची आण्इ इथपर्यंत कि मीर जाफरच्या बाबतीत संशय आला होता, कि ते काहीतरीचुकीच्या गोष्टी करत आहेत. पण त्यांनी त्यांच्या विरुध्द काहीही कारवाई केली नाही. तिथे वॅट्सचा संदेश कलकत्याला पोचला होता कि योजना पूर्ण झाली आहे. लिहीले आहे कि १२ जून १७५७ ला मीर जाफरचे पत्र कलकत्याला पोचले, त्यांत लिहीले होते कि येथे सगळ काम तयार आहे, आण्इ परत १३ जून ला इंग्रजांची सेना कलकत्यावर चढाई केली.

सिराजुद्दौला ला ज्यावेळी इंग्रजांच्या विचारांचा पत्ता लागला तेव्हा त्यानीपण आपली सेना तयार केली. त्यानी प्रधान सेनापति मीर जाफरच्या महालात स्वत: जाऊन भेंट घेतली. मीर जाफर ने कुराण हातात घेऊन आपल्या खरेपणाची शपथ घेतली.ह्यावेळी सिराजुद्दौला ला त्याच्यावर संशय घेण्याचे काहीच कारण नव्हते.

प्लासीची लढाई

स्वतंत्रता संग्रामाच्या इतिहासात प्लासी चे युध्द अत्यंत महत्वपूर्ण घटना राहीली आहे, कारण ह्यानंतर इंग्रजांनी भारतात शासन करण्याचा पाया खणला आणि भारताला गुलाम बनवून त्यात्र २०० वर्षा पर्यंत राज्य केले.

पलास वृक्षांचे एक जंगल, मुर्शिदबादपासून वीस मैल दूर होते. केपलाशीबाग पण म्हणत होते. ह्याच जंगलाच्या जवळ एक मैदान होते. जिथे २३ जून सन १७५७ ला इंग्रज आणि सिराजुद्दौलाच्या सेना समोरासमोर सामना झाला.सिराजुद्दौलाच्या सेनेत प्रधान सेनापति मीर जाफरच्या शिवाय आणखीन तीन सेनापति होते- यारलुत्फखां, राजा दुर्लभराम आणि मीर मुमउद्दीन उर्फ मीर मदन. मीर जाफर यारलुत्फ खां आणि राजादुर्लभरामच्या अख्त्यारित पसतीस हजार सैनिकांची सेना होती, आणि मीर मदनच्या अख्त्यारित बाराहजार सैनिक होते. युध्द सुरु झाल्यानंतर काही वेळात सिराजुद्दौलाची सेना इंग्रजांवर भारी पडायला लागली आणि विजयाच्या जवळ पुढे सरकत होती त्याच वेळी मीर जाफर नी आपला पवित्रा बदलला आणि आपल्या सेनेला मागे हटवायला लागला.इंग्रज इतिहासकार कर्नल मालेसन लिहीतात, बातमी मिळताच सिराजुद्दौला ने आपली शंका दूर करण्यासाठी मीर जाफरला आपल्या जवळ बोलावले. त्यानी मीर जाफरला,आपल्या आणि मीर जाफरच्या संबंधातील तसच आजोबा अलीवरदीकांची आठवण करुन दिली. त्यानंतर, सिराजुद्दौलानी आपली पगडी डोक्यावरुन उतरवून मीर जाफरच्यास्समोर जमोनीवर फेकून दिली आणि म्हंटले- मीर जाफर, ह्या पगडीची लाज तुझ्या हातात आहे, मीर जाफर ने मोठ्या आदराने पगडी य्चलून सिराजुद्दौलाच्या हातात दिली आणि आपले दोन्ही हात छातीवर ठेवून, मोठ्या गंभीरतेनेपरत एकदा वाकून, सिराजुद्दौला बद्दलच्या प्रमाणिक पणाची श्पथ घेतली. मीर जाफर त्यानेळी आपला आत्मा आणि सिराजुद्दौला, दोघांना जाणूनबुजुन धोकादेत होता. तो विश्वासघातावर कंबर कसली होती. सिराजुद्दौलाच्या समोरुन जाताच त्यानी ह्या घटनेची सूचना क्लाइव्हला दिली. (कर्नल माल्सेन: डिसीसीव्ह बॅटल्स इंडिया: पृष्ठ ७२) पुढे लिहील आहे कि सिराजुद्दौलाची सेनेत मीर जाफरच एकटा विश्वासघातकी नव्हता. वास्तवात त्याची अधिकांश सेना विश्वासघातकांनी चाळणी सारखी झाली होती. रज दुर्लभराम यारालुत्फखां पण आपल्याला इंग्रजांच्या हाती विकले गेले आहेत. आशा नाजुक क्षणी जो विजय सिराजुद्दौलाच्या पायापाशी लोळणघेताना दिसत होता, मीर जाफर, राजा दुर्लभराम आणि यारालुत्फखां - तिघांनी आपले चाळस-पन्नस हजार सेने सहीत वळूनइंग्रजांना जाऊन मिळाले. दरम्यान सिराजुद्दौलाचा एक मात्र विश्वासपात्र मीर मदन वीरगति प्राप्त झाला. ह्याने सिराजुद्दौलाची हिंम्मत ढळू लागली. विश्वासघातक्यांच्या अशा चेष्टेने त्याच मनं पहिलच व्यतिथ झाल होत, मीर मदन च्या मृत्युने त्याची आणखी निराशा झाली. २३ जूनच्या संध्याकाळपर्यंत

क्लाइव्हने विजय प्राप्त केला. आणि सिराजुद्दौला ला हत्तीवरुन मुर्शिदाबादच्या दिशेने पळायला लागले.ह्यावरुन प्लासीच्या लढाईत देशद्रोह केला हे उदाहरण कायम झालं हे स्पष्ट होतं, आजपण लोकं मीर जाफरचं नांव घृणेनी घेतात.

इतिहासात लिहीले आहे- "शुक्रवार २४ जून १७५७ ला सकाळीच क्लाइव्हने मीर जाफर ला आपल्या ऑफिसात बोलावले. त्यावेळी मीर जाफर एकटेच न जाता आपला मुलगामीरन ला बरोबर घेऊन क्लाइव्हच्या कँम्पमध्ये पोचलात्याला माहीत होतऽ कि मीर जाफरच पापाच दडपण त्याच्या छातीवर होत।सहाजीक आहे, कि क्लाइव्हच्या बाजूने मीर जाफरच्या मनांत दगा-फटक्याचा धोका असेल. क्लाइव्हच्या समोर गेल्यावर त्याच वेळी शिपाई (गार्ड) त्याचे स्वागत करण्यास पुढे आले, मीर जाफर घाबरुन च्किंत झाला. त्याचा चेहरा काळा पडला.क्लाइव्हने ताबडतोब त्याची गळाभेंत घेऊन तीनही प्रांतांचा सुभेदार म्हणून संबोधित केल. आणि परत मीर जाफरला सलाम केला.हे ऐकून मीर जाफरने स्वत:ला सांभाळले. क्लाइव्हने त्याला विश्वास दिला कि इंग्रज आपला धर्मसमजून , आपली वचनं पूर्ण करतील,ह्यानंतर क्लाइव्हने त्याला सिराजुद्दौलाचा पाठलाग करण्याचा सल्ला दिला. ह्यावर मीर जाफर तिथून निघुन २५ जून च्या सकाळी मुर्शिदाबादला पोचला." (भारतातील इंग्रजाचे राज्य : सुंदरलाल : पृष्ठ १५६)

तिथे सिराजुद्दौलाएक दिवस पहिले म्हणजे २४ जून सन १७५७च्या सकाळी मुर्शिदाबादला पोचले होते. त्याच्या जवळ भरपूर धन होते. त्याने विचार केला कि वाट्टेल तेवढे धन खर्च झाले तरी चालेल, पण एकदा परत विश्वासपात्र सेना जमवून, इंग्रजाचा बदला घ्यावा. पण त्यांच्या विश्वासघातकीं पासून एवढी घोर निराशा झाली होती कि त्यांनी विचार बदलून टाकला.इतिहासकार लिहीतात- प्लासीच्या पराजयाची बातमीसर्व देशभर पसरली.सिराजुद्दौलाच्या भाग्याच्या सूर्याचा अस्त होत होता, आणि अस्त होणार्या सूर्याची कोणीही पूजा करेत नाही.सिराजुद्दौलाने पाहीलं होतं कि आता माझी साथ द्यायला कोणीही तयार नाही आहे. त्यांच्या काही दरबारींनी सल्ला दिला कि आपण हार मानून विदेशियांच्या बरोबर संधिसाधुन घ्या, परंतु त्या वीरांनी अत्यंत तिरस्काराने ह्या सल्याला धुडकावली. शेवटीदेशद्रोही मीर जाफरच्या येण्याची बातमी ऐकून आणि कोणताही उपाय नाही हे पाहून २४ जूनच्या अर्ध्या रात्री सिराजुद्दौला केवळ आपल्या तीन नोकरां सहित महालाच्या एका खिडकीतून फकीराच्या वेशात भगवान भोला नावाच्या नगराच्या दिशेने निघुन गेला. (भारतातील इंग्रजाचे राज्य : सुंदरलाल : पृष्ठ १५६)

क्लाइव्हने ज्यावेळी हे पाहील कि मुर्शिदाबादचे लोकं त्याला आपला शत्रु, किंवा सिराजुद्दौलाला गादीवरुन उतरवण्याचा अपराधी मानलं नाही तर मुर्शिदाबादला आला. २९ जून सन १७५७ च्या दुपार नंतर मीर जाफरला मुर्शिदाबादचा नवाबाची गादीवर बसवण्याचे निश्चित झाले. पण मीर जाफरने जे काही केले होते, तो एवढा घृणित होता कि एखद वेळेस स्वत:चा आत्मा त्याचा धिक्कारत असेल,हेच कारण होते कि आयत्या वेळेवर, ज्यावेळी त्याला सिराजुद्दौलाच्या गादीवर बसवणार होते, त्यांनी त्या गादीवर बसण्यास नकार दिला, आणि घाबरुन मागे झाला. असं म्हणतात त्यावेळी क्लाइव्हतिथे हजर होता. त्यानी मीर जाफरचा हात पकडून गादीवर बसवले. नंतर सर्व प्रथम क्लाइव्हने मुर्शिदाबादच्या नव्या नवाबाला सलाम केला, त्यानंतर सर्व दरबारींनी सलाम केला.

मुर्शिदाबादचा खजाना खचाखच भरला होता. क्लाइव्हनी त्या खजान्याला सातशे पेट्यांमध्ये भरुन इंग्लंडला पाठवला होता. इथे हा उल्लेख करण जरुरी आहे कि इंग्रजांची विश्वासघात करण्याची आणि स्वत:च धोका, छळ-कपटाला आपलं हत्यार बनवण्याच्या नितीत भारतीयांनी मदत केली, आणि परत स्वता: पण धोका पत्करला. अमीचंद ह्या कलकत्याच्या व्यापार्या बरोबर पण हेच झाले.लिहीले आहे कि निस्संदेह अमीचंदच्या मदतीशिवाय इंग्रजांचाव्यापार एवढा वाढू शकला नसता, नाही त्यांना चंद्रनगरावर विजय मिळवता आला असता तसच सिराजुद्दौला सुभेदाराच्या गादीवरुन खाली उतरायला लागल असतं.आजच्या दिवसाच्या आशेत अमीचंदने सिराजुद्दौलाच्या भारतीय दरबारी आणि नोकरांना विदेशी इंग्रजांच्या बाजूने लाच देण्यांत आपलं धन पाण्यासारखं वाहून टाकलं होत. अमीचंदने आपल्या आत्म्यासोबत, आपल्या राजा आणि मालकासह आणि आपल्या जातीच्या बरोबर दगा केला. आणि लूट वाटण्याची वेळ आली तर अमीचंदला काही मिळालं नाही. इतिहासकार लिहीतात कि जी संधि इंग्रजांनी मीर जाफरसह केली, त्यात तेरा अटी होत्या. अमीचंदच्या नावाचा त्यात उल्लेखही नव्हता. ते एका सफेद कागदावर लिहीलं होती. त्याच बरोबर एक दुसरी चौदा अटीं लाल कागदावर लिहून अमीचंदला दाखवल्या, त्यात चौदावी अट ही पण होती कि मीर जाफरला गादी दिले जाण्याच्या वेळी अमीचंदला नगदी तीस लाख रुपये आणि त्याच्या शिवाय नवाबाच्या खजान्याच्या पाच टक्के दिले जाईल वॅटसननी ह्या खोट्या संधीवर हस्ताक्षर करण्यास्स नकार दिला होता, पण क्लाइव्ह ने लूशिंगटन नावाच्या एका व्यक्तिच्या हाती वॅटसनचे खोटे हस्ताक्षर त्यावर केले होते. मीर जाफर नवाब

झाल्याच्या एक दिवसानंतर जगत सेठच्या घरी पहिल्यांदा संधि पत्र वाचून ऐकवल गेलं, तर अमीचंद च्किंत होऊन ओरडला- त्यावर ती संधि होऊ शकत नाही, जी मी पाहीली आहे-ती लाल कागदावर होती. ह्या वर क्लाइव्हन शांत पणे उत्तर दिले- ठिक आहे अमीचंद, परंतु ही संधी सफेद कागदावर लिहीली आहे (संदर्भ पार्लमेंटच्या समक्ष क्लाइव्हचे विवरण) ह्या घटनेने अमीचंदला ह्दयावर जबरदस्त धक्का बसला. नंतर तब्येतीच्या कारणामुळे क्लाइव्हने त्याला तिर्थयात्रेला जाण्याचा सल्ला दिला. तो तिर्थयात्रेला गेला, परंतु ह्या धक्यामुळे दीड वर्षाच्या आंत अमीचंदचा मृत्यु झाला.(भारतातील इंग्रजाचे राज्य : सुंदरलाल : पृष्ठ १५८-१५९)

काही दिवसांनी सिराजुद्दौलाला राजमहाल नावाच्या शहरातून अटक करुन मुर्शिदाबादला आणण्यात आले. काही इतिहासकार लिहीतात कि मीर जाफर त्याला मुर्शिदाबादेत नजरकैदेत ठेवणार होता. पण फारशीत लिहीलेलं पुस्तक रियाज़स्सलातीन चे लेखक म्हणतात- इंग्रज आणि जगत सेठच्या षडयंत्रानी सिराजुद्दौलाला मारुन टाकण्यात आले. क्लाइव्हच्या प्रयत्नाने ज्या इंग्रज राज्याचा पाया प्लासीच्या मैदानात ठेवला गेला होता त्याला आता नव्या उपायाला नवा षडयंत्राचा विचार केला जात होता आणि हे सर्व क्लाइव्ह करत होता. त्याच्या शंकेचा आणि षडयंत्राचा खुलासा त्याच्यापत्राने होत होता जे त्याने ७ जानेवारस्सन १७५९ ला, इंग्लंदच्या तात्कालीन प्रधानमंत्री विल्यम पिटच्या नावानी लिहीले होते. त्या पत्रात क्लाइव्हने लिहीले होते- ''इंग्रज फौजांची सफलतेतून एक महान क्रांति ह्या देशात केली आहे. त्या संधिच्या नंतर अजून एक संधि केली आहे, ज्यामुळे कंपनीला मोठे जबरदस्त फायद झाले आहे. ते मला माहीत आहे कि ह्या सर्व गोष्टींकडी एक लिहीण्या पर्यंत इंग्रज जातीच लक्ष लागले आहे पण संधी मिळताच बरेच काही करता येऊ शकते, अट हीच कि कंपनी अशा प्रकारचे प्रयत्नात व्यस्त असावी, जे त्यांचे आजकालचे एवढे क्षेत्र आणि पुढच्या जबरदस्त संभावना या दोघांन अनुरुप असावी. मी कंपनीला अत्यंत खरमरीत शब्दात ह्या गोष्टीची जरुरी दाखवली आहे कि त्यांनाइतकी सेन हिंदुस्थानात पाठवली पाहीजे आणि बरोबर हिंदुस्थानात ठेवली पाहीजे, ज्यानी ते आपल्या ह्या वेळेच्या धन आणि क्षेत्राला आणि वाढवण्याच्या आगोदर सर्वात प्रथम संधीचा फायदा उठवायला पाहीजे. दोन वर्षाची मेहेनत आणि अनुभवानी मी देशाच्या राजवटीच्या बाबतीत आणि इथल्या लोकांच्या स्वभावा वरुन जे परिपक्व ज्ञान प्राप्त केले आहे, त्यामुळे मी छातीठोक पणे सांगू शकतो कि ह्या सारखी संधी परत मिळनार नाहीवर्तमान सुभेदार म्हातारा

आहे आणि त्याचा मुलगा इतका अत्याचारी आणि निरर्थक आहे आणि इंग्रजांचा इतका स्पष्ट वर्री आहे कि ह्या नवाबा नंतर त्याला गादी वर बसवणे, जवळ-जवळ धोकादायक होईल. केवळअ दोन हजार यूरोपियनांची छोटी सेना आपल्याला ह्या दोघांच्या बाजूने बेधडक करतील आणि त्यातून कोणी आपल्याशी लढायची हिंम्मत करणार नाही, तर ह्या सेने द्वारा राजवटीचा संपुर्ण डोलारा आपण स्वता: आपल्या हातात घेऊ.हिंदुस्थानी राजांच्या बरोबर, इथल्या प्रजेला कोणत्याही प्रकारचे प्रेम नाही, म्हणून असल्या प्रकारचे काम करण्यात आम्हाला आणखीन कमी मेहेनत घ्यावी लागेल. पण इतकं मोठ राज्य व्यापारी कंपनीसाठी खूप जास्त होईल आणि मल भिती आहे कि इंग्रज जातीच्या सहायतेशिवाय एकटे कंपनी इतक्या मोठ्या राज्याला सभाळू शकत नाही.विचार करण्याची गोष्ट आहे कि हा सगळी अवस्थेशिवाय आपल्या मातृभूमीवर खर्चाचं वजन टाकून पुरे केले जाऊ शकते.जसे अमेरिकेने आपलं राज्य कायम करण्यासाठी इंगलिस्तान कडून छोटीशी सेना त्या करता खूप होईल कारण कि आपण पाहीजे त्यावेळी आपले काळे शिपाई इथे जमा करु शकतो. अजून मी एवढच सांगू शकतो कि मी आपल्या शिवाय इतर कोणालाही ही गोष्ट लिहीली नाही आणि मी आपल्याला पण कष्ट देत नाही जर मला ह्याह्या बाबतीत विश्वास झाला कि आपल्या जातीच्या फायद्याची जी तरतूद पण आपल्या समोर ठेवण्यात येईल, आपण त्याच चांगल्या प्रकारे स्वागत कराल.'' ह्या पत्राने हे सिध्द होत आहे कि क्लाइव्ह ने कोणत्या प्रकारे भारतात इंग्रजी सामरज्य स्थापण्याची ब्लू-प्रिंट बनवली होती.

मीर जाफरशी दगा

ज्या मीर जाफरच्या समोर सिराजुद्दौला नी आपली पगडी फेकून मदत मागितली होती, आणि ज्याच्या बरोबर खोट्या शपथा ह्गेऊन मीर जाफर ने इतिहासाचा जो विश्वासघात केला ज्यानी भारताला दोनशे वर्षाच्या गुलामीत बांधून ठेवलं, त्याच मीर जाफरला चांगल्या रितीने लूटल्या नंतर, इंग्रज त्याला एक दिवससुध्दानवाबाच्या गादीवर बसूद्यायच नव्हत. ते त्याला वेगळ्या-वेगळ्या पध्दतीने हैराण करीत होते.

प्लासीत इंग्रजी राज्याचा पायामजबूत होण्यास आणि देशातील उठाव व विश्वासघाताची परिस्थिती बघुन इंग्रज भारतात राज्य करण्याचा मन्सुबा पुर्ण करण्यात गुंतले होते. मुगल बादशाह शाहाआलम पासून आत्तापर्यंतसंधीच्या आधारावर सगळ ठीक चालल होतं, पण आता त्याचा उघड-उघड उठाव करुन त्याला युध्द

करायचे होते.पण मीर जाफर आणि मीरन दोघंही बादशाह शाहाआलमच्या विरुध्द लढायला तयार नव्हते. कलकत्याहून इंग्रज सेनापति कर्नल केलो फौज घेऊन निघाला होता आणि त्याला मीर जाफर आणि मीरन बादशाहच्या विरुध्द लढाईत त्याची साथ द्यावी असे त्याला वाटत होते. बादशाहची सेना मोठ्या उत्साहात पुढे गेली परंतपरत बादशाह आणि इंग्रजात काय संधि झाली, हे कोणालाच माहीत नाही, दरम्यान शाही फौजा न लढता परत गेल्या.

कर्नल केलो मीर जाफर आणि मीरन च्या बाबतीत मनांतल्या मनांत अप्रसन्न होता. असं म्हणत होते कि पूर्णियाचा नवाब खुद्दाम हुसैन ज्यानी मीर जाफरने दोन वर्षापूर्वी युगल सिंगच्या गाजेवर नियुक्त केले होते, आता आपल्या सेने सह मीर जाफरच्या विरुध्द सम्राटाची मदतीसाठी येत होता. केलो आणि मीरन त्याच्याशी लढायला पुढे गेले. मीरनला पूर्णियाच्या नवाबाशी लढायचे नव्हते, परंतु इंग्रज मीरनला पूर्णियाच्या नवाबाशी लढवून, पूर्णियाच्या नवाबाचा पण नाश करु पाहात होते. कंपनीची सेना आणि पूर्णियाच्या सेनेतकाही लढाई झाली होती, परंतु केलोचे विवरण आहे कि मीरनने ह्या कामात इंग्रजांना मदत केली नाही, म्हणून एकट्या इंग्रजांना पूर्णियाच्या नवाबावर विजय मिळवता आला नाही. लिहीले आही कि २ जुलै पर्यंत केलो आणि मीरनच्या सेनेच्या बरोबर नवाबा पूर्णियांच्या सेने पाठो-पाठ चालत होत्या. खुद्दाम हुसैन वर परत एकदा एकट्याने हल्ला करण्याची कर्नल केलोची हिंम्मत नव्हतीआणि मीरन ह्यात केलोची साथ देण्यास कोणत्याही प्रकारे राजी नव्हता केलो आणि मीरन यांच्यात संदेह वाढला. २ जुलै च्या मध्यरात्रीमीर जाफरचा मुलगा आणि मुर्शिदाबादचा युवराज मीरन एकाएकी आपल्या बिछान्यात मेरुन पडलेला मिळाला, सांगितलं गेलं कि मीरनवर वीज पडली. सुप्रसिध्द इंग्रज विद्वान एडमंड बर्कने इंग्लिस्तानच्या पार्लमेंटच्या समोर मोठ्या सुंदरतेने दाखवलं कि ती कशी विचित्र वीज होती. ज्या तंबूच्या खाली मीरन झोपला होता, त्यावर किंवा त्या तंबूच्या कापडावर वीजेचा जरा ही प्रभाव झाला नाही आणि त्याच्या खाली झोपलेला मीरन मरुन गेलावीज पडल्याचा साधारणपणे एक जबरदस्त आवाज येतो, जो दूरपर्यंत ऐकायला येतो, पण जी चीज मीरन वर पडली, त्या तंबूच्या चारही बाजूला लखो शिपाई आणि दुसरी माणसां पैकी कोणाचेच डोळे उघडले नाहीत.मीरन त्यावेळी खरोखरच इंग्रजांचा एक काटा होता. ह्यात काही संदेह नाही होऊशकत कि मीरनचा खून केला गेला आणि ह्या हत्येत कर्नल केलोचा खास हात होता.(भारतातील इंग्रजाचे राज्य : सुंदरलाल : पृष्ठ १७१)

बंगालमध्ये कंपनीचे राज्य स्थापित झाल्या नंतर, तिकडची परिस्थिती खूपच खराब झाली. कंपनीचे लोकं बंगालला सर्व बाजूने खाऊ पाहात होते आणि त्यांनी भारतीयांना ह्या योग्य ठेवलं नाही कि ते त्यांच्या शोषणाचा विरोध करतील. त्या वेळी बंगाल मध्ये ईस्ट इंडिया कंपनीची जी दादागिरी चालली होती, त्या बाबतील लिहीले आहे- बंगालच्या प्रजेने आपली खूप कमाईचे पैसे जमवून आपल्या डोळ्यांदेखत खजान्याला हिंदकळत विदेशियांच्या हातात जाताना पाहीलं.प्रत्येक दिवशी होणारी लढाई आणि फौजा येण्या जाण्याच्या कारणाने शेतावर माती पसरली गेली होती आणि प्रत्येक व्यापारावर कंपनी आपल्या अधिकाराने जबरदस्ती करीत होती. उदाहरणार्थ मीठ,कपट, इमारती लाकूड, तंबाकू सुकी मासळी इ.इ. चा व्यापार सेशवासियांची रोजंदारी आणि सुभेदारची कमाई, दोघांचे त्या दिवसांत एक खास साधन होते. म्हणून ह्या प्रकारच्या अनेक वस्तुंचा व्यापार यूरोपियन निवासींसाठी ह्या देशातून बंद केला होता. ह्या सर्वांतून राज्याची कमाईत बरीच मोठी कमतरता होत होती आणि प्रजेत दुःख दरिद्रता आणि विद्रोह ब्राच वाढला होता. ह्या वर कौतुक हेच कि जेंव्हा कधी मीर जाफर आपल्या राज्याचे आर्थिक, सैनिक किंवा कोणत्याही तयारीत कोणत्याही प्रकारची सुधारणा करायची होती, तर त्याला ताबडतोब थांबवण्यांत आलं. मीर जाफर सुध्दा गादीवर बसल्या नंतर काही महिन्यात आपल्या निरशेला समजून गेला आणि त्याचा प्रत्यय अनुभवला कि इंग्रजांच्या अनोख्या मित्रतेने त्याला आणि त्याच्या देशाला दोघांन गुपचुप नागाच्या विळख्यात घट्ट पकडल गेलं. सिराजुद्दौला बरोबर केलेल्या विश्वासघाताचे फळ आता मीर जाफर आणि त्याची प्रजा, दोघांना भोगावी लागत आहेत. (भारतातील इंग्रजाचे राज्य : सुंदरलाल : पृष्ठ १७२)

भारतावर आपली पकड वढवायच्या प्रथेने क्लाइव्ह आणि त्याच्या सारखे विचारांचे दुसरे इंग्रज ऑफिसर आणि सेनापति सारखे-सारखे आपल्या नव्या-नव्या चालींना परिणाम देण्यात मशगुल झाले होते. दुसरीकडेमीर जाफर ला एक मिनिट सुध्दा शांत बसो देत नव्हते. ऐतिहासिक लेखक मिल लिहीतात- मीर जाफरची परिस्थिती सुरवातीपासून शोकजनक होती. खजान्यात खडखडाट झाला होता, देश लूटल गेला होता, मोठे-मोठे अनिवार्य खर्च त्याच्या सस्मोर होते, आणि ह्या वर मागण्या वर मागण्या पूर्ण करण्यासाठी त्याला लाचार केलं जाता होतं. (मिल:खंड ३ पृष्ठ २१३-२१४) शेवटी हैराण होऊन मीर जाफर ने आपले विश्वस्त, तरुण आणि हुषार जावई कासिमला इंग्रजाशी बोलणीकरण्यासाठी

कलकत्याला पाठवले.इतिहास लेकहक मालसेन लिहीतात:२७ सप्टेंबर सन १७६० ला कलकत्याची इंग्रजी कौंसिल आणि मीर कासिम यांच्यात एक मैत्रिपूर्ण समेट झालाज्यात हे ठरलं कि मीर कासमला मुर्शिदाबाद दरबारचा पंतप्रधान करण्यात आलें, पंतप्रधानाची योग्यतेने सुभेदाराचे सर्व अधिकार मीर कासम ला देण्यात यावे आणि मीर जाफर ला सुबेदारची कोरडी उपाधी आणि व्यक्तिगत खर्चासाठी वर्षाला पेन्शनच्या रुपात जन्मभर मिळत राहील. इंग्रज आणि मीर कासिम यांच्यात स्थायी मित्रता राहील, मीर कासिमला जेंव्हा गरज असेल, इंग्रज आपली सेना त्याची मदत करेल, ह्या बदल्यात मीर कासिम वर्धमान, मेदिनीपुर आणि चट्टग्राम-तीनही जिल्हे कायमस्वरुपी कंपनीच्या नावावर करतील, जे जवाहरलाल मीर जाफरने कंपनीच्या जवळ गहाण ठेवतील, त्यांना मीर कासिम रोख रक्कम देऊन सोडवून घेईल, बादशाह शाहाआलमच्या सह इंग्रज किंवा मीर कासिम शिवाय एक-दुसर्याच्या सल्ल्यासाठी कोणताही समझौता करणार नाही; बंगाल, बिहार आणि उदिसा- तीनही प्रांतातून कोणत्याही बादशाहाचे पाय जमून द्यायचे नाहीत, श्रीहट्ट जिल्ह्यात चूना खरेदी करण्यासाठी इंग्रजांना विशेष अधिकार देण्यात यावे, मीर कासिम अधिकार मिळताच ह्या उपकाराच्या बदल्यात वन्सीटार्ट ला पाच लाख, हवेल ला दोन लाख सत्तर हजार आणि ह्याच प्रकारे कौंसिलच्या इअतर मेंबततील कोणाला अडीच लाख, क़ोणाल दोन लाख, इ.इ.सगळे मिळून वीस लाकह रुपये द्यावे आणि ह्या शिवाय पांच लाख रुपये कर्ज रुपात द्यावे. ह्या समेटावर वन्सीटार्ट गव्हर्नरचे पण हस्ताक्षर झाले. इथे ही गोष्ट ध्यान देण्यायोग्य आहे कि इंग्रजांशी हा समेटकरणारी व्यक्ति मीरन तीच होती ज्याला मीर जाफरने आपला विश्वासपात्र समजून इंग्रजांकडे पाठवला होता. वाचक बघु शतात कि भारताला इंग्रजांचा गुलाम बनवण्यात, भारतीयांनी कोण्त्या-कोणत्या प्रकाराने , आपल्या स्वार्थासाठी, एक दुसर्यांत भयंकर विश्वासघात केला-एवढा मोठ विश्वासघात कि इतका महान देश त्यांनी विदेशियांच्या हाती विकून त्याला गुलाम बनवले.

इतिहासात लिहीले आहे- ३० सप्टेंबर सन १७६० रोजी व्यवहार पक्का करुन मीर कासिम कलकत्याहून मुर्शिदाबादसाठी रवाना झाला. २ ओक्टोबर ला मीर जाफरवर दबाव टाकण्यासाठी गव्हर्नर वन्सीटार्ट आणि त्याचे काही साथीदार कलकत्याहून निघाले. मुर्शिदाबादच्या भागीरथीच्या साठी एका बाजूने आणि मीर कासिम बाजारच्या घराकडचे घर दुसरीकडे होत. १५,१६, आणि १८ ओक्टोबरला वन्सीटार्ट आणि मीर जाफर यांच्यात बोलणी झाली. मीर जाफर इंग्रजांच्या नव्या निर्णयाने आणि मीर

कासिमच्या निर्णयाची अवस्था ऐकून घाबरुन गेला. त्यानी मीर कासिमच्या हातात शासन सोपवायला नकार दिला.मीर कासिम आणि इंग्रजांसाठे आता मागे येणंसंभव नव्हते. २० ऑक्टोबरला सकाळी, सुर्योदय व्हायच्या आगोदर काही तासा आधी कंपनीच्या सेनेनी अचानक मीर जाफरला महालात झोपला असताना गेरा घातला. मीर जाफरच्या मानसिक स्थितीचे वर्णन इंग्रज इतिहासकार मालसेनने मोठ्या चांगल्या शब्दात चित्रित करण्याचा प्रयत्न केला आहे. इतिहासकार पुढे लिहीतात- निस्संदेह त्या महत्वपूर्ण सकाळ ला म्हातार्या नवाबाला तीन वर्षापेक्षा अधिक जुन्या दिवसाची आठवण झाली असेल, ज्यावेळी प्लासीच्या मैदानात, ह्याच इंग्रजांशी गुप्त समझौता करुन, त्या गादीसाठी जीला आता त्याचाच एक दुसरा संबंधी त्याच प्रकारचे उपायांद्वारे त्याच्या हातातून हिसकावत आहे, त्यानी आपले मालक आणि नातेवाईक सिराजुद्दौलाच्या बरोबर विश्वासघात केला होता. मीर जाफर त्यावेळी अवश्य विचार करत असावा कि ज्या सत्तेला इतक्या नीच आणि कलंकित उपायांनी मिळवली आहे, त्यानी मला काय फायदा झाला? मी सिराजुद्दौलाचा महाल त्याच्याकडून हिसकावला. त्याच महालातून तीन वर्ष नवाबे केली, परंतु ह्या तीन वर्षात ज्या यातना मला सोसायला लागल्या आहेत, त्याच्या समोर माझ्या जीवना आही ५८ वर्षांचे सर्व कष्ट वाया गेले, ते लोकं ज्याच्या हातात मी माझा प्रांत विकला, ते आज मला भिती दखवतात. जर प्लासीत मी आपला त्या लहान नातेवाईकाशी इमनदार राहेलो असतो, ज्यांने अत्यंत दुःखद शब्दात मला आपल्या पगडीची लाज राखण्यास प्रार्थना केली असती, तर माझी ह्यावेळी परिस्थिती केवढी चांगली असती. निस्संदेह, जे उद्दाम प्लासी पासून आज पर्यंत माझ्या वर हुकुम चालवत होते आणि जे मला ह्या गादीवरुन उतरायची धमकी देत आहेत. जर प्लासीच्या मैदानात मीच त्यांच्या नाशाच मुख्य साधन होण्याच यश प्राप्त केल होतंम तर ह्यावेळी वास्तविक माझ्या हातात सत्ता होती, माझे नांव इज्जतीने घेतल जात होत आणि माझा प्रदेश वाचला असता. परंतु आपल्याच महालाच्या खिडकीतून बाहेर बघताच मला लालकपड्यातील इंग्रज शिपाईदिसत होते, माझेच निद्रोही नातेवाईकांचे झेंड्यांच्या खाली जमा झाले होते. जसा व्यवहार मी स्वत:सिराजुद्दौलाच्या बरोबर केला, तर काय मी मीर कासिम कडून अधिक दयेची आशा करु शकतो? निस्संदेह आपले मालक आणि नातेवाईकांच्या बरोबर मीर जाफर ने जो व्यवहार केला होता, त्याचे आठवण ह्यावेळेला मीर जाफरच्या डोळ्या समोर परत आली असेल. (दि डिसेसिव्ह बॅटल्स ऑफ इंदिया-कर्नल मालसेन: पृष्ठ १३१-१३२)

***

24 *1857 चा स्वातंत्र्य संग्राम*

मीर जाफर ला २० ओक्टोबरच्या सकाळी, मुर्शिदाबादच्या गादीवरुन हटवून कलकत्याला पाठवण्यात आले आणि मीर कासिम ला त्याच्या जागी सुभेदाराच्या गादीवर बसवण्यात आले. त्यावेळी मीर जाफरचे वय साधारण साठ वर्ष होते आणि मीर कासिम चाळीस वर्ष, मीर जाफरला कलकत्यात नजबंदीत ठेवण्यात आले. त्याला दर महिन्याला दोन हजार खर्चाला दिले जात होते. बंगालात ह्या नंतर जबरदस्त अत्याचार फैलावला. लिहीले आहे-" संदेह झाला कि त्या दिवसांत बंगालमध्ये कोणाचं राज्य होत, वास्तविकतेत, मुगल बादशाहाचे राज्य नव्हते, आणि मुर्शिदाबादच्या सुभेदारचे पण नव्हते विदेशांचे कूटनिती आणि अरजकता आणि ह्या देशाच्या दुर्भाग्याचा परिणाम होता थोडेसे भारतीयांच्या लज्जाजनक देशघातकेचा आणि जनतेतील राजनैतिक समजता आणि साहसाची कमतरता. वास्तवात अठराव्या शतकाच्या उत्तरार्धात बंगालच्या आत इंग्रजांचे अत्याचाराचे उदाहरण, विश्वाच्या इतिहासातल्या कोणत्याही पानावर मिळणं कठीण आहे. बंगाल आणि बिहारात ह्या वेळी कंपनीची घरं पसरली होती. मीठा पासून इमारती लाकडापर्यंत अनेक वस्तुंचा व्यापार इंग्रजांच्या हाती आल होता. इंग्रजांचे नोकर त्यांना पाहीजे त्या भावात शेतातील उभं पिक खरेदी करीत असत. देशातील हजारो-लाखो व्यापारी रोजगारा पासून वंचित झाला आणि शेतकर्यांची परिस्थिती ह्यापेक्षाअधिक करुणाजनक होती." (भारतातील इंग्रजांचे राज्य: सुंदरलाल: पृष्ठ १८७-१८८)

भारताची त्यावेळची स्थिती

भारताची त्यावेळची जी स्थिती होती, त्यासाठी बरेच काही मुगल बादशाहांची दुर्बलता जबाबदारी होती. लिहीले आहे:- "भारताचे राज्य शासन त्या वेळीब्रीच बिघडली होती. औरंगजेबाची संकीर्ण नीति आणि त्याचे अविश्वासी स्वभाव तसेच नंतर दिल्लीच्या बादशाहांची विलासप्रियता आणि अयोग्यताने मुगल साम्राज्य ला भोक पाडून आणि रिकाम केलं होत. अनेक छोट्या-मोठ्या राजांच्या शिवाय अवधचे नवाब आणि दक्षिणचे निज़ाम आपले-आपले प्रांताचे स्वछंद शासक बनले होते. बंगाल अजून ही नाममात्र दिल्लीच्या आधीन होते. परंतु बंगाल पासून पण दिल्लीचा कर जणू काही वर्षापासून बंद झाला होता, त्या कारणाने शाहाआलम द्वितीयला बिहार वर हल्ला करावा लागला.तिथे दिल्ली जवळ भरतपुरचे जात राजा आणि रामपुरचे रुहेलानवाब, दोघांनी आपली- आपली मनमानी करुन राज्य करत होते. मराठ्यांची श्क्ति दिवसेंदिवस वाढत चालची होती. दिल्लीचे

बादशाहा अजूनपर्यंत भारताचे बादशाह म्हणवले जात होते, परंतु ह्या वेळेस ते बरच लिहीण्यापर्यंत केवळ नाममात्रच राहीले होते, पश्चिमत सिंध आणि पंजाबचे भेदार, अफगाणिस्तानचे शासक अहमदशाह अब्दालीच्या आधीन झाले होते आणि पूर्वे ला बंगाल, बिहार:दोघांच्यात इंग्रजांचे षडयंत्र सफल होत होती. वास्तविक संपूर्ण भारतावर आपले अधिपत्य जमवण्यासाठी त्या वेळी अफगाणींना, मराठ्यांना आणि इंग्रजाच्यात एक प्रकरचा त्रिकोणी संग्राम चालू होता.'' (भारतातील इंग्रजांचे राज्य: सुंदरलाल: पृष्ठ १८७०-१९०)

पानीपतचे तिसरे युद्ध

दिल्लीच्या गादीवर सन १७५९ मध्ये शाह आलमबसला. इंग्रजानी आपल्या चालीनी शाह आलमला आपल्याकडे घेण्याचा प्रयत्न सुरु केला.तसा पण शा आलम किचकामी शासक होता.इंग्रजांने त्याला बंगाल आणि बिहारच्या परिस्थितीत फसवून ठेवले होते. त्यावेळी देशाला विदेशी शक्तिपासून वाचवन्याअचा एकच उपाय होता कि सर्व देशवासी एका झेंड्याखाली एकत्रीतकरुन संगठित शक्ति बनवली जावी, परंतु असं होणं संभव होतान दिसत नव्हतं. कारण हे होते कि दिल्लीच्या सत्तेवर ताबा मिळवण्याचा विचार मराठे आणि अफगाणींना त्रासदायक होत होता.

मराठ्यांची ताकद त्यावेळी बरीच वाढली होती. सेनापति सदाशिव भाऊ वीस हजार स्वार, दहा हजार पायदळ आणि तोफखाना घेऊन अहमदशाहशी सामना करण्यास पुण्याहून निघाले होते, पेशव्यांचा पुत्र विश्वासराव पण सदाशिव बरोबर होता, रस्त्यात होळकर आणि सिंधियांची सेना पण बरोबर आल्या.राजपूत राजांनी पण आपले-आपले बहद्दूर सरदारांच्या बरोबर सैनिक पाठवले. भरतपुरच्या जाट राजांनी, तीस हजार सैनिक घेऊन स्वत: सदाशिव भाऊंच्व स्वागत केले. दिल्लीत पण सदाशिवभाऊंची मोठा आदरसत्कार झाला. अवधचा नवाब सुराजुद्दौला पण सदाशिवभाऊंना मदत करण्यास तयार झाला. त्यावेळी असं वाटत होतं कि भारताचे सर्व हिंदु आणि मुसलमान विदेशांशी आपल्या देशाची रक्षा करण्यासाठी एकजूटीने कंबर कसून मैदानात उतरले आहेत. (भारतातील इंग्रजांचे राज्य: सुंदरलाल: पृष्ठ १९०) परंतु ही एकी अधिकवेळ टिकली नाही. सदाशिव भाऊंचा स्वार्थी स्वभाव आणि दिल्लीत त्यांनी केलेली लूटीने लोकांना नाराज केले होते. जे लोकं त्याच्या मदतीला आले होते, त्याच्या बरोबर पण त्याचा व्यवहार चांगला नव्हता, ह्या कारणाने ते नाराज होते. अफगाणिस्तानातून अहमदशाह अब्दाली सेना घेऊन

आला. ६ जानेवारी सन १७६१ ला पानीपतच्या ऐतिहासिक मैदानावर तुंबळ युध्द झाले. सदाशिवराव आणि विश्वासराव- दोघेही युध्दात मारले गेले.म्हंटल जात होत. कि ह्या युध्दात लाखाच्या संखेने लोकं प्राणास मुकली. त्यांच्या शवांना आणि घायळांन पाहून अहमदशाह अब्दाली ने विजयी होऊन सुध्दा पुढे युध्द करण्यास मनाई केली. तो अफगाणिस्तानात परत गेला. इथे बादशाह आलम बिहरमधे होता. तिथे मीर कासिम पण त्याच्या बरोबर होता आणि त्यानी बादशाहला खूप मोठी रक्कम मागील कराच्या बदल्यात दिली आणि २४ लाख रुपये वर्षाला दिल्लीत बादशाहच्य खजान्यात पठवण्याचा वचन दिले. इंग्रजांनी शाह आलम च्या समोर हा प्रस्ताव ठेवला कि मीर कासिम ला जरी सूबेदार बनवून ठेवल, पण तीनही प्रांतांच्या दिवाणी चे अधिकार सूबेदारकडून कंपनी ला देण्यात यावे. ह्या दिवाणीचा अर्थ होता कि इंग्रज सूबेदारच्या सहकारी तीनही प्रांतांचे सरकारी भूमीकर वसूल करुन त्याचा हिशेब सम्राट आण्इ सूबेदार दोघांना द्यावा. आंइ वसूलीचा खर्च काढून उरलेला सर्व पैसा सूबेदाराला सुपुर्द करावा. सूबेदार ह्या पैशातून सरकारी फौजांचा खर्च, प्रांतांची शासन व्यवस्थेचा खर्च, बादशाहचा वार्षिक कर पठवणे- इ.इ. पूरे केलेल जाईल. पण शाह आलम ने त्याला मंजूरी दिली नाही. खरे तर तो दिल्लील जाण्यास उत्सुक होतां कारण तिथे पण शत्रुंचा डोकंवर काढण्याचा धोका होता.

मीर कासिम च्या विरोधात षडयंत्र

कर्नल मालसेन लिहीतात- ''मीरकासिम सामान्य चरित्र्याचा माणुस नव्हता.मीर जाफर आणि त्याच्यात मोठा फरक होता.मीर जाफर अयोग्य,निर्बल,स्वार्थी, अदूरदर्शी आणि भित्रा होता.ह्याच्या उलट मीर कासिमची योग्यता, त्याचे बळ, आपल्या प्रजेविषयी त्याची हितचिंता, त्याची दूरदर्शीता, त्याची वीरता, आणि शासकाचे सामर्थातून त्याची कार्यकुशलतेचा जवळ जवळ सर्व इतिहास लेखकांनी प्रशंसा केली आहे.मीर कासिम अत्यंत योग्य आणि व्यवहार कुशल मनुष्य होता. आपले निश्चय लोखंडाप्रमाणे पक्के होते, प्रत्येक गोष्ट समजून घेऊन त्याचा लवकर निकाल देत असे. त्याचे विचार उदार होते- त्याचं मनं साफ होत. आण्इ त्याचं चरित्र कण्खर होत.'' (दि डिसेसिव्ह बॅटल्स ऑफ इंदिया-कर्नल मालसेन: पृष्ठ १२७.१४५)

इतिहासकार लिहीतात- कि मीर कासिम ने काही शासकीय सुधार केले. त्यात माल आणि खजान्याच्या विभागात व्यवस्था संबंधी सुधरणा केली सन १७६२ पर्य्ंत त्यानी केवळ आपल्या फौजेच्या सगळ्या मागील पगारांचे वाटप केले आणि

इंग्रजाचा एक एक पैसा देऊन टाकला, आण्खीन शासनाचा एवढा सुंदर प्रबंध केला कि सुभेदारांची कमाई वर्षाच्या खर्चापेक्षा जास्त झाली. त्यानी मुर्शिदाबाद ला हटवून मुगेरला आपली रजधानी बनवली. त्यानी अधिकतर मुगेरीत राहाणे सुरु केले. मुगेरची खूप सुंदर आणि मजबूत किल्लेबंदी केली. जवळ ४० हजार फौज जमा केली. त्या फौजेला यूरोपियन पध्दतीने हत्यारांचे शिक्षण देण्यासाठी आपल्या इथे योग्य यूरोपियन नोकर ठेवले. एक खूप मोठा तोफा बनवण्याचा नवा कारखाना काढला. त्या कारखान्याच्या तोफांबाबत म्हंटले जाऊ लागले कि त्या यूरोपच्या तोफांपेक्षा सम्रव प्रकारे अधिक कार्यक्षम होत्या. मीर कासिम ची प्रजात्याच्यावर सतुष्ट आणि प्रसन्न होतीआणि इंग्रजांनासाठे ही गोष्ट त्यांच्या डोळ्यात काट्यासारखी बोचत होती.म्हणून त्याला गादीवरुन हटवण्याची तयारी सुरु केली. कर्नल मालसेन ने स्पष्ट लिहीले आह– मीर कासिम ने इंग्रजांबरोबर आपल्या सर्व अटी पूर्ण केल्या आहेत, परंतु लालची इंग्रजाना आपली धनाची तहान शांत करण्याचा सर्वात चांगला उपाय हाच दिसत होता कि मीर कासिमला ठार मारुन त्याच्य उत्तराद्जिकारीच्या बरोबर नव्याने सौदा करयला पाहीजे.(दि डिसेसिव्ह बॅटल्स ऑफ इंदिया–कर्नल मालसेन: पृष्ठ १३४)

मीर कासिम वर इंग्रजानी सर्व खोटे आरोप लावले आणि त्याला अयोग्य ठरवले.जेंव्हा मीर आक्सिम इंग्रजांच्या धमक्यांना भीक घालत नाही असं कळल्यावर कलकत्याहून एक फर्मान काढले कि इंग्रज कौंसिलनी मीर कासिम च्या जागेवर मीर जाफर ला बंगालच्या गादीवर पुन्हा बसवलं आहे हे पण सांगितले कि मीर कासिम बरोबर युध्द होईल. आणि प्रजेने इंग्रजाच्या बाजूने यावे. ५ जुलैला कंपनीची सेनामेजर एडम्सच्या आधीन कलकत्याहून मुर्शिदाबादला निघाली होती.मीर कासिम ची सेना पण सिपहसालार मोहम्मद तकी खां च्या अधीन मुंगेर हून निघाली. तकीखां एक बहाद्दूर आणि योग्य सेनापति होता, परंतु इंग्रजांनी मीर कासिमच्या सेनेशी विश्वस्सघाताचे बी पेरले होते आणि ते पण आतामीर कासिम ची सारी रणनीतिला विफल करण्यात गुंतले होते. त्यात त्यांचे ख्रिश्चन ऑफिसर पण होते, ज्यांना मीर कासिमच्या सेनेला ट्रेनिंग द्यायला ठेवले होते.

मीर कासिमची सेना आणि इंग्रजांची धुमश्चक्री उदवा नाला ह्या ऐतिहासिक स्थानावर झाली. विश्वासघातकांनी एकदा पुन्हा विजय मिळवला आणि मीर कासिमचा पराजय झाला. उदवा नाल्याच्या पराभवाने मीरा कासिमला खरेतर मोठा धक्का बसला , परंतु परत त्यानी विदेशियांच्या आधीन जाण्यास नकार दिला, आणि

इतक्या लवकर हिंम्मत हारली नाही. अवधचा नवाब शुजाउद्दौला त्या वेळी मुगल साम्राज्याचा प्रधानमंत्री आणि बादशाहचा विशेष संरक्षक होता. त्यावेळी सम्राट शाह आलम अलाहाबादच्या जवळ फाफामऊत होता. मीर कासिम ने शाह आलम आणि शुजाउद्दौला दोघांना भेटून त्यांना इंग्रज आणि बंगालचा सारी परिस्थिती ऐकवली. ह्यावर शुजाउद्दौला ने कुराण हातात घेऊन इंग्रजाना शिक्षा देण्यास आणि मीर कासिम ला परत एकदा मुर्शिदाबादच्या गादीवर बसवायची शपथ घेतली.

सीअरुल–मुताखरीन नावाच्या पुस्तकाला विद्वान लेखक सैयद गुलाम हुसैन नी लिहील होत.ते आपल्या वडिलांबरोबर बादशाहच्या सेने बरोबर राहात होते. आपल्या पुस्तकात त्यांनी त्या वेळची परिस्थिती मोठ्या प्रामाणिकतेने लिहीली आहे. त्याच्या अनुसार इंग्रजांना ज्यावेळी सुगावा लागला कि मीर कासिम, शाह आलम आणि शुजाउद्दौला यांना बरोबर घेऊन बिहारला परत जाणार आहे, इंग्रज घाबरले. शुजाउद्दौला च्या बळाची ख्याति आणि त्याच्या सेवेचे महत्व आणि वीरते बद्दल ऐकून ते घाबरले आणि त्यांनी आपल्या आपण मैदानात शुजाउद्दौलाशी मुकाबला करण्यास असमर्थता जाणली. त्यानी शाह आलम ला विश्वास दिला कि आम्ही आपले खरे इमानदार आणि शुभचिंतक आहोत. इंग्रज जाणत होत कि शाह आलम ला ह्या वेळेस दिल्लीत आपल्या विपक्षांच्या विरुध्द मदतीची आवश्यकता आहे. अशा प्रकारे इंग्रजांनी शाह आलमला मनांतल्यामनांत आपल्या पक्षात करुन घेतले.

तिथे १५ सप्टेंबर सन १७६४ ला बक्सर मध्ये शुजाउद्दौलाची सेनेवर इंग्रज सेनापति मेजर मनरोनी आक्रमण केले शाह आलम ने ह्या घटनेला खास महत्व देऊन त्याची उपेक्षा केली परिणाम हा झाला कि दिवसभर घनघोर युध्द होऊन जवळ जवळ पाच- शा हजारा मनुष्यल्ळळ कामी आले आणि असहाय्य शुजाउद्दौलाल आपल्या सेनेसह माघार घ्यावी लागली. मीर कासिम पण बक्सरेतून पळून गेला आणि सरळ अलाहबादला पोचला. तेथून त्याने बरेलीत दम घेतला आणि शेवटी त्यानी बारा वर्षाहून अधिक काळ एखाद्याला वाळीत टाकल्याप्रमाणे जीवन व्यतीत केले. सन १७७७ ई. त दिल्लीत त्याचा मृत्यु झाला. मीर जाफर च्या बरोबर पण इंग्रजांनी आपली महत्वाकंक्षेच्या शिखरावर पोहोचण्यासाठी समान एका शिडीसारखा उपयोग केला. आणि जसा तो वरती जाऊन पोचला, त्याला संकोच न बाळगता त्याला लाथ मारुन वेगळे केले. त्याव्या जीवनातील शेवटचे दिवस त्यांनी अत्यंत दुःखमय बनवले. ऑक्टोबर सन १७६४ मध्ये त्याच्याकडून महिन्याला पाच लाख रुपयेकंपनीला देण्याचे वचन घेतले, ज्यामुळे तो शेवट पर्यंत पैशाच्या तंगीत

राहीला आणि तक्रार करीत राहीला. इंग्रज त्याच्या कडून रोज नव्या आणि काहीही मागण्या करीत होते. एक दिवस ह्या जबदस्तीची मागणीने त्याच्या प्रकृतीवर आणि वयावर परिणाम झाला प्रसिध्द इतिहासकार सर विल्यम हंटर लिहीतात-'मीर जाफर जानेवारी सन १७६५मध्ये मेला आणि म्हंटल जात कि ज्या अनुचित प्रकाराने कलकत्याच्या इंग्रजांनी आपले व्यक्तिगत नुकसान भरपाईसाठी त्याच्याकडे तगादा लावला, त्यामुळे त्याचे मरण आणखीन लवकर झाल.' (स्टॅटिस्टिकल अकाउंट ऑफ बंगाल: सर डब्ल्यू डब्ल्यू हंटर: खंड ९ पृष्ठ १९१)

मीर जाफरच्या मृत्युच्या बाबत विषयात भारतात इंग्रजांचे राज्य यात लिहीले आहे- वास्तवात मीर जाफरचा मृत्यु फेब्रुवारी सन १७६५च्या आरंभी मुर्शिदाबादच्या महालात झाला. त्याच वयं त्यवेळी ६५वर्षाचे होते. अंतिम वेळेस मीर जाफरच्या इच्छेनुसार त्याच्या अनेक संबंधित आणि मुलं असताना त्याचे परम मित्र नंदकुमार ने एक हिंदु मंदिरातून गंगाजल आणून मीर जाफरच्या तोंडात घातले आणि त्याच पाण्याने आपल्या हाताने मीर जाफरला शेवटची आघोळ घातली.

मीर जाफरच्या मृत्यूनंतर देशाच्या परिस्थिती एकदम बदलली. खरतर कंपनीचा करभार खूप वाढला होता. कंपनीच्या डयरक्टरांनी आपली महत्वाकांक्षा पूर्ण करण्यासाठी क्लाइव्हला ज्याला आता लॉर्ड ही उपाधी मिळाली होती- परत भारतात पाठवायची आवश्यकता वाटली. क्लाइव्ह परत एकदा फोर्ट विल्यमचा गव्हर्नर नियुक्त झाला. त्याची मनांत इच्छा होती कि कोणत्याही प्रकारे बंगाल, बिहार आणि ओरिसाची दिवाणीचे अधिकार शाह आलम कडून घेण्यात यावे.इतिहास कार व्हीलर लिहीतात - मीर जाफरचा मृत्युची बातमी ऐकून क्लाइव्ह खूप खुष झाला तो आता बंगाल प्रांताच्या राज्यशासनात त्या नविन पध्दतीला सुरु करण्यास उत्सुक होता, ज्याचा खुलासा त्यानी सात वर्ष आधी इंग्लंडचे प्रधानमंत्री पिट कडे केला होता. एक नव्या माणसाल नवाब बनवलं जावं असा त्यांचा विचार होता, जो केवळ शून्य मात्र आहे, सर्व शासन-प्रबंध हिंदुस्थानी कर्मचारी करतील, मालक इंग्रज असतील, तेच भूमीकर वसूल करतील, ते पण बाहेरच्या हल्ल्यावर आणि आतील विद्रोही पासून तीनही प्रांतांचे रक्षण करावे लढाईकरा, तह करा, इंग्रजांचे राज्य जन-सामान्यांच्या डोळ्यापासून लपली राहील. इंग्रज ह्या प्रकारे नवाबाच्या नावावर आण्इमुगल सम्राटासाठी दिलेल्या अधिकारानी शासन करत राहीले.

लॉर्ड क्लाइव्हने आपल्या इच्छा पूर्ण करण्यासाठी बादशाह शाह आलमला भेटण्याचा निश्चय केला.शाह आलम त्यावेळी अलाहाबाद मध्ये होता. ९ ऑगस्ट

सन १७६५ ला लॉर्ड क्लाइव्हने शाह आलमची भेंट घेतली.शाह आलम पहिल्या पासूनच इंग्रजांच्या दबावात चालत होता. लिहीले आहे- त्याच दिवशी बंगाल, बिहार आणि उडिसाची दिवाणीचे अधिकार इंग्रज कंपनीला देऊन अदूरदर्शी शाह आलमने मुर्शिदाबादची सुभेदारी आणि मुगल साम्राज्य, दोघांच्या मरणाचे परवान्यावर हस्ताक्षर केले. ह्याचा अर्थ हा होता कि पुढे तीनही प्रांतांचे कर आणि दुसरे सरकारी टॅक्स वसूल करणे आणि त्यातून २६ लाख रुपये सम्राटचा भूमीकर दिल्लीला पाठवत राहावा आणि मुर्शिदाबाद दरबारचा खर्चासाठी रक्कम चुकती करण्याचे काम कंपनीला सुपुर्द केले. तीनही प्रांतांच बाकी शासन प्रबंध सुभेदारच्या हातात राहीला. आणि जो भूमीकर राहीला, ती कंपनीची संपत्ती झाली. ह्या वेळेपासून बंगाल मध्ये दोन वेग-वगळी सरकारं दिसायला लागली.-एक मुर्शिदाबादचे दिखाऊ सरकार आणि दुसरे कलकत्यातील खरे इंग्रज सरकार. संम्राटाच्या ह्या महत्वपूर्ण परवान्यावर हस्ताक्षर मिळवण्यात बळ प्रदर्शनाने पण काम घेतले. त्रीरुल-मुताखरीन मध्ये लिहीले आहे, कि संम्राट आणि वजीरदोघांना आपल्या इच्छे विरुध्द, नाइलाजाने ही प्रार्थना स्विकारायला लागली.(भारतातील इंग्रजांचे राज्य: सुंदरलाल: पृष्ठ २१९)

लॉर्ड क्लाइव्ह आपला उद्देश प्रा करण्यासाठी कलकत्याला परत आला. त्या वेळी मुर्शिदाबाद मध्ये नवाब नजमुद्दौला गादीवर बसला होता.त्यानी आपल्या चालींनी क्लाइव्हने मारुन टाकलं , कारण कि नजमुद्दौलाला अजिबात पसंत करीत नव्हता. त्याला तर गादीवर एक कठपुतली पाहीजे होती. आता वास्तवात आता बंगालातील सूभेदारांच नांव-निशाण मिटवून टाकलं होत आणि सपूर्ण बंगालात सूभेदारी दिसायला लागली. ह्यानंतर संपूर्ण बंगालमध्ये बरबादी, भुकबळी आणि दुष्काळाच शासन पसरले. इंग्रजांनी बंगालला पिळून कंगाल बनवले. लिहीले आहे- त्यावेळी कंपनीच्या प्रत्येक नोकराचे नांवकेवळ हे होत कि जेवढ्या लवकर होईल, भारतीयांकडून दहा लाख किंवा वीस लाख रुपये लूट-खेचून घेऊन इंग्लंडला परत जावे. इतिहासकार लिहीतात- तीनवर्षाच्या आत पन्नास लाख पौंड (पांच करोड रुपये) च्या वरचे सोने-चांदी बंगालमधून विदेशात गेले. जसे पांच लाख पौंड (पनास लाख रुपये) च सोनं-चांदी बाहेरुन बंगाल मध्ये आलं. सीकर मुताखरीन चा वक्तव्य आहे- ह्या वेळी हे पाहील गेल कि बंगाल मध्ये रुपये कमी-कमी होत होते----प्रत्येक वर्षी बेसुमार रोकड भरुन इंग्लंडला पाठवली जात होती. कि एक छोटी गोष्ट होती कि सर वर्षी पांच, सहा, किंवा त्याहून अधिक इंग्रज मोठ्य-मोठ्या रकमा बरोबर घेऊन आपल्या देशात परत जाताना दिसत होते.

२

ईस्ट इंडिया कंपनी आपली ताकद आणि सत्ता जशा प्रकारे वाढत होती, त्यात मराठ्यांची ताकद, त्यांच्या डोळ्यात खुपत होती.दक्षिण भारताच्या बाबतीत त्या वेळी कंपनीच्या धोरणा बद्दल प्रसिध्द इतिहासकार ग्रांट डफ लिहीतात- त्या वेळी कंपनीचे डायरेक्टर ह्या गोष्टीलासाठी उत्सुक होते कि मराठ्यांची वाढती ताकद आपल्या सत्येला कोणत्याही प्रकारे धक्का पोहचवेल. आणि जर देशाची दुसरी शक्ति मरठ्यांच्या विरुध्द मिळत असतील, तर हे पाहून त्यांना खूप आनंद होईल(हिस्ट्री ऑफ मराठाज: ग्रांट डफ) त्या वेळी मरठ्यांच्या शक्तिची दोरी पेश्व्यांच्या हातात होती. छेशव्यां शिवाय मराठा सांराज्याचे प्रमुख चार स्तंभ म्हञे महाराष्ट्र मंडळ चार मुख्य सदस्य- सिंदीया, होळकर, गायकवाड आणि भोंसले होते. के चारहे मोठ्या-मोठ्या राज्याचे स्वतंत्र शासक होते, परंतु सर्वजण पेशव्यांना आपले अधिराज समजत होते. त्यांना वेळच्यावेळी कर देत होते आणि प्रत्येक लढाईत आज्ञा मिळताच आपल्या सेने सह पेशव्यांनाच्या मदतीसाठीधावून जात असत. दिल्लीच्या सम्म्राटाची निर्बलतेच्या कारणाने त्या वेळी मराठ्यांची सत्ता, वस्तवात स्वाधीन सत्ता होती. पेशवेच हिंदुस्थानात उत्तरे पासून दक्षिणे पर्यंत आणि पूर्वे कडून पश्चिमे पर्यंत म्हणजे कटक ते कर्नाटक आणि बंगालच्य सरहद्दी पासून खंबात पर्यंत पसरलेल्या ह्या विशाल मराठ साम्राज्याचे क्रियात्मक शासक होते. परंतु सन १७६१ म्ध्य ज्या वेळी पानीपतच्या ऐतिहासिक मैदानात अहमदशाह अब्दालीची सेनाने मराठ्यांच्या सयुंक्त सेनेचा पराभव करुन उत्तर भारतातून कायमचे बाहेर घालवले, त्याच वेळी हळू-हळू गायकवाड, भोंसले, होळकर आणि सिंदीय- एक-एक करत पेशव्यांच्या अधिनतेपासून स्वता:ला स्वतंत्र समजू लागले.

पानीपतचे युध्दाच्या काही आठवड्यानंतर बाळाजी पेशव्याचा मृत्यु झाला बाळाजीचा अल्पवयीन मुलगा माधवराव पेशव्याच्या गादीवर बसला आणि माधवरावचा काका रघुनाथराव, ज्याला इतिहासात राघोबाच्या नावाने पण ओळखत होते, आपल्या भाचा पेश्व्यांचा संरक्षक झाला. लिहीले आहे- कि राघोबा वीर परंतु

अदूरदर्शी होता.आणि महत्वाकांक्षेने त्याची नितीज्ञत्ते वर पडदा घालण्यात आला. म्हणून ज्या वेळी इंग्रजांनी आपल्या मतलबासाठी मराठ्यांची सत्ता नष्ट करण्याचा विचार केला तेंव्हा रघोबा त्याच्या हातून सशज खेळला गेला.(भारतातील इंग्रजांचे राज्य: सुंदरलाल: पृष्ठ २४२) राघोबाच्या अविचाराने पेशवा माधवराव आणि मुबईचेइंग्रज गव्हर्नर याच्यत हा तह झाला कि जर निजाम मराठ्यांवर हल्ला करतील, तर इंग्रज सेना आणि सामान- दोन्ही बाजूने मराठ्यांची मदत करणार आणि त्याच्या बदल्यात पश्चिमीतटावर साष्टीचा टापू आणि वसईचा किल्ला- दोन्ही पेशव्यांकडून इंग्रजांना दिले जातील, खरतर हा सर्व इंग्रजांच्या कूटनीतिचा खेळ होता आणि निजामच्या खोट्या हल्याची भिती दखवण्यात आली. माधवराव आणि राघोबा इंग्रजांच्या ह्या चालीला सस्मजू शकले नाहीत. परंतु इंग्रजांना ह्या संधिचा पूर्ण फायदा असा मिळाला कि पेशव्यांच्या दरबारात इंग्रज जाऊन पोहोचले आणि अशा रितीन मराठ्याम्च्या खाजगी गोष्टी, चाली आणि दुर्बलतेचा पत्ता लागू लागला आणि मराठा साम्राज्याच्या आंत आपल्या कटाला पसरवण्याची संधि मिळाली.

परंतु इंग्रजांच्या ह्या कूट्नीति ला समजणारी एक व्यक्ति त्या वेळी पेशव्यांच्या दरबारात हजर होती तो दूरदर्शी नीतिज्ञ:राघोबाचा स्वार्थीपणा आणि इंग्रजांच्या चाली- दोनही गोष्टी चांगल समजत होता. क नितिज्ञ सुप्रसिध्द नाना फडणवीस होता. इतिहासलेखक टॉरेन नी आपले पुस्तक 'एम्पायर इन इंडियात' लिहेले आहे- नाना फडणवी इंग्रजां बद्दल आदर प्रकट करीत होता. त्यांची स्तुती करीत होता. परंतु त्यांच्या रजनैतिक आलिंगना पासून चार हात दूर रहायचा आणि जरी कोणतीही आपत्ती समोर आली तरी इम्ग्रजांची स्थायी सैनिकांची मदत घेण्यास नेहमी नकार देत होता. खर तर नाना फडण्वीसचे ही नीति, तात्कालीन भारतीय शासकांसाठी एकमात्र कुशल नीति झाली असती कि ते इंग्रजांच्या जाळ्यात अडकायला नको होती. म्हणून राघोबा आणि इंग्रजांच्यात जो तह झाला होता, नाना फडण्वीस त्याच्या विरुध्द होता. छेशवा माधवराव पन नानांच्या प्रभावात होते. इंग्रज आपला स्वार्थ सिध्द करण्यासाठी माधवराव आणि राघोबात फूट पाडण्याचा प्रयत्न करायला लागले. माधवराव मोठा झाला तर त्यांनी पेशव्यांचे अधिकार वापरण्यास सुरवात केली. माधवराव व राघोबाचे मतभेद इतक्या विकोपाला गेले कि त्यांनी नाइलाजाने राघोबाला अटक करुन बंदी केले, पण लवकरच त्याला सोडून दिले. १८ नोव्हेंबर सन १७७२ ला २८ वर्षाच्या पल्पायुष्यात माधवरावाचा मृत्यु झाला. त्याला मुल बाळ काही नव्हतं. त्यांनी आपला भाऊ नारायणराव ला पेशव्यांच्या गादीसाठी नियुक्त केले, आणि राघोबाला प्रार्थना केली कि आपण नारायणरावाची मदत

आणि रक्षा करा. राघोबांने आपली महत्वाकांक्षा पूर्ण करण्यासाठी ३० ऑगस्ट १७७३ ला आपला पुतण्या नारायणराव पेशव्याची हत्या केली. त्या नंतर राघोबा पेशवाच्या गादीवर बसला. अशा प्रकारे राघोबा इंग्रजांच्या हातातील कठपुतली बनला. नाना फडणवीस नी मराठा राज्यांना इंग्रजांच्या कचाट्यातून वाचवण्याचा भरपूर प्रयत्न केला. इतिहासकार म्हणतात, कि नाना फडणवीस ने कर्नाटकचे वीर हैदरअली बरोबर ज्या रितीने इंग्रजांच्या चालींना निष्काम करण्याचा प्रयत्न केला होता, त्यात जर त्याला विजय मिळाला तर त्याच वेळी देशातून विदेशी सत्तेचा अंत झाला असता.

वॉरेन हेस्टिंग्स

लॉर्ड क्लाइव्हच्या नंतर सन १७७२ ई. मध्ये कंपनीच्या बाजूने वॉरेन हेस्टिंग्स कलकत्यातील फोर्ट विल्यम किले ला गव्हर्नर नियुक्त केले. वॉरेन हेस्टिंग्स कमी शिकलेला होता, परंतु तो होता चतुर बुध्दीचा माणुस होता. ह्या आधी ते सन १७५० मध्ये एका कारकूनाच्या शक्तिने हिंदुस्थानात आले होते आणि ब्रेच दिवस चाळीस रुपये पगारावर मुर्शिदाबादच्या एका इंग्रज वकीला कडे काम करत होता. मुर्शिदाबाद मध्ये राहून तो क्लाइव्हच्या देखरेखीत भारतीयांचे रिती-रिवाज आणि भारतीय कूटनीतिचे डाव-पेच शिकत राहीला. हळू-हळू तो क्लाइव्ह पेक्षा चतुर सिध्द झाला. इतकचं नाही, दुष्टता, क्रुरता, अन्याय इ.इ.च्या संबंधात पण क्लाइव्ह पेक्षा खूप पुढे होता.

वॉरेन हेस्टिंग्सने जेंव्हा भारताच्या शासनाची दोरी सांभाळली त्या वेळेपर्यंत काही प्रदेश बंगालच्या आंत, बंगाल, बिहार आणि उदिसा- तीनही दिवाणी आणि थोडे-थोदे प्रदेश मद्रास, मुंबईच्या बाजूने कंपनीला मिळाले होते. मुर्शिदाबादच्या गादीचा नविन नवाब केवळ अधिकार शून्य खेळणं होत, आणि तीनही प्रांतांचा सारा प्रबंध पाटण्याच्या महाराज शिताबराय, मुर्शिदाबाद मधील मोहंमद रजाखां आणि उदिसातील जरारतखां- ह्या तीन ही नायबांच्या हातात होता, आणि ह्या तिघे इंग्रजांच्या हातातील कठपुतल्या होत्या.

लिहीले आहे- वॉरेन हेस्टिंग्सच्या वेळी हिंदुस्थानात कंपनीचा प्रदेश वाढला नाही, तरी वॉरेन हेस्टिंग्सचा शासन काळ ब्रिटीश भारताच्या इतिहासात अत्यंत महत्वपूर्ण मानला जात होता. क्लाइव्ह ने ह्या देशात इंग्रजी राज्याचा जो पाया घातला, वॉरेन हेस्टिंग्सने भारतीय राजशक्तिला आणखीन अशक्त करुन त्या पायाला पक्के करण्यात आले. (भारतातील इंग्रजांचे राज्य: सुंदरलाल: पृष्ठ २२९)

वॉरेन हेस्टिंग्सच्या मनांत दुष्टतापूर्ण चाली होत्या अणि त्यांनाते कोणत्याही प्रकारे परिणाम देण्यात मग्न होता. ह्याचे दोनच नमूने पूरे आहेत. पहिला हा कि अजून लॉर्ड क्लाइव्हच्या वेळेच्या तहा नुसार कंपनीने सम्राट शाह आलमला २६ लाख रुपये वार्षिक कर पाठवली जात असे, त्याला वॉरेन हेस्टिंग्सने गव्हर्नर नियुक्त होताच बंद केला. अलाहाबाद आणि कडाचा प्रदेश क्लाइव्हने शुजाउद्दौलासाठी सम्राटा कडून घेतला होता, परंतु आता तोच प्रदेश वॉरेन हेस्टिंग्सने पन्नास लाख रुपयांच्या बदल्यात परत शुजाउद्दौलाला विकले होते. ह्या बरोबर शर्त ही होती कि अलाहाबादच्या किल्यात कंपनीची सेना पण राहील.वॉरेन हेस्टिंग्सची दुष्टतेचं दुसरं उदाहरण रुहेलकर्हंडवर अत्याचार होता. लंडन मध्ये बसलेल्या कंपनी डायरेक्टर वॉरेन हेस्टिंग्सवर सारखेजोर देत होते कि ज्या प्रकारे होईल त्या प्रकारे भारतातून अधिकाहून अधिक धन वसूल करुन इंग्लिस्तानला पाठवता येईल.वॉरेन हेस्टिंग्सने पण लॉर्ड मॅकलेच्या शब्दात- भले ईमानदारीने किंवा भले बेईमानीने, कोणत्याही प्रकारे होईल,त्या प्रकाराने धन ओरबाडून आणण्याचा निश्चय केला.

त्या वेळी रुहेलखंडावर रुहेला पठाणांचे राज्य होतेइतिहास लेखक मिलच्या शब्दात- एशियात ज्या देशांच शासन सर्वात चांगले होते, त्यात एक रुहेलखंडाचा प्रदेश होता.तिथली प्रजा सुरक्षित होती, अनेक उद्योग धंद्यांना राजा कडून मदत मिळत असे. ह्या उपायांनी आणि आपल्या शेजारील प्रदेशावर विजय मिळवण्याच्या स्थानावर प्रयत्न करुन सगळ्यांबरोबर मिळून मिसळून राहून, त्या लोकांनी आपलं स्वातंत्र्य अबाधित ठेवलं होतं. (हिस्ट्रि ऑफ इंडिया: मिल: खंड ५, अध्याय १)

वॉरेन हेस्टिंग्सने सन १७७३ मध्ये अवधचे नवाब शुजाउद्दौलाच्या बरोबर एक गुप्त वार्ता केली होती त्यांत हे नक्की झाल होत कि कोणता तरी योग्य हेतू मिळाला कि कंपनी आणि नवाबाची सेना मिळून रुहेलखंडावर हल्ला करतील. रुहेला जातिला निर्मूलकरुन त्यांच राज्य शुजाउद्दौलाच्या स्वाधिन केले जाईल आणि ह्या उपकाराच्या बदल्यात शुजाउद्दौला ४० लाख रुपयेरोख आणि युध्दाचा सरा खर्च कंपनीला देईल ह्या बाबत इतिहास लेखक मिल च्या विवरणाने हे समजते कि शुजाउद्दौला ह्या तहातील पक्षात अजिबात नव्हता, परंतु वॉरेन हेस्टिंग्सच्या दबावात त्याला असं करावं लागलं. इतिहास लेखक टॉरेन्सने लिहीले आहे- १७ एप्रिल सन १७७४ ला ह्या जबरदस्त अन्यायात एक दुसर्याला मदत देणारी दोन्ही सेनांनी रुहेलखंडात प्रवेश केल रुहेले वीर होते, परंतु त्यांची संख्या खूप कमी होती. त्यांनी पहिले दयेची प्रार्थना केली, परंतु व्यर्थ. नाईलाजाने त्यांनी वीरते बरोबर स्पर्धा केली, परंतु काय झालं असतं? शेवटी २३ एप्रिलला रामपुरची प्रसिध्द लढाईत

त्यांच्या नशिबाचा निर्णय झाला. त्यांचा नेता नवाब फैजुल्लाखं डोंगराच्या बाजूने पळून गेला. एक-एक माणूस जो स्वता:ला रुहेला म्हण्त होता, तो आपला देश सोडून पळून गेला किंवा वेचून-वेचून मारण्यात आलेसारा हरित देश लूटून उजाड केला. रुहेलखंडाच्या लूटीतून ४० लाकहुपये कंपनीला मिळाले आणि २लाख रोख रक्कम वॉरेन हेस्टिंग्सच्या खिशात गेली. (टॉरेन्स: एम्पायर इन एशिया: पृष्ट १११)

दक्षिण बाजून हैदर अली आणि टीपू सुलतान

वॉरेन हेस्टिंग्सचे षडयंत्र देशाच्या दुसरी कडील भागात पण सुरु होते. नाना फडण्वीस, निज़ाम आण्इ हैदर अली- दक्षिणेतील या तीन मोठ्या शक्ति लानबंद होन्याची तयारी करीत होते.हेस्टिंग्सने निजाम आणि हैदर अली दोघ्हांना आपल्या कूटनीतित फसवून आपल्याकडे करुन घेण्याचा प्रयत्न केला, निज़ाम बरोबरस्सफलता मिळाली, परंतु हैदर अलीला आपल्याकडे करु शकला नाही. ह्याच कारण हे होतं कि निज़ाम आणि हैदर अलीच्या चित्रात मोठा फरक होता.

हैदर अली एक खरा देशभक्त आणि वीरपुरुष होता. हैदर अली एका सामान्य फकिराचा मुलगा होता. तो लहान पणापासून घोडेस्वारी, निशाणेबाजी, हत्यारे चालवण्यात आणि लढाईचे डाव-पेच शिकत होता, ह्याच कारणाने केवळ आपली योग्यता आणि वीरतेच्या बळावर तो एक साधारण शिपाया पासून पुढे वाढत-वाढत एका विशाल राज्याचा स्वामी झाला. मोठा झाल्यावर म्हैसूरच्या फौजेत भरती झाला. हैदर अलीच्या वीरता आणि साहसामुळे काही काळ त्याला प्रधान सेनापति बनवले. त्यावेळी राज्याचा प्रधानमंत्री एक मराठा सरदार खांडेराव होता. त्यानी मराठ्यांबरोबर मिळून न्हैसूर वर हल्ला केला. ह्या युध्दात हैदर अलीने विजय मिळवला आणि खांडेरावच्या विश्वासघाताचा सर्वांना पत्ता लागला. म्हैसूरचे महाराजाने प्रसन्न होऊन हैदर अलीला आपला प्रधानमंत्री बनवलं

त्या वेळी मराठे आपलं साम्राज्या सगळीकडे पसरवत होते. चार वेळा त्यांनी म्हैसूर वर हल्ला केला, परंतु ह्या हल्यानी मरठ्यांना खास फायदा झाला नाही, हैदर अलीचे बळ पण काही कमी नव्हतेतो कधी लढून आणि कधी थोडी जमीन देऊन मराठ्यांकडून मुक्ति घ्यायचा. शेवटी जो थोडा प्रदेश मराठ्यांनी ह्याप्रकारे हैदर अलीकडून घेतला होता, तो पण त्यांना परत द्यायला लागला आणि दोघांना आप-आपल्या हितासाठी एकमेकांबरोबर तह करावा लागला.

त्या दिवसात इंग्रजांची परिस्थिती ही होती कि ते कोणत्याही स्वाधीन भारतीययाजांचे ह्या प्रकारच्या वाढत्या बळाला सहन करु शकत नव्हते.म्हणून ते

हैदर अलीला चिरडण्यासाठी उपाय शोधु लागले. हैदर अली शी त्यांच पहिले युध्द सन १७६७ साली झाले. कर्नाटूकातल्या खूपशा किल्यावर इंग्रजांनी ताबा मिळवला. शेवटी हैदर अलीने इंग्रजांशी ट्क्कर घेण्याची तयारी केली, आणि थोड्या-थोड्या अवधीतच सगळे किल्ले काढून घेतले.

हैदर आलीचा मुलगा फतह अली टीपू पण लहानपणा पासून युध्दाची कला शिकायला लागला होता. इंग्रजांच्या युध्दाच्या वेळी टीपूचे वय १८ वर्षाचे होते, तो आपल्या वडिलां बरोबर युध्द भूमिवर लढत होता. कर्नाटकातील किल्ले परत घेण्यासाठी हैदर अलीने टीपूला पांच हजार सैनिकांसोबत मद्रासला पाठवले, जिथे इंग्रजांचा जमाव होता. टीपूने मद्रासचे किल्ल्यावर विजय मिळवण्यासाठी अशा गतीने चाल वाढवली कि मद्रासचा गव्हर्नर आणि त्याची कौंसिल टीपूला अचानक मद्रासच्या समोर पाहून घाबरुन गेला. तो कसा तरी एका जहाजात बसून पळून गेला. टीपूने मद्रासच्या किल्ल्याला पांच मैल दूर टॉमस डोंगरावर ताबा मिळवला आणि आसपासच्या इंग्रजांच्या प्रदेशांना आपल्या अधीन केले, ह्या नंतर काही दिवसांनी हैदरअली पण आपली सेना घेऊन मद्रासच्या दिशेने निघालाइंग्रज घाबरले, हैदरअलीने मद्रासामध्ये इंग्रजांचे खूप मोठे नुकसान केले, जर इंग्रजांनी तहाचा प्रस्ताव केला नसता. एका फ्रेंच इतिहासकाराने म्हंटले आहे, ह्या विजयाच्या काळात हैदरने इंग्रजांना सांगून सेंट जॉर्ज किल्ल्याच्या दर्वाज्यावर एक चित्र बनवलं, ज्यात हैदर एका शामियान्या खाली तोफांच्या राशीवर बसला आहे. मागच्या बाजूला सेंट जॉर्जचा किल्ला, ज्याची फ्सील वर गवर्नर आणि त्यांची कौंसिलचे सर्व इंग्रज मेंबर गुढग्यावर बसले होते. डूप्लेच्या नाकाच्या जागी हत्तीच्या सोंडेसारखी बनली आहे, हैदर त्याच्या सोंडेला पकडून आहे, आणि त्यातून पैसे खणखणत हैदरच्या समोर पडत आहेत. दुसरीकडे पराजित इंग्रज सेनापति स्मिथ तह पत्र हातात घेऊन, आपल्याच हाताने तलवारीचे दोन तुकडे करत आहे.

इंग्रजाच्या ह्या पराजयाचे हे फळ आले कि इंग्लंड मध्ये ईस्ट इंडिया कंपनीचे शेयरचा भाव घसरुन ४०%राहीला. हैदर आणि टीपू चा विजयाची बातमीपोहोचताच इंग्लंड मध्ये कंपनीचा खरेपणा उतरु लागला, तिथे हैदर अलीनी नाना फडणवीसच्या साह्याने, इंग्रजांना आशा प्रकारे पराजित करण्यास सुरवात केली, त्यामुळे इंगर्जांचे पायच धुळीला मिळाले.

इतिहासकार लिहीतात कि एक गोष्ट साफ माहीत होते कि हैदरअली दक्षिण भारतातून इंग्रजांना बाहेर काढून टाकेल.नाना फडणवीस पुण्यात होते, ह्या सर्व बातम्या ऐकत होता, आणि त्याच आशेच्या आधारावर सालबाईचे तह पत्रावर

हस्ताक्षर करायला मनाई करत होता. ज्यावेळी गायकवाड, सिंधिया, आणि भोंसले असे तीन जबरदस्त मराठे राजे, मराठे मंडळ आणि आपले देश- दोघांशी विश्वासघात केला होता, आणि निजाम प्रदेश पण इंग्रजांच्या चालीत फसले होते, त्या वेळी ह्या विदेशां विरुध्द नाना फडणवीसांच्या समस्त आशांचा आधार केवळ वीर हैदर अली होता. जर हैदर अली एक वेळ मद्रास प्रांतातून इंग्रजांना काढू शकला असता तर निसंदेह नाना फडणवीस मराठा मंडळाला मजबूत करुन उत्तरेत इंग्रजां विरुध्द युध्द सुरु केलं असतं. उत्तर भारतात इंग्रजांनी आपले वैरी पैदा केले होते आणि ह्या परिस्थितीत नानांना यश मिळण्यात खूप आशा होती. परंतु माहीती अशी आहे कि भारतवासियांच्या अनेक पापांचे प्रायश्चित आणि सच्चे भारतीयांच्या आत्मविकासासाठी आता ह्या देशाचा विदेशी शासनाच्या अग्नि-स्नानांतून निघणे आवश्यक आहे.योग्य वेळी जेंव्हा हैदर अली प्रदेशावर प्रदेश आणि गडावर गड विजय मिळवत चालला होता, जरी भारतात स्वतंत्रता आणि पारतंत्र्याच्या ह्या द्वंद्वाला आशिया आणि यूरोपच्या सर्व जागरुक शक्ति ध्यान देऊन पहात होत्या, जरी हैदर अलीचे नाव ऐकून भारतातील इंग्रज चकित पडत होते, आणि इंग्लीस्तानात कंपनीच्या हिश्शाचा दर धडधड पडत होता, अचानक ७ दिसेंबर सन १७८२ च्या रात्री, आरकाटच्या किल्यात हैदर अलीचा मृत्यु झाला. हैदर अलीच्या मृत्युने नाना फडणवीसांच्या आशेंचा चक्काचूर झाला आणि लाचार होऊन सालबाईच्या तहावर स्वाक्षरी केली. इंग्रजासाठी हैदर अलीचा मृत्यु मोठा लाभदायक ठरला.(भारतातील इंग्रजांचे राज्यः सुंदरलालः पृष्ठ २८१)

हैदर अलीला लिहायला- वाचायला येत नव्हतं, तरी पण तमाम भारतीय आणि विदेशी इतिहास लेखक मुक्तं कंठाने स्विकार करत आहेत कि त्याची बुध्दीमत्ता, दूरदर्शिता, नीतिज्ञता आणि शासन-प्रबंध, सगळ्यांत त्याची योग्यता उच्च दर्जाची होती. वीरता आणि युध्द कौशलतेततो आपल्या वेळेला मुकाबला राखत नव्हता. हैदर अली आपळ्या धार्मिक उदारतेसाठी प्रसिध्द होता. आपल्या हिंदू मुसलमान प्रजेसाठी तो समान व्यवहार करीत होता. त्यांनी अनेक हिंदु मंदिरे बांधली आणि अनेक मंदिरांना जाहागीरदारी दिली, हैदर अली आपल्या दरबारांतहिंदु उत्सवाला मोठ्या समारोहानी साजरा करीत होता. हैदर अलीचा न्याय त्यावेळी दूरदूरवर प्रसिध्द होता. त्याच्या जीवन च्रित्राचा एक फ्रेंच लेखक लिहीतो कि त्याच्या प्रजेत कोणत्याही निर्धनहून निर्धन पुरुश अथवा स्त्रीला अधिकार होता कि तो हैदरच्या समोर येऊन आपली दाद- फिर्याद मागू शकतो.

हैदरअली आपल्या प्रजापालकतेसाठी पण प्रसिध्द होता. त्याची प्रजा त्याच्यावर अत्यंत खूष होती, त्याच्या राज्यात चारही बाजूने आनंदी-आनंद होता, व्यापार, उद्‌घोगधंदे आणि शेतीवाडीला खूप प्रोत्साहन दिलं जात होतं. तो स्वत: कामगार आणि सौदागरांची खूप मदत करायचा.

हैदरअली वीर होता आणि वीरतेची नेहमी कदर करायचा. हैदरअली मध्यम कदाचा होता.त्याचा रंग सावळा होता, परंतु त्याच्या शरीराची घडण सुंदर होती. तो ताकदवान आणि अत्यंत जोमाने काम करायचा. तो चांगला घोडेस्वार होता, ह्या सर्व गोष्टीनंतर तो इंग्रजांचा कट्टर शत्रु होता, आणि त्याने संपूर्ण जीवनभर इंग्रजांना भारता बाहेर काढण्याचा प्रयत्न केला.

हैदर अलीच्या नंतर त्याचा मुलगा फतह अली टीपू कर्नाटकचा शासक झाला. टीपूची जन्म सन १७४९ ई. त झालातो इतिहासात टीपू सुलतान नावानी प्रसिध्द झाला परक्रम आणि युध्द कौशल्यात टीपू आपल्या वडिलांच्या तोडीचा होता. हैदर अलीने ज्या प्रकारे इंग्रजांच्या नाकात दम आणला होता,त्याला इंग्रज विसरले नव्हते. म्हणून टीपू शासक झाल्यावर ते त्याला त्रास द्यायला लागले, परंतु टीपूने इंग्रजांशी ज्या शान ने युध्द चालू ठेवले, आणि त्याची इंग्रजांना एवढी भिती होती, ते इंग्रज क्धीच विसरु शकणार नाही. पाद्री डब्ल्यू. एच, हटन लिहीतात-इंग्रज माता टीपूचे भय आपल्या मुलांना दाखवत होत्या.लिहीले आहे- कि टीपू एक वीर आणि सुयोग्य शासक होता. त्यांनी आपल्या प्रजे बरोबर कधीही वाईट व्यवहार केला नाही. त्याच्या राज्यात चारी बाजूला अशी उन्नत्ती आणि आनंदी- आनंद होता. जसा त्यावेळी कोणत्याही इंग्रज भारतीय प्रदेशात नव्हती. परंतु टीपू पण आपल्याच लोकांचा बळी ठरलाकारण हे होतं, इंग्रजांच्या सेनेला मराठ्यांनी व हैद्राबादच्या निजामांच्या सेनेनी त्यांना साथ दिली होती.

टीपू सुलतान

टीपू एक बहाद्दूर माणूस होता, पण तीन-तीन सेनेशी टक्कर घेणं त्याच्यासाठी कठीण होतं टीपूने आपल्या मूठभर शक्तिने पण युध्द सुरु ठेवले. पण, जसे कि मीर हुसैन अली खां किरमानी ने पण लिहीले आहे- टीपूचे काही धनवान आणि सरदारांना पण इंग्रजांनी आपल्याकडे घेतले होते. टीपू, जो या युध्दाला पहिल्यापासून तयारच नव्हता, एका बाजूने इंग्रजांनी, मराठे आणि निजाम-तीन-तीन ताकदवारांनी खूप बाजिइने घेरले होते आणि दुसरीकडे त्याच्या आपल्या सेनेत विश्वासघातकी तयार झाले होते.तरीही टीपू आपल्या शेवटच्या श्वासापर्यंत लढत राहीला आणि

खूप बहादूरीने लढला. त्यानी म्हंटले- दोनशे वर्ष मूर्ख माणसांप्रमाणे जगण्या पेक्षा, दोन दिवस वाघाप्रमाणे जगणे जास्त चांगले आहे.

टीपूच्या विरुध्द ज्या प्रकारे देशवासीच षडयंत्र करत होते आणि इंग्रजांची साथ देत होते, त्याने टीपू चांगल समजून गेला कि ज्या विदेशियांना हैदरने पूर्ण पणे प्रभावहीन करुन सुध्दा त्यांची साथ दिली आणि उदारताचा व्यवहार केला, ज्यांना स्वत: टीपूने एकवेळ आपल्या मुठीत आणून त्यांच्या वचनांवर विश्वास ठेऊन सोडून दिले, ज्यांनी आता सह वर्षापूर्वी त्याच्या बरोबर मित्रतेचा तह केला होता, ते अजूनही त्याच्यावर खोटे आरोप लादून त्याला संपवण्यावर ठाम होते. ३ फेब्रुवारी सन १७९९ला कंपनीची सेनाटीपूच्या राज्याच्या दिशेने पुढे गेली. टीपू ह्या युध्दासाठी तयार नव्हता. १३ फेब्रुवारी ला त्यानी गव्हर्नर लॉर्ड वेल्सली ला पत्र लिहीले कि ह्या घटनेला शांतिने ठरवण्यासाठी मेजर डवटनला माझ्या दरबारात पाठवून द्यावे. ह्या नंतर खूप वेळा सांगितले कि पहिल्यांदा बोलणी करुन ह्या बाबतच्या निर्णयाचा प्रयत्न करयला पाहीजे.पण वेल्सलीने टीपूच्या ह्या गाष्टीकडे दुर्लक्ष केले. त्या बदल्यात कंपनीच्या बाजूने २२ फेब्रुवारी ला टीपूशी युध्द करण्याची घोषणा केली, जनरल हैरिस कंपनीची सेना घेऊन पुढे निघाला आणि त्याला जल-थल दोन्ही बाजूने त्याला घेरले. नाईलाजाने टीपूल युध्दाची तयारी करावी लागली.

टिपूच्या विरुध्द छेडल्या गेलेल्या युध्दाच्या बाबतीत गव्हर्नर वेल्सलीला माहीत होते कि कंपनीची सेनेसाठी टीपूल हरवणे सोपं नाही आहे.ह्यासाठी त्यांनी टीपूला कमजोर करण्यासाठी त्याच्या लोकांना फितवून आपल्या कडे घेण्याची चाल खेळली. त्यानी मद्रस्सचे गव्हर्नर हैरिसला लिहीले- माझ्या जवळ हे मानण्यासाठी बरीच कारणं आहेत कि टीपू सुलतानचे बरेचसे सामंतसरदार, मुख्य-मुख्य अधिकारी आणि प्रजेचे दुसरे लोकं आपल्या राजाच्या विरुध्द उठावकरुन कंपनी आणि त्याच्या साथिदारांच्या आश्रयात येण्यास तयार आहेत. सुलतानची दगाबाजी आण्इ जबरदस्तीच्या कारणाने जे युध्द आपल्याला परत लढायला लागतं आहे, त्यात सुलतानच्या माणसांचा असंतोष आणि त्यांचा उठावाने, जिथपर्यंत लाभ उठवायवा आपल्यासाठी चांगले आहे (जनरल हैरिसला लिहीलेले मार्किवस वेल्सलीचे पत्र: वेल्सली डिस्पैचेज पृष्ठ ४४२)

मीर हुसैन अली खां किरमानीने आपल्या पुस्तकांत निश्ने हैदारी (फारशी भाषेत)त, विस्ताराने लिहीले आहे कि कशा प्रकारे कंपनीच्या सेनेनी एकाएकी चारी बाजूने टीपूला घेरले, कशाप्रकारे वीरता आणि शपथेसह टीपूने मरेपर्यंत शत्रुंचा सामना केला आणि कशा प्रकारे टीपूचा दरबार आणि त्याची सारी सेनेला

विश्वासघातकांकडून चाळणी-चाळणी करुन शेवटी इंग्रजानी विजय मिळवला. निशाने हैदारीच्या नुसार ह्यायुध्दात निजाम आणि त्याचे वजीर, मीर आलमने इंग्रजांना खूप मदत केली. त्यावेळी साधारण तीस हजार सेनेने चारी बाजूने टीपूवर आक्रमण केले होते. कंपनीच्या सेनेचे आक्रमण ऐकून ब्राम्हण मंत्री आणि सेनापति पूर्णियाच्या अधीन काही स्वार शत्रुंच्या चकमकीसाठी पाठवले.रायकोट नावाच्या स्थानावर कंपनीच्या सेनेचे पूर्णियाच्या सेनेशी गांठ पडली पण, इंग्रजांना पूर्णिया आतून मिळाला होताम्हणून त्यांनी युध्द न करता कंपनीच्या सेनेच्या डावी-उजवी कडून फेरी मारुन दूर निघुन गेले. तिथे कंपनीची सेना राजधानी श्रीरंगपट्ट्णंच्या दिशेने पुढे जात गेली. पूर्णियाची सेना, त्या कंपनीच्या सेनेची रक्षक आणि मार्गदर्शक बनून चालत राहीली.

जेंव्हा टीपू सुलतान ला या गोष्टीचा पत्ता लागला,कि कंपनी सेना पुढे जात आहे आणि त्यांना कोणीही थांबवत नाही आहे, तेंव्हा स्वता: टीपू, आपली सेनेसह पुढे चालला. पण त्याच्या विश्वासघातकी सल्लागारांनी त्याला चुकिच्या सुचना देऊन त्याची दिशाभूल केली. वास्तविक जनरलहैरिसची सेना एका खास रस्त्याने श्रीरंगपट्ट्णंच्या दिशेने पुढे जात होती. टीपूच्या सल्लगारांनी त्याला दुसरा मार्ग दाखवला, आणि टीपू चुकीच्या जागेवर आपल्या सेनेचा पडाव टाकून, शत्रुच्या येण्याची वाट पाहात होता.ज्यावेळी खूप वेळानी टीपूला ह्या विश्वासघाताचा पत्ता लागला तेंव्हा तो लगेच जोरात गुलशनाबादच्य दिशेने धावला आणि तेथे जाऊन हैरिसच्या सेनेला थांबवले.काही वेळ पर्यंत धुमश्चक्री युध्द झाले. कंपनीच्या सेनेला खासकरुन त्यांच्या तोफखान्याचे खूप नुकसान झाले. ह्वा नंतर टीपूने आपला एक सेनापति कमरुद्दीन खां ला स्वारांच्या सह पुढे पाठवून शत्रुचा नायनाट करण्याचा हुकुम दिला. कमरुद्दीन खां पण इंग्रजांना मिळाला होता. त्यानी पुढे जाऊन दाखवण्यासाठी शत्रुला थांबवलं आणि परतून आपल्याच सेनेवर हल्ला केला, ज्यात टीपूचे बरेच बहाद्दूर शिपाई मारले गेले. कमरुद्दीनच्या विश्वासाघाताचा परिणाम असा झाला कि टीपूला मागे जावे लागले आणि कंपनीच्या सेनेची जीत झाली.

तिथे मुंबईहून आलेल्या सेना जनरल स्टुअर्टच्या नेतृत्वात श्रीरंगपट्ट्णंच्या बाजूने पुढे जात होती. टीपू आपल्या काही वीर सरदारांना घेऊन स्टुअर्टला अडवण्यासाठी निघाले. ह्या सामन्यात कंपनीच्या सेनेला फार नुकसान घ्याव लागलं. आता टीपू श्रीरंगपट्ट्णंला पोहोचला, त्यावेळी तिथे हैरिसची सेना आली. निशाने हैदरीत केल्या गेलेल्या वर्णनानुसार त्या वेळी, इंग्रज सेनेच्या समोरील बाजूस श्रीरंगपट्ट्णंचा किल्ला होता आणि मागे शहर. कंपनीच्या सेनेने नगरावर तोफगोळे

फेकण्यास सुरवात केली,त्याच्या काही सल्लागारांनी इंग्रजांशी तह करण्याचा सल्ला दिला, पण टीपू वीर पुरुष होता. तो आता युध्दात मागे जाऊ शकत नव्हता. शेवटच्या क्षणापर्यंत युध्द करण्याचा निश्चय केला.

इतिहासकार लिहीतात- कि संभवत: अजून पर्यंत टीपू सुलतानला हे माहीत नव्हतं कि त्याचे पूर्णिया आणि कमरुद्दीनजसे विश्वासपात्र, त्याचे घोर विश्वासघातकी झाले होते. त्यांच्यावर टीपूला अजूनही भरवसा होता ह्या कारणाने त्यानी परत त्याच दोन सेनापतिंच्या अधीन सेना किल्ल्याच्या बाहेर पाठवली म्हणजे ते शत्रुला रोखून मागे हटवतील. मीर हुसैन अली किरमाणी लिहीतात कि दोन्ही सेनापति, आप-आपली सेना घेऊन कंपनीची सेनेच्या इकडे तिकडे फिरत राहीले. तो पर्यंत मुंबइहून आलेले स्टुअर्टची सेनापण हैरिसच्या मदतीला आली. त्यावेळी टीपूचा एक खरा सैयद गफ्फार महताब बाग चा संरक्षक होता.त्याची मोठी वीरताने इंगरज सेनेला थोपवले. हे पाहून विश्वासाघातकांनी टीपूला खोटी सुचना देऊन सैयद गफ्फार महताब बाग पासून हटवून किल्ल्यात बोलावले. महताब बागेत एक विश्वासाघातकीला नियुक्त केले-ज्यानी इंग्रजाच्या सेनेला बेधडक श्रीरंगपट्ट्रणंच्या किल्ल्याचा दरवाजा पार करुन आंत जाऊ दिले. टीपूला अजूनही ह्याची माहीती करुन दिली नाही कि शत्रुची सेना आंत घुसली आहे. आपल्या भारतीय स्वतंत्रता संग्रामाच्या इतिहासात खरेतर विश्वासघाताचे कागद भरले आहेत जे भारतीयांचे लज्जास्पद चरित्राला प्रसिध्द करत आहेत, परंतु टीपू सुलतानच्या विश्वासघाताची कहाणी तर संभवत: इतिहासाचे सर्वात काळे पृष्ठ आहे, ज्यांनी वाघासारख्या वीराल घेरुन गिधाडासारखे मारले. मीर हुसैन अली खां किरमाणी निशाने हैदरीत ह्या सर्व तथ्याला मोठ्या विस्ताराने लिहीतात. कि टीपूचा मुख्य सल्लागार त्यावेळी त्याचा दिवाण मीर सादिक होता.भोळ्या टीपूल ह्या गोष्टीचा खूप वेळ पत्ता लागला नाही कि हा मीर सादिकही त्याच्या दुश्मनांना मिळाला आहे.

ह्या पर्यंत कि मीर सादिकने टीपूच्या एका विश्वास्त अधिकारी गाजीखांला मारुन टाकले आणि किल्ल्याची भिंत तूटल्या नंतरही टीपूला याचा थांग पत्ता लागू दिला नाही. शेवटी, जेंव्हा टीपूला आपल्या खास माणसांकडून ह्या गोष्टीची बातमी मिळाली, तेंव्हा तीपूने एक दिवस सकाळी आपल्या हाताने विश्वसघातकांची मोठी यादी करुन मीर मुईनुद्दीनच्या हातात देऊन त्याला आज्ञा केली, कि आजच रात्री ह्या सर्व कृतघ्नांचा जसा करता येईल तसा खातमा करावा.संयोगाने ज्यावेळी मीर मुईनुद्दीनने ती यादी उघडून वाचली तेंव्हा एक महालाचा सफाईवाला ज्याला लिहीता-वाचता येत होते आणि जो मीर सादिकला मिळाला होता, मीर मुईनुद्दीनच्या

मागे उभा होता.ह्या सफाईवाल्याने मीर सादिकचे नांव सर्वात वरती वाचले आणि लगेचच मीर सादिकला ह्याची बातमी दिली. मीर सादिक ह्याने सावध झाला.

आपले पुस्तक निशाने हैदरीत मीर हुसैन अलीखां किरमाणीने पुढे लिहीले आहे कि त्या दिवशी दुपारी टीपू जेवायला बसला होता आणि पहीलाच घास त्याच्या तोंडात गेला होता तोच कोणीतरी बाहेर येऊन सुचना दिली कि विश्वासघतकांनी सुलतानचा विश्वासू सेवक सैयद गफ्फार ला मारुन टाकले आहे. तो ह्यावेळी किल्ल्याचा प्रधान संरक्षक होता. ही गोष्ट ऐकल्यावर तीपूला दुसरा घास दुषित झाला.तो तसाच उठला आणि स्वत: सैयद गफ्फारची जागा घेण्यासाठी, आपल्या काही सरदारांबरोबर मागच्या बाजूने किल्ल्याच्या आंत घुसला. तेथे विश्वासघातकांनी सैयद गफ्फारला मारल्यावर लगेचच भिंतीवर चढून सफेद निशाण दाखवून, बाहेर उभी असलेल्या इंग्रज सेनेला आंत येण्याचा ईशारा केला.परिणाम हा झाला कि टीपू जो पर्यंत जागेवर पोहोचून, आपल्या माणसांना जमा करणार तो पर्यंत शत्रुचे शिपाई तुट्लेल्या भिंतीतून श्रीरंगपटटणंच्या किल्ल्यात घुसले. दिवाण मीर सादिकला समजले कि सुलतान स्वत: सेना जमवून किल्ल्यात घुसला आहेतेंव्हा त्याने एका घोड्यावर स्वार होऊन सुलतानचा पाठलाग केला आणि ज्या दरवाज्याने टीपू किल्ल्याच्या आंत गेला होता, त्याला मजबूत्तीने बंद केले, म्हणजे टीपू कोणत्याही प्रकारे बचाव न करता निघु शकणार नाही. ह्या नंतर बाहेरुन मदत पोहोचवण्याच्या निमित्ताने मीर सादिकने स्वत: किल्ल्याच्या बाहेर जाण्याचा प्रयत्न केला. त्या दरवाज्यावर जाताच त्यानी पहारा करणा-यांना हुकुम दिला कि जेंव्हा मी बाहेर जाईन त्या नंतर दरवाज्याला मजबूतीने बंद करुन टाका आणि कोणाच्याही सांगण्यावरुन दरवाजा उघडू नका, जरी तो सुलतान असला तरी सुध्दा.परंतु तो आपला हुकुम पहारेक-यांना नीट समजावून सांगत होता तेव्हड्यात टीपूच्या एका वीर शिपायाने समोर येऊन ललकारले-हे अभाग्या मलऊन! आपल्या अन्नदात्या सुलतानाला शत्रुच्या हाती सोपवून आता तू जीव वाचवून पळून जातो आहेस? घे ही तुझ्या गुन्ह्याची शिक्षा आहे, असे म्हणून त्यानी आपल्या तलवारीने मीर सादिकचे दोन तुकडे केले.

किरमानी पुढे लिहीतात कि विश्वासघातकांची एवढी मोठी संख्या होती आणि त्यांनी अशाप्रकारे जाळ विणून ठेवले होते, कि आता कोणीही ईमानदार सैनिक काही करु शकणार नाही. टीपू आपल्या विश्वासघातकांच्या जाळ्यात एवढा अडकला होता, किंवा दुस-या शब्दात टीपूचे ईमानदार, एक दिवस इतके कृतघ्न आणि कपटी होतील-याची त्यानी स्वत: कधी कल्पना केली नव्हती. इतिहास पण अशा भयंकर कृतघ्न आणि कपटीची नांवे, आपल्या पानांवर घृणेने लिहीले आणि

त्यांच्या वंशांना सुध्दा कितीतरी वर्ष लागतील, त्यांच्यावर लागलेल्या कलंकाला पुसून टाकायला. लिहीले आहे कि आता टीपू परत आपल्या राहीलेल्या मूठभर सैनिकांसह पुढे येणा-या शत्रुवर चालून गेला, त्याने आपल्या पूर्ण शक्तिनिशी, आपल्या उरल्या-सुरल्या सैनिकांना बळं दिलं, आणि ओरडून म्हणाला- शेवटच्या क्षणापर्यंत किल्ल्याचं रक्षण करण आपल। कर्तव्य आहे. माणसाला मरण फक्त एकदाच येतं,तर पर्वा कशाला करायची कि जेवन संपून जाईल. असं म्हणून त्यानी शत्रुवर गोळ्यांचा वर्षाव सुरु केला.(हैदराबादचा इतिहास आणि टीपू सुलतान: प्रिंन्स गुलाम मोहंमद). टीपूने केलेल्या गोळ्यांच्या वर्षावात शत्रुचे अनेक शिपाई आणि अधिकारी मारले गेले, परंतु शत्रुची संख्या खूप मोठी होती. त्यांनी पण टीपूवर गोळ्यांचा वर्षाव केला.शेवटी एक गोळी टीपूच्या डाव्या छातीला लागली. टीपू जखमी झाला, तरीपण त्याने बंदूक सोडली नाही आणि मागे वळला, ह्या जखमी आवस्थेत पण तो बरोबर शत्रुवर गोळ्या झाडत राहीला. थोड्यावेळाने दुसरी एक गोळी त्याच्या उजव्या छातीला लागली. टीपूच्या घोड्याची जखमेनी चाळणी झाली, आणि तो पडलाटीपूची पगडी जमिनीवर पडली. शत्रु अजून जवळ आला. जमिनीवर उघड्या डोक्याने उभे राहून आपल्या हातातील बंदूक फेकून दिली आणि उजव्या हातात तलवार सांभाळली. टीपूच्या छातीतून आता दोन-दोन रक्ताच्या धारा वाहू लागल्या. त्याच्या काही ईमानदार साथींनी त्याच्या ह्या स्थितीत बघुन आधार देऊन पालखीत बसवले. पालखी एका अर्धगोलाकार छताखाले ठेवली. ह्या स्थितीत एका शिपायाने इग्रजांच्या हाती जाण्याचा सल्ला दिला, परंतु टीपूने त्याचा सल्ला न मानता त्याच शिर तलवारीने धडापासून वेगळे केले. इतक्यात इंग्रजांचे काही शिपाई पालखी जवळ आले. त्यातील एकाने टीपूच्या कमरीतील रत्नजडीत पेटी काढण्याचा प्रयत्न केला, तर टीपूच्या तलवारीने एका घावात त्याचा प्राण घेतला, त्यावेळी तिसरी एक गोळी टीपूच्या उजव्या कानाखाली लागली आणि एका क्षणांत त्या महान वीराचा अंत झालात्याच्या हातातील तलवार मरेपर्यंत सूटू शकली नाही. जेंव्हा त्याचे शव काढून ठेवण्यात आले तेंव्हा त्याचा उजवा पंजा तलवारीच्या मुठीवर आवळला होता. टीपू सारख्या वीर माणसाचे उदाहरण शोधून सापडणार नाही. त्याला नूरे इस्लामोदीन आणि शाहेखुदा म्हंटले गेले. टीपूचा मृत्यु ४ मे सन १७९९ ला झाला.

३

दक्षिण भारतात इंग्रजांनी आपली सत्ता जमवण्याच्या प्रयत्नात हैदर अली आणि टीपू सुलतानच्या बरोबर विश्वासघात करुन जरी ते सफल झाले, परंतु त्यांच्या समोर मराठ्यांची शक्तिची अजूनही भिती होती. कैदर अलीच्या मृत्युने नाना फडणवीसांचे स्वप्न भ्लेही तुटले असले,परंतु ते असे हार मानण्यातील नव्हते. तशीपण मराठा मंडळाची शक्तिपण काही कमी नव्हती. इंग्रज मराठ्यांच्या शक्तिला कमजोर बनवण्याचा प्रयत्न करीत होते. एक वेळ आपण परत एकदा मराठा शक्तिच्या बरोबर इंग्रजांचा सघर्ष बघण्याचा प्रयत्न करुया. खरंतर कंपनीच्या रस्त्यातील एक जबरदस्त काटा नाना फडणवीस हा अजूनही होता. नाना फडणवीसांची नीति आणि सन्मान- दोघांच्यात, महाराष्ट्र मंडळात सारखी वाढ होत होती. पुण्याच्या पेश्व्यांच्या दरबारात त्या दिवसात चार्ल्स मॅलेट नावाचा इंग्रजांचा प्रतिनिधीच्या रुपात रहात होता. त्यानी पुण्याहून एका पत्रात लिहीले- जो पर्यंत पुण्याच्या दरबारात नानांची पकड आहे,तोपर्यंत मराठाा राज्यात आपला जम बसवण्याचा स्वप्नांत सुध्दा विचार करायचा नाही. इंग्रजांनी नाना फडण्वीसांचा काटा काढण्यचा प्रयत्न केला नाही असे नाही, पण त्यांना आपला उद्देश साध्य करता आला नाही.

पेशव्यांच्या गादीवर त्या वेळी माधवराव नारायण बसले होते आणि ते पूर्णपणे नाना फडणवीसांच्या पावलावर पाऊल ठेवून त्यांच्या निर्देशाचे पालन करत होते. ह्या परिस्थितीत कंपनी आपली कोणतीही चाल यशस्वी होत नव्हती, कारण माधवराव नारायाण आणि नाना फडणवीस दोघेही त्यांच्या बरोबर नव्हते. परंतु ह्याला दुर्भाग्यच म्हणावं लागेल कि २५ ऑक्टोबर सन १७९५ ला पेशवा माधवराव नारायणचा आपल्याच महालातील गच्ची वरुन पडूल्यामुळे मृत्यु झाला. ह्या पेशव्याच्या मृत्युबाबत ग्रांट डफने लिहीले आहे- २५ ऑक्टोबरला सकाळी पेशवा जाणून बुजून आपल्या महालाच्या गच्ची वरुन पडला,त्याच्या दोन्ही अंगाची हाडे तुटूली आणि फवा-याची नळीवर येऊन पडला आणि खूप जखमी झाला. त्या नंतर तो फक्त दोन दिवस जिवंत राहीला.

पेशवा माधवराव नारायणला आपत्य नव्हत. मृत्युच्या वेळी त्याच वय फक्त २१ वर्षाचे होते. त्याला कोणतेही आपत्य नसल्यामुळे हिंदु रितीप्रमाणे त्याच्या विधवेला दत्तक घेण्याचा अधिकार मिळाला होता. इंग्रजांनी त्यावेळेला राघोबाचा मिलगा बाजीरव ला पेशवा बनवण्याचा प्रयत्न केला.तुकाजी होळकर इंग्रजांच्या सांगण्यात होता.ज्यावेळी तो पुण्यात आला तेंव्हा त्याने बाजीरावला गादीवर बसवण्याची बाजू घेतली. ग्रांट डफ लिहीतात- कि त्या वेळी नाना फडणवीसांनी तुकाजीला हे समजावले होते- कि बाजीरावच्या आईच्या मनांत सुरवातीपासून सर्व मराठा नीतिज्ञांबद्दल द्वेष भरण्यात आला आहे, बाजीरावच्या खानदानाचा जो इंग्रजां बरोबर संबंध आहे, तो मराठ साम्राज्याला धोकादायक आहे. मराठा साम्राज्यात ह्या वेळी खास ऐक्य आहे, चारी बाजूने प्रजा खुष आहे आणि ह्याच नीतिचे सावधपणे पालन केले तर भ्विष्यात खूप मोठा लाभाची आशा केली जाऊ शकते. ग्रांट लिहीतात- ह्या प्रकारे समजावल्यावर तुकाजी होळकर आणि दुसरे सरदार पण नानांच्या बरोबर सहमत झाले. खरं तर नानांची इच्छा होती कि पेशवा माधवराव नारायण च्या विधवा यशोदाबाईने एका मुलाला दत्तक घ्यावे ज्यामुळे सर्व जण मिळून ठरवू आणि मुलगाच पेशव्यांच्या गादीवर बसेल. परंतु नानां ना आपली ही योजना पूर्ण करण्यात यश आले नाही.

तिथे बाजीराव त्यावेळी कैदेत होता. पुण्याचा रेजीडेंत मॅलेट नानांच्या चाली ला समजून चुकला. त्याने बाजीरावला मुक्त केले, त्याच्या समर्थकांकडून त्याची पेशवा झाल्याची घोषणा केली. बाजीराव गादीवर बसला आणि बसताच त्यानी महाराष्ट्राचा ख-या हितचिंतक नाना फडणवीस ला पकडून कैदेत टाकले. लिहीले आहे- बाजीराव निर्बल आणि घाबरट सिध्द झाला. नाना फडणवीसांची भविष्यवाणी खरी ठरली. बाजीराव शेवटचा पेशवा होता आणि त्याच्या गादीवर बसण्या बरोबरच मराठा साम्रज्याच्या गौरवाचा अंत झाला. बाजीरावची अयोग्यतेचा इंग्रजांनी फायदा घेत भरतातून पेशव्यांव्या सत्तेचा कयमचा अंत केला.(भारतात इंग्रजी राज्यः सुंदरलालः पृष्ठ ३११)

१३ फेब्रुवारी सन १८०० ई. इा नाना फडणवीसांचा मृत्यु झाला. लिहीले आहे- पुण्याच्या दरबारात एकच जागरुक आणि नितीज्ञ होता, जो इंग्रजांच्या चालींना थोडेफार समजत होता. निसंदेह त्याने आपल्या जीवन भरात मराठा-मंडळच्या बळाला राखून ठेवला आणि भारताची स्वाधीनताची रक्षा करण्याचे अनेक प्रयत्न केले. परंतु त्याच्या रस्त्यात कितीतरी अडथळे होते. एकतर तो

46 *** *1857 चा स्वातंत्र्य संग्राम*

स्वता: पेशवा नव्हता आणि नाही सेनापति होता. दुसरे, मराठा मंडळाच्या आंत येणा-या दिवशीच्या परस्परांची भांडण आणि इंग्रज रेजीडेंटचे षडयंत्रांनी त्याला यश येऊ दिले नाही. नानांच्या मृत्यु बरोबर मराठा मंडळाची उरली सुरली आशा पण समाप्त झाली आणि इंग्रजांचा भारतातील सर्व रस्ते अधिक सरळ झाले. पेशवा बाजीराव स्वता: निर्बल आणि अदूरदर्शी होता. जो पर्यंत दौलतराव सिंधिया आणि नाना फडणवीस ह्यासारखी दिग्जज नीतिज्ञांचा पुण्याच्या दरबारात प्रभाव होता,तो पर्यंत इंग्रज बाजीरावला आपल्या जाळ्यात फासू शकले नाहीत. बाजीरावला नाना फडणवीस आणि दौलतराव सिंधिया बरोबर लढवण्याचे अनेक प्रयत्न इंग्रजांनी केले. आता नाना फडणवीस मेले होते आणि सिंधियाउत्तरेत होते, बाजीरावला आपल्या जाळ्यात फासण्याचा गव्हर्नर वेल्सलीनी पण प्रयत्न सुरु केले. ह्या वेळी वेल्सलीची मुख्य चाल ही होती कि दौलतरावांच्या विरुध्द बाजीरावचे खूप कान भरायचे आणि कशाही प्रकारे बाजीरावला पुण्याच्या बाहेर पळवून एक वेळ इंग्रजांच्या प्रदेशात आणायचे,आणि तेथे त्याच्या कडून सब्सिडियरी तहावर स्वाक्षरी करुन घ्यावी. (भारतात इंग्रजी राज्य: सुंदरलाल: पृष्ठ ३८७)

इंग्रजांच्या जाळ्यात बाजीराव

जसे बाजीराव पेशवा कुट्नीतिची समजं नव्हती आणि इंग्रजांच्या चालीं समजण्याची दूरदर्शीता त्याच्यात होती, म्हणून वेल्सली आपल्या जाळ्यात हळूहळू असा ओढत गेला कि बाजीराव समजू शकला नाही त्यांनी आपल्या विरुध्द इतकं भयंकर जाळं विणले आहेगव्हर्नर जनरलचा असा विचार होता कि बाजीराव पेशवा आपला मित्र असल्याने, इग्रज सेनेला जिथे जिथे गरज असेल, पेशवाच्या राज्यातून जाण्या-येण्यासाठी कोणीही अडवू शकणार नाही अशी परवानगी मिळेल. बाजीराव वेल्सली च्या ह्या चालीला समजू शकला नाही कि परवानगीने सा-या पेशवा साम्राज्यात इंग्रज सेना पसरली जाईल आणि आपला ताबा मिळवतील. इतिहासकार लिहीतात- कि बाजारावने सगळ्यात पहीली चूक ही केली.इतक्या ह्या महत्वपूर्ण बाबतीतदौलतराव सिंधियांशी विचार विनिमय केल्या शिवाय, वेल्सीलीचं ऐकलं आणि तेच झालं कि वेल्सीलीने तात्काळ सैनिकांची आवश्यकतेच्या खोट्या कारण देऊन,पेशव्याच्या राज्यात घुसून अनेक मिक्याच्या ठिकाणांवर ताबा मिळवला. ह्याने हळूहळू वेल्सीलाच्या चालीचा पत्ता लागला कि इंग्रज सेनेचा पेशव्यांच्या राज्यातपसरण्याचा उद्देश पुण्यावर हल्ला करणे होता.

आता वेल्सीली हा प्रयत्न करायला लागला कि पेशवा बाजीराव इंग्रजाच्या सब्सिडियरी तहावर हस्ताक्षर करेल. त्यामुळे बाजीरावनी स्थायी प्रकारावर कंपनीच्या पैदल पलटनाला आणि त्या नुसार तोफखान्याचा खर्च देण्यास स्वीकार केला. परंतु वेल्सीलीचा हा विचार होता कि ही सेना पेशव्यांच्या राज्यात राहावी, पण बाजीरावाचे म्हणणं होतं कि त्या सेनेला राज्याच्या बाहेर ठेवावे आणि आवश्यकतेनुसारच त्यांना बोलवण्यात यावे, ह्याच ह्याच गोष्टीवर बोलणी अडकली होती. वेल्सीलीच्या ह्या चाली मागे जो दाट उद्देश होता तो २३ जून १८०२ ला लिहीलेल्या पत्रात स्पष्ट आहे कि वेल्सीलीचा सेक्रेटरी एडमंस्टन ने कर्नल क्लोजला अत्यंत गोपनीय पत्र बनवून लिहीले होते.लिहीले होते. एका ब्रिटीश सेनचा खर्च सहन करण्याचा अर्थ हा आहे कि पेशव्यांनी ज्या अटी लावल्या आहेत, त्या मान्य केल्यावर ही इतक तर होतंच, कि ती अंमलदारी काही भाग ब्रिटीश साम्राज्याच्या आधीन होतो,तर मग स्वभावत: त्याचं अवलंबन वाढत जातं. जेंव्हा ते एक वेळेला कोणत्याही विदेशी ताकदीच्या मदतीने आपल्याला सुरक्षित समजायला लागतो, तेंव्हा मग त्याची सावधानी आणि जागरुकतेत थोडासा ढिलेपणा येतो. ज्या प्रकारच्या तहाचा प्रस्ताव केला जात आहे, त्याचा एक परिणाम हा ही आहे कि पुण्याचा दरबार मराठा साम्राज्याने दुस-या सदस्यांत फूट पडेल, ज्याने ब्रिटीशांची सत्तेवर पेशव्यांची पराधीनता आणखीन जोरात वाढेल. जर आपण पेशव्यांबरोबर अशा प्रकारचा तह केला तर, परत समस्त मराठा राज्यांना आपसात मिळण्याची संभावना जाऊ लागेल.

इंग्रज कोणत्याही प्रकारे बाजीराव ला अपदस्थ आणि पराजित करायचे होते. विठोजी होळकर नावाच्या एका शासकाने त्यांच्या विरुध्द विद्रोह केला आणि पेशव्यांच्या सेनेनी त्यांचा हत्या केला. विल्सलीने ह्या हत्येच्या विरुध्द जसवंतराव होळकरला भडकवले आणि पुण्यावर आक्रमण करायला चिथावले.जसवंतराव होळकर पुण्याकडे निघाला. हे ऐकून ११ ऑक्टोबर सन १८०२ ला पेशवा बाजीराव ने घाबरुन वेल्सलीच्या सर्व अटी मान्य केल्या.

तिथे जसवंतराव होळकरनी पुण्यावर आक्रमण केले. बाजीराव ला शेवट पर्यंत हेच वाटत होते कि इंग्रज सेना पुण्याला पोहोचून त्याची रक्षा करेल, पण असं झाल नाही. नंतर इंग्रजांची अजून एकदा दिशाभूल केली. तुम्हाला परत एकदा पुण्याच्या गादीवर बसवण्यात येईल, परंतु त्या आगोदर एका नव्या तहावर हस्ताक्षर करावी लागेल, आणि ३१ डिसेंबर १८०२ ला बाजीरावने एका नव्या तहावर हस्ताक्षर केले, ह्या तहामुळे बाजीरावने सब्सिडियरी सेनेचं वजन आपल्या खांद्यावर घेतले,

सब्सिडियरी सेनेला राज्यात रहाण्याची परवानगी देण्यात आली, त्याया खर्चा करीता आपला एक प्रदेश कंपनीच्या नावांवर केला आणि पुढे वचन दिलं कि इंग्रजांच्या सल्ल्याशिवाय पेशयांच्या दरबारात दुस-या राजा बरोबर कोणत्याही प्रकारचा संबंध ठेवायचा नाही, आणि अन्य अनेक अशा अटी स्विकार केल्या ज्या पुण्यात राहूनही त्यांनी स्विकार केल्या नाही, पेशवा बाजीराव आता सर्वथा इंग्रजांच्या इच्छेच्या अधीन झाला.इतिहासकार लिहीतात- वसईचा तहाने संपूर्ण मराठ्यांची सत्ता आणि स्वाधीनता दोन्ही समाप्त झाल्या, आणि इंग्रज व राघोबाचे परस्पर संबंधाचे कारण, राघोबाच्या अदूरदर्शी आणि निर्बल पुत्राच्या पेशव्यांच्या गादीवर बसवण्याने, नाना फडणवीसांनी ज्या शंका खूप वर्षापूर्वी प्रकट केल्या होत्या, त्या ख-या ठरल्या. (भारतात इंग्रजी राज्य: सुंदरलाल: पृष्ठ ३९७)

बाजीराव परत पेशव्यांच्या गादीवर

गव्हर्नर जनरल वेल्सलीच्या सर्व इच्छा पूर्ण होत होत्या. त्यांनी बाजीराव ला परत गादीवर बसवून त्याचा कठपुतली सारखा उपयोग करण्याच निश्चित केलंफलत: २७ एप्रिल सन १८०३ ला वसईहून इंग्रजांच्या सेनेबरोबर पुण्याला परत आला आणि पेशव्यांच्या गादीवर बसला. लिहीले आहे- अशा प्रकारे गव्हर्नर जनरल व त्याच्या साथीदारांची इच्छा पूर्ण झाली. परंतु महाराष्ट्रात किंवा पुण्यात खूप कमी लोकऽ अशी होतीज्यांनी ह्या संपूर्ण कारवाईत वास्तविक उत्साह अनुभवला, अथवा त्याला मराठा साम्राज्यासाठी अपमान कारक आणि भ्विष्यासाठी अशूभ सुचक समजल नाही. त्यावेळी इंग्रजांच्या मनांत काय होतं आणि ते कोणती चाल चालत होते, त्याला मराठा मंडळाला चांगले ठाऊक होते, ते हे ही समजत होते कि पेशव्यांचा ह्या पध्दतीने विदेशांच्या जाळ्यात फसणे, भविष्यात दुस-या मराठा राजाची स्वाधीनतेसाठी शुभ सुचक नाही होत आणि त्यानंतरही मराठा साम्राज्यपण अधिक वेळ कायम राहू शकत नव्हतं. गव्हर्नर जनरल वेल्सलीच्या कौंसिलच्या एक प्रमुख सदस्य बारलोने १२ जुलै १८०३ ला जे पत्र लिहीले होते, त्याने इंग्रजांचे त्या वेळचे निर्णय स्पष्ट झाले. त्याच्या त्या पत्राचा सारंश - हिंदुस्थानात कोणतेही राज्य असं बाकी ठेऊन चालणार नाही, जे इंग्रजाच्या ताकदीच्या आधाराशिवाय कायम होणारा नाही आणि ज्याचं समस्त राजनीतिक कारभार पूर्ण पणे इंग्रजांच्या हाती असावा वास्तवात मराठा साम्राज्याचे प्रधान म्हणजे पेशव्यांना इंग्रजी सत्तेच्या बळावर परत गादीवर बसवण्याच्या कारणाने हिंदुस्थानची बाकी सर्व राज्य पण इंग्रज सरकारच्या अधीन झाली आहेत.

दिल्ली सम्राट आणि इंग्रज

दिल्लीचे बादशाह शाह आलमच्या वेळेत इंग्रज आपल्याला बादशाहची प्रजा म्हणत होते. गव्हर्नर जनरलची मोहोरावर पण दिल्लीच्या सम्राटाचा विशेष सेवक असे शब्द लिहीलीली असायचे. सन १७८५त माधवजी(महादजी) सिंधियांनी दिल्लीवर आपला प्रभाव पाडला होता. मुगल सम्राटचे सारे अधिकार मधवजी सिंधियांच्या कडे आले होते. त्या बदल्यात शाह आलमला केवळ शा लाख रुपये वर्षाला देण्यात येऊ लागले.शाह आलम सिधिंया परिवारावर एवढा खुश होता कि त्यानी आपल्या एका कवितेत लिहीले आहे.

मधोजी सिंधिया फर्जंद जिगर बंदेमन

हस्त मसरुफ तलाफिए सितमगारिए मा।

अर्थात मधोजी सिंधिया तर माझ्या हृदयाचा तुकडा आणि माझा मुलगा आहे, तो माझ्या दुःखाला दूर करण्यात मग्न आहे.

ईस्ट इंडिया कंपनीचा गव्हर्नर जनरल वेल्सली एक चतुर कूटनीतिज्ञ होता आणि तो दोन माणंसात फूट पाडून आपलं काम काढण्यात हुषार होता. त्यांनी जेंव्हा शाह आलमवर माधवजी सिंधियाचा वाढता प्रभाव बघितला तर ह्या ठिकाणी पण त्यांनी फूट पाडण्याची नीति चालवली त्याने शा आलेमला मराठ्यांच्या विरुध्द भडकावले आणि दिल्लीला मरठ्यांकरवे रिकामे करुन निश्वास टाकला. आता मराठ्यांऐवजी इंग्रजांचा दिल्लीवर अधिकार झाला. बादशाह शाह आलमला खर्चासाठी वर्षाला बारा लाख रुपये देण्यात आले.

इंग्रजांचा विचार होता कि कोणत्याही प्रकारे मराठ्यांना कमजोरकरावे. महाराजा दौलतराव सिंधिया आणि जसवंतराव होळकर- दोन असे वीर होते जे इंग्रजांच्या डोळ्यात काट्या प्रमाणे बोचत होते. इंग्रजांनी ज्यावेळी त्याच्या विरुध्द चाल चालली तर हे दोघेजण एकत्र झाले, ह्याने इंग्रज घाबरले. त्यांनी प्रथम दौलतराव सिंधियाशी तह केला आणि तापी व चंबलच्या मधीलसिंधीयांनी जो प्रदेश जिंकला होता, तो त्यंचा मानण्यात आला. अशा प्रकारे जसवंतराव होळकरशी तह केला, तापे आणि गोदावरीच्या दक्षिणेचा सारा प्रदेश होळ्करांना परत देण्यात आला.

जनरल वेल्सली ने गव्हर्नर जनरलला एका पत्रात लिहीले, (११ नोव्हेंबर १८०३)- मी जागो-जागी आपले गुप्तहेर नियुक्त केले आहेत, जे मला मराठा सेनेची स्थिती, कूच इत्यादीबाबत सुचना देत होते. हे गुप्तचर सिंधीया आणि

भोंसलेच्या प्रजेचे आहेत आणि त्यांच्याच मदतीने सिंधियांच्या सेनेच्या अनेक लोकांना आपल्या बाजूने फितुर होते. ह्या पत्रावर मत प्रकट करुन लिहीलं आहे- इंग्रजांच्या या सरळतेने अनेक भारतीयांना आपला सेश व आपला राज्याच्या विरुध्द दिदेशीयांच्या बाजुला मिळवून हे प्रकट करतात कि भारतवासियांच्यात त्यावेळेला देश आणि राष्ट्रीयताच्या भावनांची खूप कमतरता होती. (भारतात इंग्रजी राज्य: सुंदरलाल: पृष्ठ ४३७)

दिल्लीत शाह आलमच्या मृत्युनंतर, त्याचा मुलग अकबरशाह गादीवर बसला. इंग्रजांनी अकबरशाहला अपमानित करणे आणि त्याला कमजोर बनवण्याची नीति अवलंबली. त्याचा बरोबर त्यांनी वचन दिलं होतं, त्या पासून त्यांनी तोंड फिरवलं.

इंग्रजांचा वाढता प्रभाव आणि विस्ताराची नीति

११ सप्टेंबर सन १८१३ला मार्क्विस ऑफ हेस्टिंग्स गव्हर्नर बनून भारतात आला.इंग्रजांचा प्रभाव वाड्गणे आण्इ कंपनीचे शासन फैलावण्याच्या दिशेने त्यांनी सर्वात धोकादायक काम हे केलं कि भारताच्या उद्योग-धंद्याला उध्वस्त केलं आणि भारताच्या पैशाने इंग्लंडच्या धंद्याला वाढवलं. सन १८१३ मध्ये ब्रिटीश पर्लमेंट मध्ये एक कायदा संमत केला गेला ज्याच्यामुळे ईस्ट इंडिया कंपनीला भारतात व्यापार करण्याचा जो अधिकार मिळाला होता, तो हिसकावण्यात आला आणि हा अधिकार प्रत्येक इंग्रज व्यापारी आणि व्यक्तिसाठी सोपा केला गेला. ह्या व्यतिरिक्त सन १८१३ मध्येच पहिल्यांदाच हा निर्णय केला गेला कि भारताच्या उद्योग-धंद्याला नष्ट करण्यात यावे, इंग्लिस्तानच्या धंद्याला वाढविण्यात यावे आण्इ परत इंग्लिस्तानचा माल जबरदस्ती भारतीयांच्या माथी मारण्यात यावा.

हिस्ट्री ऑफ इंडियाचे लेखक मिल, इंग्रज इतिहासकार विल्सनच्या हवाल्याने, इंग्लिस्तानात कपड्याचा व्यापाराची उन्नत्ती आणि भारतात कपडा बनवण्याचा धंद्याचा समूळ नाश करण्याच्या बाबतीत लिहीले आहे- जर भारत स्वतंत्र असता तर त्याने त्याचा बदल घेतला असता, इंग्किस्तानात विणलेल्या मालावर निषेधकारी कर लागेल आणि आपल्या इथल्या कारागिरंचा नाश होण्या पासून वाचवतील. पण त्यांना ह्याप्रकारची आत्मरक्षेची परवानगे नव्हती. तो विदेश्यांच्या विळख्यात होता. इंग्लिस्तानचा माल कोण्त्याही महसूला शिवाय, जबरदस्ती त्याच्या डोक्यावर लादला आणि विदेशी कारागिरांनी एका अशा प्रतिस्पर्धीला दाबून ठेवणे आणि शेवटी त्याचा गळा दाबून टाकण्यासाठी, ज्याच्या बरोबरीच्या अटींवर सामना करु

शकत नव्हते, राजनैतिक अन्यायाच्या शस्त्राचा उपयोग केला. (हिस्ट्री ऑफ ब्रिटीश इंडिया : मिलः खंड ७ पृष्ठ ३८५)

प्रसिध्द इतिहासकार लेकी ने पण भारताचा कपडा व्यापार नष्ट करण्यासाठी इंग्रजांनी निंदाकरत लिहीले आहे- भारतात विणलेले कपडे, त्या दिवसात इतके सुंदर रस्ते, आणि मजबूत होते कि १८ व्या शतकाच्या सुरवातीला इंग्लिस्तानचा कपडा विणणा-यांना, हिंदुस्थानाच्या कपड्या तुलनेतं आपला रोजगार नष्ट होण्याचं भय झालं होतं. त्या वेळेपासून इंग्लिस्तानच्या पर्लमेंटने कायदा तयार करुन कितीतरी भारतीय कापडांचे इंग्लिस्तानांत येणं बंद केले आणि सुस-या, ब-याच कपड्यांवर मोठा महसूल लावण्यात आला.ह्या उपाय पण खूपसा सिध्द झाला नाही, त्यावेळी सन १७६६मध्ये इंग्लिस्तानात जर कोणी महिलेने हिंदुस्थानात तयार केलेला पोशाख परिधान केला, तर तीला कायद्यानी शिक्षा केली जात असे. (हिस्ट्री ऑफ इंग्लंड इन दि सेंचुरीः लेकीः खंड ७ पृष्ठ २५५,२६६,३२०)

ह्या प्रकारे कापड, कागद, साखर,जहाजबांधणी, लोखंड इत्यादी सर्व महत्वपूर्ण उद्योग इंग्रजांनी नष्ट केले लिहीले आहे- ईस्ट इंडिया कंपनी आणि इंग्रजसरकारच्या जबरदस्त प्रयत्नांनी एकोणीसाया शतकाच्या शेवटी भारताचे प्राचीन उद्योग धंदे इतिहासात जमा झाले आंइ जो देश केवळ शंभर वर्ष आगोदर विश्वाचा सर्वात अधिक धनवान सेशमानला जात होता, तोच सेश शंभर वर्षाच्या विदेशी शासनाच्या परिणामस्वरुप वीसाच्या शतकाच्या सुरु होण्या पर्यंत विश्वाचा सर्वात अधिक निर्धन देश दिसायला लागला. (भारतात इंग्रजी राज्यः सुंदरलालः पृष्ठ ५८४)

हेस्टिंग्सनी उद्योगांना नष्ट करण्याबरोबर आपली विस्तारवादी नीति सुध्दा चालू ट्ःएवली. ते मरठ्यांना कमजोर करुन त्यांचा प्रदेश हिसकावण्याचा विचार होता. सन १८११ मध्ये एलफिंन्सटनला पुण्याचे रेजिमेंट नियुक्त केले. मार्क्विस ऑफ हेस्टिंग्सची तिरकी नजर ह्या वेळेला बाजीरावच्या उर्वरीत प्रांतावर होती, ह्याचा भूमीकर वर्षाला दीड करोड रुपये होती. ह्या प्रदेश कोणत्या युक्तिने हिसकावून घ्यावी, ती युक्तिचा शोध घेण्याची जबाबदारी हेस्टिंग्सने एलफिंन्सटन वर टाकली.

एलफिंन्सटने बाजीरावला खूप त्रास देण्यास सुरवात केली आणि अनेक खोटे आरोप लावले. ह्याच बरोबर त्यांनी पेशवा बाजीरावला निंदा आणि कमजोर करण्याचे काही गुप्तोपाय पण सुरु केले, ह्या गुप्त उपायांना सफल बनवण्याची जबाबदारी दोन मराठा देशद्रोहींवर टाकली होती, आणि त्यांनी वस्तवात पेशवाराज्याचा अंत करण्यात एलफिंन्सटनला खूप मदत केली, ते दोघेजण म्हणजे बालाजी पंत नातू आणि यशवंतराव घोरपडे.

पेशवाराज्याचा अंत करन्यासाठी एलफिंन्सटनचा विचार होता कि कोणत्याही प्रकारे बाजीरावच्या बरोबर युध्द व्हावे, त्यांनी आपल्या रोजमेळीत ६ एप्रिल १८१७ला लिहीले पण आहे- मी समजतो, पेशव्यांबरोबर काही भांडण व्हावे हे चांगले आहे,त्या वरुन स्पष्टच आहे कि इंग्रज पुण्यावर आक्रमण करण्याच्या गुप्त तयारीत गुंतले आहेत, त्यांनी आपल्या षडयंत्रात बाजीरावला अशा पध्दतीने फसवले कि तो घाबरुन गेला, त्यांनी एका तहाच्या अनुसार सिंहगड, पुरंदर, आणि रायगड इ. किल्ले कंपनीला देऊन टाकले, नंतर तो माहुली नावाच्या तीर्थावर एका इंग्रज ऑफिसर सर जॉन मेलकम ला भेटला.त्यानी मेलकम ला साफ सांगितले कि ह्या नव्या तहावर माझ्यावर बंदूक रोखून हस्ताक्षरे घेण्यात आली. त्यांनी एलफिंन्सटनच्या घाणेरड्या व्यवहाराबद्दल आणि विरोधी चालींबद्दल तक्रार केली. मेलकमनी उत्तरात त्याला सल्ला दिला कि आपण एक सेना तयार करा जी दक्षिण भारतातील मुसलमानां विरुध्द इंग्रजांची मदत करेल. पेशवा बाजीराव मेलकमच्या सांगण्यात फसला आणि पुण्यात येऊन सेना तयार केली. इथे सर जॉन मेलकमनी एलफिंन्सटनला इशारा केला, त्यांनी बाजीराव द्वारा सेना जमवल्याची गोष्ट गव्हर्नरला हे लिहून सूचित केली कि तो इंग्रजांबरोबर लढण्याची तयारी करीत आहे, त्यांनी हे पण लिहीले कि बाजीराव शी लढाई करायला कंपनीची आणखी अधिक सेना ताबडतोब पुण्याला पाठवून द्यावी. बस, ३० ऑक्टोबर १८१७ ला जनरल स्मिथ आणि कर्नल बरच्या अधीन एक पुरी पलटनने येऊन, पुण्याच्या बाहेर ४ मैलावर आपला डेरा टाकला.पेशवा बाजीराव इंग्रजांच्या ह्या विश्वासघाताला समजून गेला, त्याचे सेनापति बापू गोखलेच्या नेतृत्वत सेनेनी ५ नोव्हेंबर १८१७ ला खडकी स्थानावर इग्रज सेनेशी लढाई केली धुमशच्क्री युध्द झाले परंतु बाळाजी पंत नातू आणि यशवंतराव घोरपडेंसारखे विश्वासघातकीयां मुळे पस्शव्यांनी सेना इतकी कमकुवत झाली कि विजय इंगर्जांचा झाला. बाजीरावच्या समोर आता इंग्रजांना शरण येण्याशिवाय आणि तडजोड करण्याशिवाय कोणताही उपाय नव्हता,सर जॉन मेलकमने गव्हर्नर जनरलच्या आज्ञेप्रमाणे बाजीरावला वार्षीक आठ लाख रुपयाचे पंन्स्सन देऊन कानपुअर जवळच्या गंगाकाठी बिठुर नावाच्या स्थाना वर पाठवून दिले.सर जॉन मेलकमने हे जे काही केले, ते एका विचाराच्या योजनेने केले, त्यांनी ह्या आगोदर गव्हर्नर जनरल ला लिहीले होते- मी राजा पासून रंका पर्यंत- ह्या देशातील लोकांच्या भावनांना चांगला ओळखून आहे,म्हणून मी नि:संकोच म्हणू शकतो कि इंग्रज सरकारचे यश आणि त्याची कुशलता दोन्ही यात आहेत कि

बाजीराव ला कैद करण्यत किंवा मारण्या च्या ऐवजी त्याला राजीखुषीने त्याच्या कडून पदत्याग करवून पेंशन देऊन कोठेतरी पाठवून द्यावे, जर त्याला मारले, तर लोकांना त्याची दया येईल, कुणाच्या आकांक्षा उंचावतील आणि विदेशी शासनाने असंतुष्ट लोकं कधी ही कोणत्याही नव्या हक्काच्या झेंड्याखाली जमा होतील, जर बाजीराव ला कैद केले तर, तरीपण लोकांची सहानूभूती त्याच्या बरोबर राहील आणि मरठ्यांच्या मनंत एक दिवस बाजीरावच्या पळून जाण्यात आणि आपल्या सेशाला स्वतंत्र बनवण्याची इच्छा होईल, परंतुजर बाजीराव आपल्या सेनेला बरखास्त करुन स्वत: पद त्याग करेल, तर लोकांवर आपल्या हिताचा चांगला प्रभाव पडेल.(लाईफ ऑफ मालकम: सर जॉन के.: खंड २ पृष्ठ २४)

अशा रितीने पेशवा बाजीराव चे सारे राज्य कंपनी द्वारा शासित क्षेत्रात मिळवले गेले, ह्या प्रकारे इंग्रजांचे मनसुबे वाढत गेले. त्यांनी महराष्ट्र, मध्य प्रांत, मध्य भारताचा बराचसा प्रदेश आपल्या ताब्यात घेतला हेस्टिंग्सच्या जाण्या नंतर लॉर्ड विल्यम बेंटिग गव्हर्नर म्हणून आला आणि त्यांनी पण भारतातील इंग्रजी राजच्या मूळांना पसरवली आणि पक्की बनवली.

अवधचे राज्य कंपनी शासनात घेतले

अवधचे नवाब आणि कंपनी यांच्यात सन १८०१ मध्ये एक तह झाला.त्यात इंग्रजांनी वचन दिले होते कि नवाबाची बाकी सर्व पिढ्यान पिढ्या नवाबांच्या शासनात कायम राहातील आणि त्यात इंग्रज कधी ही कोणत्याही प्रकारचा हस्तक्षेप करणार नाही, परंतु ह्या नंतर वेळोवेळी इंग्रज गव्हर्नर जनरलांनी कोणत्या न कोणत्या प्रकारांनी अवधच्या नवाबा कडून खूप मोठ्या प्रमाणात धनाची वसुली केली, परिणाम असा झाला कि अवधच्या नवाबांची आर्थिक ओढाताण वाढली, त्याच बरोबर एक इंग्रज रेजीमेंट लखनौ मध्ये राहू लागला, जो शासनाच्या छोट्याछोट्या गोष्टीत पण हस्तक्षेप देऊ लागले.

सन १८४७ मध्ये वाजीदअलीशाह तख्तावर बसला. नवाब वाजीदअलीशाह तरुण, उमदा आणि समजदार होता. त्यानी अवधच्या शासनात अनेक सुधारणा केल्या. तो समजला होता कि सेनेला मजबूत करण्याची जरुरी आहे, म्हणून त्याने सेनेच्या अनुशासनासाठी अनेक नवे आणि कठोर नियम बनवले, त्यानी रोज आपल्या समोर सेनेची कवायत करण्यास सुरवात केली. तो स्वत: सूर्योदयाच्या अगोदर सेनापतीचा पोशाख घालून घोड्यावर स्वार होऊन मैदानात पोहोचत होता.

कोणत्याही पलटन ला पोचण्यास उशीर झाल्यास तो दोन हजार रुपये दंड वसूल केला जात असे. इतिहास लेखक मेटकाफ च्या अनुसार वाजीदअलीशाह आपल्या नियमांचा इतका पक्का होत कि कोणत्याही कारणाने स्वत: ला कधी उशीर झाला तर तो स्वत: तितकाच दंड भरत असे, पलटनाची ही कवायत दुपार पर्यंत चालत असे आणि वाजीदअलीशाह स्वत: जातीने हजर असे.

राज्य शासन आणि सैन्य संगठनात इतके अनुशासन इंग्रजांना कसे पसंत पडेल, त्यांनी वाजीद अलीशाह वर अनेक प्रकारे दबाव टाकला आण्इ सांगितले कि जेंव्हा कंपनीची सेना आपल रक्षेसाठी आहे तर आपल्याला सेना ठेवायची गरज काय? शेवटी दबाव एवढा वाढल कि वाजीदअलीशाहला कवायनीत जाणं बंद कराव लागलं, त्यामुळे प्रशासनात थोडा ढिलेपणा येणं स्वाभाविक होतं.

त्या वेळी लॉर्ड डलहौसी गव्हर्नर जनरल होता आणि आपली विस्तावादी नीतिच्या आधारे तो अवधला कोणत्या ना कोणत्या कारणांनी हडप करण्याच्या बेतात होता, म्हणून आधी त्यांनी वाजीद अलीशाह ला स्त्री लंपट आणि चरित्रहीन ठरवून बदनाम केले, आणि आळ हा घेतला कि नवाब वाजीद अलीशाह राज्यात कोणतीच सुधारणा करत नाही, तो शासका योग्य नाही, म्हणून अवधच्या साम्राज्याला कंपनी राज्यात मिळवावे. शेवटी लॉर्ड डलहौसीच्या आदेशाचर लखनौ स्थित इंग्रज रेजीडेंट औटरम वाजीद अलीशाहच्या जवळ आला आणि त्याने त्या कगदावर हस्तक्षर करण्यास सांगितले, ज्या वर लिहीले होते- मी, वाजीद अलीशाह, खुषीने आपले साम्राज्य इंग्रजांना देण्यास तयार आहे, त्या कागदाला वाचल्यावर वाजीद अलीशाह ने हस्तक्षर करण्यास नकार दिला, रेजीडेंतने त्याच्या वर खूप दबाव टाकला, धमकी दिली, लाच देण्याचा प्रयत्न केला. ३ दिवस त्यांनी वाट पाहिली, पण वाजीद अलीशाह ने हस्तक्षर केले नाही, ह्या वर कंपनी ने लखनौ मध्ये जबरदस्ती प्रवेश केला. त्यांनी वाजीद अलीशाह ला अटक करुन कलकत्याला पाठवले, महालींना लूटले, बेगमांना अपमानीत केलं, वाजीद अलीशाह वर जे स्त्रीलंपटचे जे आरोप लावले होते, त्याच्या आधारावर एका सतशील चरित्र असणा-या नवाबाची खोटे चित्र इतिहासाच्या पुस्तकांत इंग्रजांनी प्रसिध्द केले.

लॉर्ड डलहौसी ची साम्राज्य-विस्तारवादी नीति

सन १८५७ च्या महसंग्रमात एक अत्यंत महत्वपूर्ण कारणामुळे लॉर्ड डलहौसी च्या सामराज्य विस्तरवादी नीति ची चर्चा विस्ताराने करणे येथे आवश्यक आहे.

लिहीले आहे- कि लॉर्ड ऑकलँड च्या वेळी इंग्लिस्तांनांत लॉर्ड लँस्डाऊन च्या घरी तेथील मंत्री आणि खास-खास नीतिज्ञांची एक बैठक झाली, ज्यात हा निश्चय केला गेला होता कि भारतातील आपले मित्र देशी राज्यांच्या राज्याला ज्या प्रकारे आहेत, आपल्या साम्राज्यात मिळवून आपल्या मिळकतीला वाढविले पाहीजे, ह्या निश्चि नीति च्या अनुसार लॉर्ड डलहौसी ने एक-एक करुन भारतातील उरले सुरले देशी राज्यांना नष्ट करण्यास सुरवात केली.

पंजाब च्या रणजीत सिंग च्या बरोबर जो समझोता झाला होता, त्याला लॉर्ड डलहौसी ने फेटाळून लावले आणि पंजाब वर हल्ला केला, ह्यात शीख सेनेचा परभव झाला, इतिहासकारांनी लिहीले आहे- भारतीय चरित्राचे हे पतन; ज्या कारणाने इंग्रजांनी ह्या देशावर आपले साम्राज्य कायम केले, दुस-या कोणत्याही प्रांताच्या इतिहासात इतक्या वेळा आणि इतक्या ठळक अक्षरात चमकले नाही, जितके पंजाब च्या इतिहासात चमकले. एंभर वर्षापूर्वीएक इंग्रज अधिकारा-याने लिहीले होते- आपल्याला ताबडतोब ह्याचा स्विकार करायला पाहीजे, कि भारताच्या एका संग्रामात आपला विजयाचे कारण ह्या अधिक आपले चागले प्रशासकीय काम नाही आहे, जेवढी कि आशियायी चरित्राची दुर्बलता आहे.त्या सिध्दांत वर आपल्याला लक्षांत ठेवायला पाहीजे कि ज्या वेळी भारताच्या जन संख्येच्या वीसावा हिस्सा पण एवढा दूरदर्शी आणि हुषार होईल, जेवढे आपण आहोत,त्यावेळी आपल्याला परत त्याच वेगांत मागे जाऊन तशीच एक तुच्छ गोष्ट बनून जावं लागेल, जसे आपण पहिले होतो.(एशियाटिक जर्नल सन १८२१ मध्ये कर्नाटकिस) लिहीले आहे- नि:संदेह पंजाब च्या राजनौतिक पतनाचे मुख्य कारण, पंजाब च्या त्या वेळेच्या राजनैतिक नेते आणि प्रभावशाली वंशांच्याचरित्राचा आश्चर्याजनक पतन होते, जे लोकं शीख साम्राज्याचे प्रमुख स्तंभ होते, ते पण स्वार्थी, विश्वासघातकी आणि देशद्रोहाच्या मूर्ती स्पष्ट झाल्या. (भारतात इंग्रजी राज्य: सुंदरलाल: पृष्ठ ७५८)

२९ मार्च सन १८४९ ला गव्हर्नर जनरल लॉर्ड डलहौसी ने एक फतवा प्रकाशित केला ज्यात शीखांच्या अधिपत्याचा पुढे शेवट केला गेला, पंजाब वर इंग्रजांचे अधिपत्यकायम झाले आणि पंजाब ब्रिटीश भारतीय साम्राज्याचा एक प्रांत बनल. लिहीले आहे- हे ध्यानांत घेण्यासारखे आहे कि आता पंजाब मधील खूप मुसलमानांनी इंग्रजी सत्तेला भूलून विदेशी आक्रमकांना साथ दिले, त्याच वेळी अफगाणिस्थानचा अमीर मित्र मोहंमद खां शीखांबद्दल आण्इ लाहोर दरबारच्या बरोबरसंपूर्न सहानुभूति प्रकट करीत होता. एवढचं नाही, तसंच लॉर्ड डलहौसी चे

वक्तव्य आहे कि दोस्त मोहंमद खां आणि त्याचे पठाण, शीखांना मदत पण देत होते. आपल्याला हे लक्षांत ठेवायला पाहीजे कि बरोबर त्या वेळी बहावलपुर आणि दुसरी कडून हजारो मुसलमान, दिवाण मूलराज च्या झेंड्याखाली जमा झाले होते, तरी ही, जरी पहिल्या पासून शीख युध्दात तेजसिंग आणि लालसिंग हजर होते, तर दुस–या युध्दात शमदुद्दीन आणि नूरुद्दीन हजर होतेहिंदु असेल किंवा मुसलमान– ह्यात काही शंकाच नाही कि दुस–या भारतवासीयां प्रमाणे पंजाब च्या लोकांचे चरित्र पण त्या वेळी देशासाठी अहितकारक सिध्द होत होते. राष्ट्रीयते च्या भावनेचा त्यात अभाव होता, हेच कारण होत कि शासनाची योग्यता, असीम वीरत, युध्द कौशल्य आणि साहस असून सुध्दा ते अल्पसंख्यांक , घाबरट, अकुशल परंतु हुषार विदेश्यांच्या एक दोन झटक्याच्या समोर नि:सत्व होऊन पडले.(भारतात इंग्रजी राज्य: सुंदरलाल: पृष्ठ ७८०)

ही एक उल्लेखनीय गोष्ट आहे कि डलहौसी ने युध्दाशिवाय आणखीन आठ हिंदुस्थानी राज्यांचा अंत केला, ह्या पध्दतीने त्यानी आपल्या विस्तारवादी नीतिने एका विशाल मराठा सामराज्याच्या अंगाला भोकं पाडली,डलहौसी ने ज्या नीति अनुसार सातारा, नागपूर, झांशी, संबळपुर जेतपुर, तंजावर आणि कर्नाटकला राज्यात मिळवले, त्याला इंग्रजीत लॅप्स म्हंटले गेले,लॅप्सचा अर्थ हा होता कि ज्या देशी नरेशांनी कंपनी बरोबर मित्रतेचा तह केला अथवा ज्यांच्या पूर्वजांच्या मदतीने कंपनीने भारतात आपलं राज्य कायम केलं,त्यांच्या तील कोणी ही मेल्यावर, जर त्याला कोणतेही आपत्य नसेल, तर त्याच्या सर्व राज्यावर इंग्रज कंपनी चा अधिकार हक्क होत होता आणि कंपनी त्याची राज्य ताब्यात घेत असे, मूल न होण्याच्या परिस्थितीत आपल्या जनळच्या कोणत्याही नातेवाईकाला दत्तक घेण्याचा हक्क प्रत्येक भारतीयांना त्यांचा धर्म आणि रिवाजा अनुसार सदैव आहे, पतिच्या मुत्रहीन मेल्या नंतर त्याच्या विधवेला दत्तक घेण्याचा हक्क होता हा हक्क आणि दत्क घेण्याची प्रथा अतीप्राचीन काळा पासून भारतात चालत आली आहे, परंतु डलहौसी च्या लॅप्स नीतिनुसार, त्या भारतीय राजाला ज्यानी दुर्भाग्या ने इंग्रजांशी मित्रता केलीअसेल किंवा त्याची विधवा महाराणीला दत्तक घेण्याचा कोणताही हक्क नव्हता, दत्क पुत्राला गादीचा अधिकारी मानला जात नव्हता. ह्या विचित्र नीतिवर अंमल करुन लॉर्ड डलहौसी ने राज्याला गिळंकृत केले होते, त्यात काही मोठ्या आणि महत्वपूर्ण राज्ये होती आणि त्यांना गिळंकृत करणं सन १८५७ च्या निद्रोहा चे एक कारण बनले.

झांशीवर पेशव्यांचा एक सुभेदार शासन करत होता, कंपनी ने सन १८५७ मध्ये झाशी चा राजा रामचंद्रराव बरोबर मित्रतेचा तह केला, ज्यात वचन दिलं कि झांशीचं समस्त राज्य कायमचं राजा रामचंद्रराव, त्याच्या उत्तराधिकारी आणि वंशाच्या परंपरेच्या रुपाने राहायला दिले जाईल. (एचिंन्स ट्रिटीज,परिवर्धीत संस्करण) त्या वेळी झांशीवर राजा गंगाधर राव शासन करथोते, त्यांचा विवाह लक्ष्मीबाईशी झाला जो पेशव्यांचे एक सेवक मोरोपंतांची मुलगी होती आणि बिठूर येथेपेश्व्यां बरोबर रहात होती, २१ नोव्हेंबर १८५३ ला गंगाधर राव यांचे निधन झाले, मृत्युच्या वेळी गंगाधर रावांचे वय अधिक होते आणि त्याना काही संतान नव्हते, म्हणून त्यांनी विधिवत दमोदरराव नावाच्या एका मुलाला दत्त्क घेतले होते, दामोदर राव, गंगाधर रावांच्या कुळातील होता, मेजर ईव्हांन्सबेले लिहीतात- दत्तक घेण्याचा संस्कार अगदी हिंदु शास्त्राच्या मर्यादेनुसार केला होता. इंग्रज अधिकारी संस्कारा वेळी हजर होतेआणि राजाने मरन्या आधी नियमानुसार इंग्रज सरकार ला त्याचे सुचना दिली होती(एम्पायर इन इंडिया : मेजर ईव्हांन्स बेल: पृष्ठ २१२-२१३) परंतु ह्या नंतर सुध्दा लॉर्ड डलहौसी ने २७ फेब्रुवारी १८५४ ला निर्णय केला कि दत्तक पुत्राला राजा करण्याचा कोणताही अधिकार नाही. १३ मार्च १८५४ ला एका फर्माना द्वारे झांशी च्या राज्याला जबरदस्तीने कंपनी राज्यात मिळवले. हा लॉर्ड डलहौसी चा प्रत्यक्ष अन्याय होता आणि इंग्रज इतिहासकारांनी पण याची निंदा केली आहे.

ह्याच पकारे सन १८01 च्या तहाच्या अनुसार कर्नाटक आणि कंपनीत एक समझोता झाला होता, सन १८५५ मध्ये ज्या वेळी कर्नाटकचे नवाबमोहंमद गौस चे निधन झाले आणि त्याचे उत्तराधिकारी अजीमशाह ला इंग्रजांनी नवाब म्हणून स्विकार करण्यास नकार दिला, मद्रास चे गव्हर्नर लॉर्ड हॅरिस ने लॉर्ड डलहौसी ला लिहीले- कर्नाटक च्या नवाबा ची सत्ताहा केवळ दिखाव्याचा तमाशा आहे, पण कोणत्या ही वेळी आपल्या विरुध्द विद्रोह आणि आंदोलनाचे एक केंद्र बनू शकत, म्हणून ह्या तमाशाला चालू ठेवणे आता ही बुध्दीमत्ता नाही आहे, लॉर्ड डलहौसी ला हॅरिस चा सल्ला बरा वाटला आणि त्यानी कर्नाटकचा प्रदेश इंग्रजांच्या राज्यात मिळवला.

पेशवा बाजीराव च्या बरोबर पण सन १८१८त कंपनीने एक तह केला आणि हे ठरलं कि त्याच्या कुटुंबियांना आणि त्यांच्या आश्रितांच्या पोषणासाठी वार्षिक आठ लाख रुपये देण्याचे वचन दिले गेले. सन १८२७ मध्ये बाजीरावनी नाना धंधूपंत ला दत्तक घेतले, नानाचे वय त्या वेळीतीन वर्षाचे होते,कानपुर जवळ बिठूर

मध्ये त्या वेळी अंदाजे आठ हजार पुरुष स्त्रीया व लहान मुलं राहात होती, ह्या सर्वांचे पोषण त्याच वार्षिक आठ लाख रुपये च्या पेंशनात होत होतेबाजीराव च्या मृत्यु आगिदर पेंशनचे ६२ हजार रुपये कंपनी जवळ बाकी होते,लॉर्ड डलहौसी ने केवळ नानाला उत्तराधिकारीमानण्यास नकार दिला नाही तर बाकी ६२ हजार रुपये देण्यास ही नकार दिला, शिवाय नाना साहेबंना ही नोटीस पण दिली, कि बिठूर ची जहागीर ही ज्या वेळी पाहीजे त्यावेळी काढून घेतली जाईल,हा नाना सहेबांवर अन्याय होता आणि याला सर जॉन के. चार्ल्स बाल ट्रेवलियन आणि मार्टिन- चारही इंग्रज इतिहासकारांनी स्वीकर केला आहे कि न्याया नानांच्या पक्षांत होता.

लॉर्ड डलहौसी च्या ह्या अपहरण आणि विस्तारवादी नीतिचे काय परिणाम होत होते, ह्याला मद्रासस कौंसिलचे सदस्य जॉन सुलिवान ने लिहीले आहे- ज्या वेळी कोणत्याही देशी राज्याचा अंत केला जातो, त्या वेळी त्या राजाला हटवून एक इंग्रज त्याच्या जागी नियुक्त केला जातो, त्य इंग्रजाला कमिशनर म्हंटले जाते, ती किंवा चार डझन खानदानी देशी दरबारी आणि मंत्र्यांच्या स्थानावर कमिशनरचे तीन चार सल्लागार नियुक्त केले जातात.हा जुना छोटासा दरबार लुप्त होऊन जातो, तेथील व्यापार ढिसाळ पडतो,राजधानी ओस पडते, लोकं निर्धन होतात, इंग्रज फळतात आणि स्पंजसारखे गंगेच्या किना-या वरुन धन खेचून त्याला थेम्स च्या किना-या वर पिळून काढतात. (ए प्ली फॉर दि प्रिंसेस ऑफ इंडिया: जॉन सुलिवान: पृष्ठ ६७)

भारतीय राज्यांच्या अपहरणाचे प्रतिक्रिये ला इतिहास लेखक लुडलो ने ह्या शब्दात व्यक्त केले आहे- नि:संदेह जर ह्या प्रकारच्या परिस्थितीत ज्या नरेशांचे राज्य इंग्रजी राज्यात मिळवली गेली, त्यांच्या पक्षात इंग्रजांच्या विरुध्द भारतवासीयांचे भाव भडकून उठले नसते, तर भारतवासीयांना मनुष्यतेच्या नजरेतून उतरले असं म्हंटल जाईल. नि:संदेह अशी एक ही स्त्री नसेल, जीला ह्या राज्याच्या अपहरणाने आमचा शत्रु बनवलं नसेल, असा एक ही मुलगा नसेल ज्याला आमच्या ह्या कर्मामुळे फिरंगी राज्याच्या विरुध्द सुरवाती पासून घृणेची शिक्षा दिली जात नसेल. (थॉटस ऑन दि पॉलिसी ऑफ द क्राउन, लुडलो: पृष्ठ ३५-३६)

दिल्लीचा अंतिम मुगल सम्राट

शाह आलम मुलगा अकबरशाह चा मृत्यु सन १८३७ मह्द्ये झाला. अकबरशाहला इंग्रजांनी खूप त्रास दिलाहोता आणि त्याचा अपमान आणि घृणेच

जीवन जगायला भाग पाडले,अकबरशाह ने आपला मुलगा मिर्झा जहांगीर ला युवराज बनवायचा विचार केला, पण इंग्रजांनी ह्या प्रस्तावाला काही महत्व दिले नाही, कारण हे होतं कि मिर्झा जहांगीर इंग्रजांचा द्वेष करत होता, त्याला युवराज बनवण्याच्या प्रयत्नाला पाहून इंग्रजांनी त्याला कोणत्या तरी कारणाने इलाहाबाद ला पाठवून तेथे नजरकैद केले. सन १८३७ मध्ये अकबरशाह चा मृत्यु झाला, त्यावेळी त्याचा मुलगा बहादूरशाह जफर गादीवर बसला.

शाह आलम च्या बरोबर इंग्रजानी जे अनुबंधनामा केला होता, त्याच्या सगळ्या अटी इंग्रज मानण्यास टाळाटाळ करत होते,अकबरशाह नी बराच प्रयत्न केला, पण इंग्रजांनी त्या अटी पूर्ण करण्यासाठी काही पर्वा केली नाही, ह्या नंतर जेंव्हा बहादूरशाह गादीवर बसला तेंव्हा त्याने पण अनुबंधनामा सबंधी अटी पूर्ण करण्यासाठी इंग्रजांना सांगितले, त्यानी हे ही सांगितले कि मला जी रक्कम खर्च करण्यास दिली जाते,ती पण वाढवून द्यावी. ह्या वेळी बहादूरशाह ला उत्तर मिळाले कि जर आपण आपले व आपल्या वंशजांचे बाकी असलेले सर्व अधिकार विधिवत कंपनीला सोपवत असाल तर खर्चाची रक्कम वाढवण्यात येईल, पण बहादूरशाह ने हा प्रस्ताव मंजूर केला नाही, ह्यांमुळे बादशाह व त्याच्या जनतेच्या मनांत इंग्रजाच्या बद्दल घृणा आणि राग भरला.

दिल्लीत जो रेजीडेंट राहात होता तो गव्हर्नर जनरल बरोबर मिळून प्रयत्न करीत होता कि असा काही खेळ खेळा पाहीजे कि बादशाह ची उपाधि सुध्दा संपवून टाकावी, बाकी सर्व जे नष्ट केले झाले आहे, त्याचा खुलासा ह्या एका पत्राने लागल आहे कि रेजीडेंट ला गव्हर्नर जनरल ने त्याच्या प्रतावाच्या उत्तरात लिहीले होते कि का बादशाहची उपाधि आपण संपवून टाकायची नाही. गव्हर्नर जनरल लॉर्ड डलहौसी ने लिहीले- सम्राटाचे वर वर चे वैभव आणि ऐश्वर्याची अनेक भूषणं उतरली आहेत, ज्यामुळे त्या वैभवाची पहिल्यासारखी चमक राहीली नाही, आणि सम्राटाचे ते अधिकार, ज्या वर तैमुरच्या कुळांना घमेंड होती, एक दुस-या च्या नंतर हिसकावले गेले आहेत, म्हणून बहादूरशाह च्या मरणा नंतर, कलमाच्या एका गोत्याने बादशाह च्या उपाधिचा अंत करणे काहीच कठीण होणार नाहीबादशाहची नजर, जे गव्हर्नर जनरल आणि कमांडर इन चीफ देत होते ती बंद झाली आहे,कंपनी चा शिक्का, जो बादशाहच्या नावाने मारला जात होता, तो सुध्दा बंद केला गेला. गव्हर्नर जनरल च्या मोहोरेत जे पहिले बादशाहचा फिदवी-ए-खास (बादशाहचा खास सेवक) हे शब्द होते ते काढून टाकण्यात आले आणि

हिंदुस्थानी श्रीमंताना मनाई करण्यात आली कि ते हे आपल्या मोह-यात बादशाह च्याप्रति अशा शब्दांचा प्रयोग करु नये, ह्या सर्व गोष्टीच्या नंतर आता इंग्रज सरकारने असा निर्णय घेतला आहे कि दाखवण्या सारखी अशी कोणती ही गोष्ट बाकी ठेवायची नाही, ज्यामुळे आपले सरकार, बादशाहच्या अधीन आहे असं वाटावं, म्हणून दिल्लीच्या बादशाह ची उपाधि, एक अशी उपाधि आहे, ज्याला राहून देणे आमच्या सरकारच्या इच्छेवर अवलंबून आहे. (ख्वाजा हसन निजामी कृत दिल्लीची जांकनी तून)

इंग्रजांचा बहादूरशाह च्या बरोबरची सारखा अपमानजनक व्यवहार, त्याचा मुलगा जवांबख्त ला युवराज बनण्यास विरोध खर्चाची राशी वाधवण्यास विरोध आणि बादशाहच्या विरुध्द गुप्त खलबते आणि त्याच्या प्रजेच्या मनांत द्वेष आणि रागाची आग भडकवली होती.

भारतात ख्रिश्चन मताचा प्रचार

ईस्ट इंडिया कंपनी च्या इंग्रजांनी, भारतात व्यापार आणि साम्राज्य स्थापित करण्याच्या बाबतीत तर उघडपणे काम केले, पण ह्याच बरोबर हळूहळू आपल्या वाढत्या प्रभावाचा उपयोग करीत, त्यांच्या मनांत अचानक ख्रिश्चन धर्माचा प्रचार करण्याचा उत्साह प्रकट झाला, गव्हर्नर जनरल वेल्सली ने ज्या उत्साहाने आपल्या राजनतिक उद्देशांची पूर्ति केली त्याच प्रकारे ख्रिस्ती धर्माच्या प्रचारात पण रस घेतला आणि ह्या दिशेने आपला प्रयत्न सुरु केला, लिहीले आहे- वेल्सली ने भारातात आल्या बरोबर सर्व प्रथम ख्रिस्ती धर्मानुसार इंग्रजाच्या प्रदेशात रविवारी सुट्टी जाहीर केली, ह्या दिवशी वर्तमान पत्र छापणे कयद्याने बंद केले, कलकत्याच्या फोर्ट विल्यम मध्ये एका कॉलेज ची स्थापना केली, ह्या कॉलेजचा एक उद्देश्य विदेशी सरकारसाठी सरकारी नोकर तयार करणे वेल्सलीच्या जीवन चरित्राचे लेखक आर. आर. पियर्स ने साफ लिहीले आहे- कि हे कॉलेज व्हारतवासेयांच्या मनांत ख्रिस्ती धर्माला पसरविण्याचे पण एक प्रमुख साधन आहे, ह्या कॉलेज द्वारे भारतातील सात वेगवेगळ्या भाषां मध्ये एंजिल चा अनुवाद करुन, त्याचा भारतीयांच्यात प्रचार केला गेला. उेल्सली ने आपल्या व्यक्तिगत जीवनात चरित्रवान होता आणि सर्वजनिक जीवनाताअपल्या आधीच्या गव्हर्नर जनरल पेक्षा अधिक ईमानदार होता, त्याच्या ह्या ख्रिस्ती धर्मनिष्ठेसाठी इंग्रज इतिहास कारांनी त्याची प्रशंसा केली. (भारतात इंग्रजी राज्य: सुंदरलाल: पृष्ठ ३२२)

जस जस भारतात इंग्रजांचे शासन वाढत गेले, त्यांची ख्रिस्ती-धर्म- प्रचाराची नीतिला पण विस्तार मिळत गेला. सुरवातीला मद्रास प्रदेशात लोकांनी मोठ्या संख्येने ख्रिस्ती धर्माचा स्विकार केला. लॉर्ड विल्यम बेंटिक ज्या वेळी मद्रासचे गव्हर्नर होते सर जॉन क्रेडक सेना-प्रमुख होते तेंव्हा ह्या दोघांनी मिळून मद्रास प्रदेशात मोठ्या उत्साहाने ख्रिस्ती धर्माला वाढवल, हे पण लिहीले आहे, कि लॉर्ड विल्यम बेंटिकने एका फ्रेंच ख्रिस्ती पाद्री ला आठ हजार रुपये रोख देऊन भारतवासीयंचे धार्मिक आणि सामाजिक पारंपारिक पध्दतीवर एक पुस्तक लिहीले, ह्या पुस्तकात भारतीयांची घोर निंदा केली गेली आणि त्यांचा अपशब्दात अपमान केला, ह्या पुस्तकाला भारताच्या खर्चाने छापले गेले आणि त्याच्या प्रति इंग्लंड मध्ये वाटल्या गेल्या. खरं तर ह्या पुस्तकाने त्यांचा हे दाखवायचा प्रयत्न होता कि हिंदुस्थानी लोकं अतिशय जंगली आहेत आणि त्यांच्या उध्दारासाठी इंग्रजांचे शासन आवश्यक आहे. (इंन्स्लायकोपिडिया ब्रिटेनिका: खंड ८, पृष्ठ ६२४, अकरावे संस्करण)

सुप्रसिध्द इंग्रज विद्वान हरबर्ट स्पेंसर ने लिहीले आहे कि मोठ्या कपटी स्वेच्छाशासनाच्या वतीने ह्या देशाच्या पराधिनतेला कायम ठेवण्यासाठी उपाय केले गेले आणि त्यासाठी देशी शिपायांचाच उपयोग केला, अशा प्रकारे आम्हालाच हत्यार बनवून, आमच्या विरुध्दच त्याचा उपयोग करुन त्यांनी आपल्या कपटी चरित्राचा परिचय भारतीयांना ख्रिस्ती बनवून दिला, त्यावेळी ख्रिस्ती शासक, ख्रिस्ती मत प्रचारकांना सगळ्या सुविधा आणि मदत देत होते, पाद्री लोकांना कोठेही जायचे असल्यास, त्यांना इंग्रज सरकार कडून पासपोर्ट मिळत होते, त्यांच्या प्रचार पत्रिका व आवेदने सरकारी छापखान्यांत फुकट छापल्या जात होत्या किल्याच्या आंत भारतीय शिपायां मध्ये प्रचार करण्यासाठी खास सुविधा मिळत होत्या, त्रिवांदुर जशा देशी प्रदेशात पण राजांवर आणि दिवाणांवर जोर देऊन ख्रिस्ती प्रचारा साठी खास सुविधा मिळत होत्या (रेव्हरंड सिडनी स्मिथ: एडिनबर्ग रिव्यू, फॉर १८०७, ऑन दि कनर्व्हशन ऑफ इंडिया) ह्याच बरोबर मद्रास प्रदेशाची हिंदुस्थानी सेनेला हे आदेश केले गेले कि कोणताही शिपाई कवायतीच्या वेळी ड्यूटीवर किंवा पोषाख घातल्यावर आपल्या कपाळावर तिलक इ, चिन्ह लावू शकत नाही आणि कानांत बिकबाळी घालू शकत नाही, हिंदु मुसलमान सर्व शिपायांना हुकुम दिला गेला कि आपली दाढी कापून टाकावी आणि सर्व जणांनी एकाच प्रकारच्या कापलेल्या मिश्या ठेवाव्यात. (मद्रासचे शिपायांना निर्देश १८०६)

निष्कर्ष हा होता कि एका बाजूला कंपनी सरकार भारताचे पूर्व, पश्चिम,उत्तर, दक्षिण आणि मध्य प्रदेशाच्या तमाम राज्यावर ताबा मिळवत होते आणि आपला प्रभाव पाडत होती आणि दुसरी कडे ख्रिस्ती मताचा प्रचार पण होऊ लागला होता, त्या वेळी इंगरजांनी जी नीति अवलंबली होती त्याचा परिचय इंग्रज विद्वान रेवह्लंड केनडींच्या ह्या शब्दात मिळतो- आमच्या वर कशाही प्रकार चे संकट आली, जो पर्यंत भारतात आमचं साम्राज्य कायम आहे तो पर्यंत हे आपल्याला विसरुन चालणार नाही कि आमचं मुख्य काम त्या देशात ख्रिर्स्ती मताला पसरवणे आहे जो पर्यंत कन्याकुमारी पासून हिमालया पर्यंत ख्रिताच्या मताला ग्रहण करणार नाही आणि हिंदु-मुसलमानांच्या धर्माची निंदा करणार तो पर्यंत आम्हाला सारखा प्रयत्न करावा लागेल. आमच्या हातात जेवढे अधिकार आहेत आणि जेवढी सत्ता आहे, त्याचा ह्यासाठीच उपयोग करायला पाहीजे.

ख्रिस्ती मताचा प्रचाराच्या ह्या नीतिच्या कारणामुळे भारतीय जनतेत असंतोष पसरत चालला होता. इंग्रज हे ही जाणत होते कि कोणत्याही जातीला अधिक वेळ पराधीन ठेवण्यासाठी त्यांच्यात कोणत्या प्रकारचा राष्ट्रीय अभिमान वा आपली प्राचीन श्रेष्ठता त्याच प्रमाणे तडक-भडकाची भावना ठेऊ द्यायची नाही इंग्रजांच्या ह्या नीतिने देशांत असंतोष, आक्रोश विद्रोह भडकवला.

४

१८५७: क्रांति चे कारण

स्वतंत्रता प्रत्येकाचा प्रकृतिदत्त अधिकार आहे आणि यासाठी ह्या पवित्र अधिकाराचे अपहरन करण्याची इच्छेचा अत्याचार मिटवणे प्रत्येकाचे प्रकृतिदत्त कर्तव्य आहे, व्यक्तिची राष्ट्राची तसच मनड्ष्याची प्रगती साठी त्यांच्या चैतन्य पाहीजे, परंतु जेथे स्वतंत्रता नसते तेथे चैतन्य राहाणे संभव नसते जे लोकं स्वतंत्रा हिसकावून घेतात, ते लोकांच्या प्रगतीचा विरोध करुन त्यांचे पंख कापण्याचं अक्षम्य पाप करतात, इतकच नाही, परंतु अनोळख्या सा-या मानव जातीचा अर्थात आपल्या मानेवर कु-हाद मारुन आत्महत्याच्या भयंकर पापाचा पण भागिदार होतो, हे पाप करुन आज पर्यंत कोणाचाच उध्दार झालाय? ह्या गुलामीच्या बेड्या परमेश्वराच्या इच्छे विरुध्द आपल्या मानवी बंधुंच्या पायात अडकवून आजपर्यंत कोणाचा विजय झाला आहे? स्वतंत्रता आणि गुलामीच्या भांडणात शेवटचा विजय स्वतंत्रतेचा होतो(१८५७ चे स्वतंत्रता संग्रामात विनायक दामोदर सावरकर द्वारा उधृतजेजिनचे विचार : पृष्ठ ३०-३१) एका अन्य लेखक सीले ला अप्ण उधृत करताना म्हंटले आहे- इंग्रजांचा हिंदुस्थानशी संबंध निसर्गाची चेष्टा आहे, ह्या दोन देशात कोणत्याही प्रकारचे प्राकृतिक बंधन नाही आहे, त्यांचे रक्त भिन्न आहे, पण हे सर्व विसरुन ज्या वर्षी क्लाइव्ह ने स्वार्थ आणि अन्यायाचे साम्राज्य स्थापित करण्यासाठी प्लासीच्या मैदानावर रक्त-मांसाचा पाया खणला, त्या सन १७५७ ह्या वर्षीच ह्या क्रांति युध्दाचा संकल्प केला होता(इंग्लंड चा विस्तार, पृष्ठ २१४)

इतिहासकार सुंदरलाल लिहीतात- आज आपण प्लासीचा बदला चुकवूया अशा घोषणा १८५७ मध्ये अगणित लढायांच्या दरम्यांन, भारतीय शोपयांच्या तोंडातून नोघाल्याचे ऐकण्यात आले आहे, सन १८५७ च्या मे-जूनच्या महिन्यात दिल्लीच्या हिंदुस्थानी वर्तमानपत्रात ही भविष्यवाणी छापली होती कि बरोबर प्लासीच्या शताब्दी दिवशी, म्हणजेच २३ जून १८५७ ला भारतात इंग्रजी राजवटीचा अंत

होणार! ह्या भविष्यवाणीची उत्तरे पासून दक्षिणे पर्यंत आणि पूर्वे पासून पश्चिमे पर्यंत संपूर्ण भारतात घोषणा करण्यात आली आणि ह्यात कोणताही संदेह नव्हता कि क्रांतित भाग घेणा-या भारतवासीयांच्या मनावर ह्याचा खूप प्रभाव पडला. (भारतात इंग्रजी राज्य: सुंदरलाल: पृष्ठ ८०४)

सन १८५७ची क्रांति कां झाली, ह्या प्रश्नाचे उत्तर देतांना इतिहासकारांनी सांगितले, हे सत्य सर्वांसमोर राहीलं आहे, लिहीले आहे- प्लासीच्या वेळेपासूनच अनेक भारतीयांच्या मनांत इंग्रज आणि इंग्रजी राज्यांच्या विरुध्द चीड आणि असंतोषाचे भाव वाढत होते, क्लाइव्ह च्या वेळेपासून डलहौसीच्या वेळेपर्यंत ज्या प्रकारे कंपनीचे प्रतिनिधींनी वचचए आणि हस्ताक्षराच्या तहाची पर्वा न करता भारताच्या अगनित राजकुळाम्न पद-दलित केले आणि त्यांच्या राज्याला एक-एक करुन इंग्रजी राजवटीत सामील केले, जशा प्रकारे देशाच्या प्राचिन उद्योग धंद्याला नष्टकरुन लाखो भारतवासीयां पासून त्यांची जीविका हिसकावली,ज्या प्रकारे असहाय्य बेगमांना आणि राण्यांना महालात घुसून लुटले शिवाय त्यांचा अपमान केला, आणि गोरखपुर तसच बनारसच्या समान लाखो भारतीय शेतक-यांना त्यांची पिढीजात संपत्ति आणि जमीनी पासून हकलून देऊन बेघर बनवले, ज्या प्रकारे जमीनदारांची जमीनदारीजप्तकरुन असंख्य प्राचीन घरांना जमीनदोस्त करण्यात आले, ह्या सर्व कारणांनी भारतीय राजे आणि भारतीय प्रजा दोघांच्या मनांत इंग्रजांच्या विरुध्द असंतोषाची आग आतल्या-आंत भडकत होती, नंतर डलहौसी च्या वेळी कंपनी आणि इंग्लिस्तान च्या परिणामाची साम्राज्य पिपासू वृत्तीने सीमा ओलांडण्याची हद्दी पर्यंत गेली, भारतीय राजांची प्राचीन प्रथेचा तिरस्कार करुन डलहौसीने सातार, झांशी, नागपुर इ सर्व राज्यांचा अंत करुन त्यांची समावेश आपल्या राज्यात केला, परत नवाब वाजीद अली शाहला कुशासनाच्या करणा वरुन कैद करुन अवधवर ताबा मिळवला आणि भारताच्या शेकडो तालुका मालकांना आणि जमीनदारांची पिढीजात जहागिरी हिसकावून त्यांना कंगाल केले. (भारतात इंग्रजी राज्य: सुंदरलाल: पृष्ठ ८०४-८०५)

परंतु १८५७ पुस्तक (लेखक- सुरेंद्रनाथ) च्या भूमिकेत मौलाना अबुल कलाम आजाद ने सन १८५७ च्या क्रांतिच्या कारणाच्या प्रति एक वेगळीच, काहीसा इंग्रजांच्या समर्थनात च्या दृष्टीकोनातून लिहीले आहे- प्राय: हा प्रश्न येतो कि ह्या विद्रोहाला लबाबदार कोण लोकं होती, काही जणाचे म्हणणे आहे कि एका संगठित दलाने ह्याची योजना बनवली आणि त्याच्या अनुशंगाने आंदोलन चालवलं

गेलं, मी ह्या गोष्टीला खरं मानत नाही,संघर्षाच्या दरम्यांन आणि ताबडतोब नंतर च्या वर्षीब्रिटीश सरकारने विद्रोहाच्या मूळ कारणांची मोठ्या सावधतेने चौकशी केली, लॉर्ड सॅलसबरी ने हाऊस ऑफ कॉमन मध्ये सांगितले होते कि मी हे मानण्यास तयार नाही कि एवढं व्यापक आणि शक्तिशाली आंदोलन चर्बीच्या गोळ्यां वरुन उठले,त्यांनी हा विश्वास प्रकट केलाकि विद्रोहा वरुन जे कारण दिसत होते, त्या शिवाय ही कोणते तरी दुसरे कारण होते, भारत सरकार आणि पंजाब सरकार नी ह्या प्रश्नाच्या अध्ययना साठी किती तरी आयोग आणि बोर्ड नियुक्त केले, त्या दिवसांत ज्या गोष्टी आणि अफवा प्रचलित होत्या, त्या सर्वांचे सावधतेने अध्ययन केले गेले, एका गोष्टीत सांगितले होते कि चपाती द्वारे जागो-जागी निरोप पोहोचवले जायचे, कोणाची ही भविष्यावाणी पण होती कि भारतात ब्रितीश शासन फक्त १०० वर्ष चालेल आणि प्लासीच्या लढाई च्या १०० वर्ष म्हणजेच जून १८५७ मध्ये, त्याचा अंत होईल खूप वेळेपर्यंत आणि खूप खोल पर्यंत शोध घेऊन सुध्दा ह्या गोष्टीला काही प्रमाण मिळत नाही कि हा विद्रोह पूर्व नियोजित होता वा सेना आणि भारतीय लोकांनी कंपनी च्या शासनाला उखडून टाकण्याचे षडयंत्र रचले होते. चिरकाळा पासून माझा विश्वास आहे, हल्लीच्या शोध कार्यात कोणताही असे तथ्य प्रकाशात आले नाही ज्या कारणाने मला माझ्या विचारात बदल पडेल. मौलाना अबुल कलाम आजाद जसे देशभक्तांची उपर्युक्त टिकेवर सहसा विश्वास केला जात नाही, कारण हे सत्या पासून खूप दूर आहे, हे सर्व विदित आहे कि इतिहास नेहमी दोन पक्षा द्वारे लिहीला जात आहे. १८५७ चा इतिहास सुध्दा इंग्रज आणि भारतीय इतिहासकारां द्वारा लिहीला आहे, ही गोष्ट विसरली जाऊ शकते कि इग्रजांनी आपल्या इतिहास लेखनांत अनेक सत्य घटनांना लपवून ठेवले आणि खोट्या गोष्टींना रचून प्रसिध्द केल्या, अशा अनेक गोष्टी आहेत आणि त्या १९४७ पर्यंत भारतीय इतिहासा च्या पुस्तकात शिकवल्या जात होत्या,जसे ब्लॅक होल वा सतीचौरा घाट कानपुर ची गोष्ट, मौलाना आजदांनी भारत सरकार आणि पंजाब सरकार चा वर उल्लेख केला आहे कि विद्रोहाच्या कारणांचा शोध घेतला ती सरकारं कधी निष्पक्ष होऊ शकतील, ह्या वर विश्वास कसा ठेवला जाईल? शेवटी अन्य इतिहास कारांनी त्याच घटनांना सप्रमाणित लिहील्या आहेत, तर त्या वर विर्वास का नाही ठेवायचा? त्या वेळची भारत सरकार आणि पंजाब सरकार, ब्रिटीश शासनाची सरकारं होती, आणि शोध कमीशन पन त्यांनीच स्थापित केले होते, त्यात जे भारतीय सदस्य वा इतिहासकार होते, ते इंग्रजांचीच पिल्लावळ होती आणि

त्यांना ब्रिटीश शासनाच्या विरुध्द काहीही म्हणण्या हिंमत कशी काय करतील, ब्रिटीशांच्या गुलामी चे भूत आमच्या इतिहासावर ह्या प्रकारे प्रतिबींबीत राहीले आहे कि आज पण अजरी आपण राष्तीय अभिलेखागारात जाऊन १८५७ ची सामुग्री पहायची झाले तर त्यासाठी आपळ्याला म्युटिन म्हणजेच शिपाई विद्रोहच्या सेक्शन मध्ये पाठवलं जाईल.

ज्या इतिहासकारांनी लंडन ला जाऊन इंडिया ऑफिस लयब्ररीत बसून प्रमाणित सामुग्रीच्या नोंदी साठी आणि भारतातील तमाम राज्यांच्या ऐतिहासिक दस्तावेजांची पूर्व विवेचना करुन, त्याच्या आधारे जेखरं लिहीले आहे, त्याला मौलाना अबुल कलाम आजाद ने नाकारुन एक मोठी आश्चर्यजनक गोष्टे लिहीली आहे, ह्या शतकाच्या सुरवातीला काही भारतीयांनी ह्या संघर्षाबाबत लिहीले आहे, जर खरं सांगितले तर हे मान्य होईल कि त्यांची पुस्तकं इतिहास नाही तर रजनीतिक प्रचार-मात्र आहे (हा संकेत संभवत: विनायक दामोदर सावरकरांच्या १८५७ चा स्वतंत्रता संग्राम आणि पं सुंदरलाल कृत भारतातील इंग्रजी राज्या च्या कडे आहे) ह्या लेखकांना हे सिध्द करयचे आहे कि हा विद्रोह ब्रिटीश सरकारच्या विरुध्द भारतातील मोठ्या-मोठ्या लोकांद्वारे आयोजित स्वातंत्र्य संग्राम होता, त्यांनी काही लोकांना युध्दाचे आयोजक सिध्द करण्याचा पण प्रयत्न केला आहे, असं म्हंटल केल आहे कि शेवटचा पेशवा बाजीराव चे उत्राधिकारी नाना साहेब पेशवे विद्रोहाचे संचालक होते आणि त्यांनी सर्व भारतीय सैनिकी ठिकाणांवर संतर्क स्थापित केला होता, ह्या प्रमाणाच्या रुपात त्यांचे म्हणणे आहे कि नाना साहेब मार्च आणो एप्रिल १८५७ ला लखनौ आणि अंबाला गेले आणि मे १८५७ मध्ये संघर्ष सुरु झाला, ह्याला स्पष्ट प्रमाण मनलं जाऊ शकत नव्हते मौलाना आजादां च्या या निंदीला पण ह्या घटनांना असत्य सिध्द करणारे स्पष्ट प्रमाण मानले जाऊ शकत नाही, त्यांनी ज्या पुस्तकात (१८५७-लेखक सुरेंद्रनाथ सेन) च्या भूमिकेत ही नोंद केली आहे- ह्या पुस्तकाला वाचून साफ पता लागलो कि ह्याचा लेखक इंग्रजांचा भक्त आहे आणि त्यांचे सर्व वक्तव्य एकपक्षी आहे.

सन १८५७ च्या क्रांतिच्या कारणाल चिन्हीत करण्या साठी ज्या वेळी आम्ही प्लासीचे युध्द (१७५७)पासून १८५७ पर्यंतच्या स्थितीचे गहन विस्लेषण करतो त्या वेळी निष्कर्ष रुपात जे मुख्य कारण पड्घे येते, ती पांच कारणे आहेत..

पहिले कारण- दिल्ली सम्राटंच्या बरोबर इंग्रजांचा वेळा-वेळी अनुचित व्यवहार.

दुसरे कारण - अवधचे नवाब आणि अवधची प्रजे च्या बरोबर अत्याचार

तिसरे कारण- डलहौसी ची अपहरण नीति

चौथे कारन- शेवटचा पेशवा बाजीराव चा दत्तक पुत्र नाना साहेबां बरोबर कंपनी चा अन्याय.

छंचवे कारण- भारतवासीयांना ख्रिस्ती बनवण्याची आकांक्षा आणि भारतीय सेनेत ख्रिस्ताच्या मतांचा प्रचार

लिहीले आहे कि ह्या पांच कारणाने मिळून सा-या भारतात इंग्रजी राज्या विरुध्द सर्व श्रेणीच्या लोकांच्या मनांत जबरदस्त विस्फोट्क सामुग्री जमवली होती, केवळ कोणत्याही एका योग्य नेत्याची आवश्यकता होती,जो ह्या सामुग्रीचा लाभ घेऊन संपूर्ण देशाला स्वाधीनता च्या एका महान संग्रामा साठी तयार करेल आणि अकस्मात ठिणगी ह्या गोष्टीवर पडून सेहात भयंकर आग लावेल, शेवटी काय वाट्टेल ते होवो (भारतात इंग्रजी राज्यः सुंदरलालः पृष्ठ ८१९)

सन १८५७ च्या क्रांतिला ज्या इतिहासकारांनी हे सांगून नाकारले आहे, कि त्यांचा हिंदु-मुसलमान व धार्मिक भावना शी काही देणे-घेणे नाही, त्यांनी लंडन टाईम्स चे विशेष प्रतिनिधी विल्यम हॉवर्ड रसेल, जे सन १८५७च्या क्रांति च्या वेळी हजर होते, त्याच्या विषयांत लिहीले आहे ते एक असं युध्द होते, ज्यात लोकं आपल्या धर्माच्या नावावर आपल्या जाती च्या नावावर सूड घेण्या साठी आणि आपल्या इच्छा पूर्ण करण्या साठी उठले होते, ह्या युध्दात संपूर्ण राष्ट्राने आपल्या वरील विदेश्यांच्या जुलूमाला फेकून त्याची जागा देशी राजांची सत्ता आणि देशी धर्माचा अधिकारपुन्हा कायम करण्याचा संकल्प केला होता (सर विल्यम हॉवर्ड रसेलः पृष्ठ १६४)

क्रांतीच्या योजनेचा सूत्रपात

१८५७ च्या क्रांतिची योजनेचा सूत्रपात गुप्तपणे झाला, त्या वेळी संचार साधन नव्हती, म्हणून संचारासाठी दुसरी साधने उपयोगात आणली बरेच इतिहासकार हे मानतात, कि क्रांती चा सूत्रपात कानपुर जवळ बिठूर मध्ये झाला,- प्रमाण तपासले - तर ते विसरुन जातात, कि इतक्या मोठ्या क्रांतीला केवढ्या गुप्तरितीने आयोजित करणे जरुरीचे होते, जर ते आयोजनाप्रमाणे सहज शक्य झाले असते तर ज्या इंग्रजांच्या विरुध्द ही क्रांती केली गेली, तर त्याला ताबडतोब नष्ट केलं असतं, तरी पण खूप ठिकाणी अशा घटना झाल्या, ज्याने क्रांतीच्या योजनेचं रहस्य भेदण्याची भीती होती- पण ते निभावून गेलं, पुढील गोष्टीत त्या घटनांच्या वर्णनांचा उल्लेख येईल.

हे खरं आहे, कि क्रांतीची योजना बिठूर मध्ये बनली. बिठूरमध्ये त्यावेळी पेशवा बाजीराव चे दत्तक पुत्र नाना धुंधूयंत उर्फ नाना साहेब पेशव्यांच्या गादी वर विराजमान होते, पेशवा बाजीरावांच्या मृत्यूनंतर नानासाहेबांनी कंपनीचे गव्हर्नरला लिहीले कि आता पेशव्यांची आठ लाख वार्षिक पेन्शन, तहानुसार मला देण्यात यावी आणि पेन्शनची बाकी रक्कम ६२ हजार रुपये पण मला देण्यांत यावे, पण कंपनी सरकार देण्यास तयार झाले नाही,आणि बिठूर च्या जहागीरी कधीही हिसकावून घेण्याची धमकी दिली, नाना साहेबांनी तेंव्हा इंग्लिस्तान शासकांकडे अपील केले, त्यांनी लिहीले कि आमच्या विख्यात रजघराण्याशी असा खंजीरासारखा व्यवहार संपूर्णपणे अन्यायकारक आहे आमचं विस्तृत राज्य आणि राज्य शासन जेंव्हा आपल्याला बाजीरावाकडून प्राप्त झाले होते, त्या वेळी ते अशा समझोत्यावर प्राप्त झाले होते कि आपण त्याच्या मूल्याच्या रुपात आठ लाख रुपये प्रतिवर्ष देणार, हे पेन्शन जर कायमचे रहाणार नाही तर त्या पेन्शनसाठी दिलेलं राज्य कायमचे आपल्या कडे रहाणार? त्या समझोत्याची एक अट तर मोडली गेलीआणि दुसरी तशीच राहील हे अनुचित आहे, त्या नंतर नाना साहेबांनी वक्तव्य केले कि हे जे म्हटले जात आहे, कि आपण दत्तक पुत्र आहात, म्हणून आपला हक्क होत नाही, ह्या बद्दलचे आपले तर्क चुकिचे आहेत नानांनी आपले तर्क दिल्या नंतर लिहीले आहे,श्रीमंत बाजीराव साहेबांनी आपले पेंशनातून खर्च कमी करुन काही राशी वाचवली, म्हणून आता पेंशन आलू ठेवण्याचे काहीच कारण नाही, असं जर कंपनी म्हणत असेल तर ह्या तर्काचे सा-या इतिहासात उदाहरण मिळणे कठिण आहे, हे जे पेंशन दिले गेले ते समझोत्या च्या रुपात दिले गेले, त्या समझोत्यात, बाजीराव त्या पेंशन ला कसा खर्च करेल, काय ते ही त्या अटीत होते? दिलेल्या राज्यासाठी हे पेंशन मिळत आहे, त्याचा कसा खर्च करायचे आहे, हे सांगण्याचा ह्या जगात कोणालाही तिळमात्र अधिकार नाही, एवढेच नाही, किंतु श्रीमंत बाजीराव ह्या पेंशन ची सारी-ची-सारी राशी जर वाचवली तरी पन तसं करण्यात पूर्ण पणे स्वतंत्र होते, कंपनी ला मी हे विचारतो कि त्यांच्या कर्मचा-यां च्या पेंशन चा खर्च अशा प्रकारे होतो, काय त्याचा तपास करण्याचा अधिकार त्यांना आहे? कोणी ही पेंशन घेणारा किती कह्रच करतो, किती बचत करतो, हे स्वत:च्या नोकरांना पण विचारणे शक्य आहे कां?परंतु जो प्रश्न नोकरांना ही विचारला जात नाही तो एका विख्यात रजवंश च्या अधिपति ला विचारला जात आहे? केआवेदन घेऊन नाना साहेबांचे विश्वास पात्र वकेल अजीमुल्ला खां इंग्लंड ला गेले. (१८५७ चा महा संग्राम विनायक दामोदर सावरकर: पृष्ठ ४३-४४)

***

1857 चा स्वातंत्र्य संग्राम 69

अजीमुल्ला खां च्या बाबतीत लिहीले आहे- तो एक अत्यंत योग्य नीतिज्ञ होता, इंग्रजी आणि फ्रेंच दोन्ही भाषांचा तो पूर्ण पंडित होता, विलायतेत तो हिंदुस्थानी वेशातच रहात होता, दिसायला अत्यंत सुंदर होता, लंडनच्या उच्च समाजाच्या लोकांत त्याचा आचार-व्यवहार इतका आकर्षक होता कि उच्चतम श्रेणीच्या इंग्रजी समाजा च्या अनेक स्त्रिया त्याच्या वर मुग्ध झाल्या होत्या. तरी पण अजीमुल्ला खां ना आपल्या उद्देश्यात यश मिळाले नाही,म्हणजेच नाना साहेबां च्या पेंशना विषयी इंग्लिस्तान च्या नीतीज्ञांनी वा शासकांनी त्यांचे एक ऐकले नाही(भारतात इंग्रजी राज्य: सुंदरलाल: पृष्ठ ८२०)ईस्ट इंडिया कंपनी च्या ऑफिसरांनी अजीमुल्ला खां ला सांगितले गव्हर्नर जनरल द्वारा केला गेलेला निर्णय आम्हाला पूर्ण पणे मान्य आहे आणि म्हणून बाजीरावच्या दत्तक पुत्राचा त्यांच्या पेंशन वर कोणत्याही प्रकारचा अधिकार बाकी राहात नाही, ह्या प्रकारे मुख्य कार्याच्या संदर्भात निराश होऊन अजीमुल्ला खां इंग्लंड सोडून, फ्रांस च्या रस्त्याने हिंदुस्थाना साठी निघाले (१८५७ चा महा संग्राम विनायक दामोदर सावरकर: पृष्ठ ४५)

अजीमुल्ला खां ज्या दिवसांत लंडन मधील ईस्ट इंडियाच्या ऑफिसच्या चकरा मारत होते, त्या दिवसांत लंडन मध्ये एक मराठा नीतिज्ञ रंगोबापूजी लंडन मध्ये डेरा टाकून होता, तो साता-या च्या पदच्युत राजा तर्फे अपील करायला आला होता, पण त्याला ही यश आले नाही, त्याच दरम्यान रंगोजीबापू ची अजीमुल्लाशी भेंट झाली, इतिहास कार सुंदरलाल ने संभावना व्यक्त केली कि १८५७ च्या क्रंति चा सूत्रपात ह्याच दरम्यान झाला असावा, तरी पण त्यांनी हे नि:संदेह म्हंटले आहे कि रंगोबापूजी आणि अजीमुल्ला खां लंड्न मह्दील एका खोलीत बसून राष्ट्रीय योजनांना रंग आणि रुप दिले असावे, त्या नंतर रगोबापूजी दक्षिणे तील राजांना ह्या योजने च्यापक्षात करण्या च्या उद्देशा साठी साता-या ला परत आले, आणि चतुर अजीमुल्ला खां यूरोपात इंग्रजां चे बळ आणि स्थिती चे अध्ययन करण्या साठी तसेच भारताच्या भावी स्वाधीनता संग्रामात दुस-या देशांची मदत अथवा सहानुभूति प्राप्त करण्या साठी यूरोपच्या वेग वेगळ्या देशांत भ्रमण करु लागला,अशा प्रकारे लिहीले आहे- अन्य देशांत असून सुध्दा अजीमुल्ला खां टर्की ची राजधानी कुस्तुनतुनिया ला पोचले, त्या दिवसांत रशिया व इंग्लिस्ताना च्या विरुध्द युध्द सुरु होते, अजीमुल्ला खां नी ऐकलं कि हल्लीच सेबेस्तेपोल च्या लढाईत रशिया ने इंग्रजांना हरवलं होत, अजीमुल्ला खां रशियात पोचले, काही इंग्रज इतिहास लेखकांनी हे विचार प्रकट केले, कि अजीमुल्ला खां, नाना साहेबां च्या बाजूने इंग्रजां विरुध्द रशिया शी तह

करण्याची संभावना चाचपण्या साठीच्या निर्धाराने गेले होते, रशियात प्रसिध्द इंग्रज विद्वान रसल च्या बरोबर जो लंडन च्या वर्तमान पत्राचा बातमीदार होता, अजीमुल्ला ची भेंट झाली होती, एक दिवस रसल च्या बरोबर बसून अजीमुल्ला मोठ्या खुषीने दिवसभर इंग्रज आणि रशियन यांची लढाई बघत होते, करसल नी लिहीले आहे कि रशियन तोफे च्या एका गोळा अजीमुल्ला च्या अगदी पाया जवळ येऊन स्फोट झाला, परंतु अजीमुल्ला आपल्या जागे पासून एक इंच ही हलले नाहीत, रशिया नंतर अजीमुल्ला कोठे गेले हे माहीत नाही, पण यांत संदेह नाही, कि अजीमुल्ला खां नी इटाली टर्की, रशिया इत्यादी देशांची सहानुभूति आपल्या भावी स्वाधीनतेच्या युध्दा साठी आपल्या बाजूने करण्याचा प्रयत्न केला, लॉर्ड रॉबर्टस ने आपले पुस्तक फोर्टी इयर्स इन इंडिया त लिहीले आहे कि त्यांनी ह्या संद्रभात टर्की चे सुलताना आणि उमरपाश च्या नांव अजीमुल्ला ची अनेक पत्रे बघितली, ज्यात भारतात इग्रजां च्या अत्याचारा चा उल्लेख होताह्या प्रकारे युरोप आणि आशिया च्या अनेक देशांच्या भ्रमणा नंतर अजीमुल्ला खां भारतात परतले, आता एका बाजूला रंगोबापूजी साता-यात बसलेला दाक्षिणे च्या राजांना आणि तेथील लोकांना तयार करत होता, तर दुसरी कडे अजीमुल्ला खां आणि नाना साहेब बिठूरात बसून पुढील क्रांति च्या नकाशा ला पूर्ण करत होते. (भारतात इंग्रजी राज्य: सुंदरलाल: पृष्ठ ८२१)

सुरेंद्रनाथांचे पुस्तक १८५७ ची भूमिकेत खरं तर मौलाना अबुल कलाम आजाद ने मुगल बादशाह बहादुर शाह जफर च्या विरोधात त्याला एक कठपुतली असे संबोधले आणि म्हंटले, हे पण-ईस्ट इंडिया कंपनी त्याला एक लाख रुपये महिना अनुदान देत होती आणि त्यावर त्याची गुजराण होत होती, हेच नाही, त्याच्या आगोदरचे पूर्वज पण नाममात्र शासक होते, त्याच्या जवळ सेना आणि खजानां काही नव्हते, नाही त्याचा प्रभाव व शक्ती होती, फक्त एक हीच गोष्ट त्याच्या पक्षांत होती कि तो अकबर आणि शाहजहांन च्या वंशातला होता,बहादुर शाह च्या प्रति भारतातील लोकांची इमानदारी अशा साठी होती कि तो महान मुगलांचा वंशज होता, भारतातील लोकांच्या ह्रदयात मुगल दरबाराचा असा प्रभाव होता कि जेंव्हा हा प्रश्न आला कि इंग्रजांच्या शासनाचा डामाडौल कोण सांभाळणार, तेंव्हा हिंदु आणि मुसलमानांनी एक मतांनी बहादुर शाह ला निवडले, मौलाना आजाद ने वर सांगितले आहे, तेच बहादुरशाह ला क्रांति चा नायक बनवण्यासाठी उतवीळ राहीले आहेत, त्यांच्या ह्या नोंदीच काही अर्थ राहात नाही, विशेषकरुन नेतृत्वा च्या बाबतीत, कि बहादुर शाह एका प्रतिकाच्या रुपात पण शासनन चालवण्याच्या

योग्यतेचा नव्हता, आपल्याला हे विसरुन चालणार नाही कि भारताचा इतिहास साक्ष आहे कि प्रतिक रुपात पण शासकाला स्विकार करुन सारी व्यवस्था सचारु रुपाने चालली आहे, अकबर जेंव्हा बालक होता तेंव्हा बेहरामखां नी त्याला प्रतीक रुपात बादशाह मानून शासन चालवले होते, म्हणून भारतीयांचा त्या वेळी बहादुरशाह सन्मान देणे आणि क्रांति चा नेता निवडणे सर्वदा उचित होते आणि संगठनाच्या मजबूती साठी बहादुरशाहच्या झेंड्या खाली एकत्र येण्याचा संकल्प पण जरुरी होता.

क्रांतीचे गुप्त संगठन

क्रांतीच्या योजनेचं निर्माण आणि संगठन दोन्ही जर महत्व पूर्ण बाबी असतील, तर त्यालाच गुप्त ठेवले जाणे पण जरुरी होते, विनायक दामोदर सावरकर लिहीतात- आपला देश आणि स्वराज्या चे भविष्य निश्चित करण्याचा वीरोचित निर्णय झाल्या नंतर श्रीमंत नानांचे एकमात्र लक्ष होते, त्या निर्णयाला कार्यरुप देणे, स्वराज्यप्राप्तीसाठी जे क्रांति युध्द लढायचे आहे त्याला यश मिळावे या साठी दोन गोष्टी अनिवार्य आहेत,पहिली गोष्ट हिंदुस्थानातील समस्त लोकांच्या स्वतंत्रता विषयी मनांत खूप मोठी आणि अनिवार्य इच्छा उत्पन्न होणे आणि परत ह्या इच्छेसाठी एकाच वेळी सा-या देशाद्वारे विद्रोह करणे हिंदुस्थानच्या इतिहासाला स्वतंत्रतागामी करणे ही दोन्ही कामे विदेशियांना चुकवून केली जाऊ शकत होती कारण कि ज्या कोणत्या परतंत्रदेशाच्या मनांत स्वतंत्रता संग्रामची खोड काढण्याची इच्छा असेल, त्या देशात त्या संग्रामाची तयारी अत्यंत गुप्त रितीने पार पाडायची असते अन्यथा अमोघ शक्तिने हल्ला करुन शत्रु त्या प्रयत्नाचा चक्काचूर करु शकतो, हे ऐतिहासिक सत्य जाणून दोन्ही महान विभूतियांनी श्रीमंत नानासाहेब आणि अजीमुल्ला खां ने सन १८५६ च्या आरंभात स्वतंत्रतेसाठी हिंदुस्थानाला तन आणि मनानी जागृत करण्या साठीयुध्द संगठन तयार केले. (१८५७ चा महा संग्राम विनायक दामोदर सावरकर: पृष्ठ ६९)

१८५७ चे क्रांतीचे संगठन इतकं विशाल असूनही, इतकं सुंदर आणि सुव्यवस्थित होतं आणि त्याला इंग्रजां सारख्या जागरुक जातीपासून चांगल्या प्रकारे गुप्त ठेवले गेले, त्याची प्रशंसा स्वत: इंग्रज इतिहासकारांनी केली आहे, एक इंग्रज लेखक सर जॉर्ज़ ली ग्रांट जेकब ने लिहीले आहे- ज्या आश्चर्यजनक गुप्त पणे हे समस्त षडयंत्र चालवले गेले जित्की दूरदर्शितेच्या बरोबर योजना केल्या गेल्या,

ज्या सावधानीने ह्या संगठने चे विविध समूह एक दुस-या बरोबर काम करत होते, एका समूहाचे दुस-या समूहाशी संबंध ठेवणा-या लोकांचा कोणालाही पत्ता लागल नव्हता आणि ह्या लोकांना केवळ इतकीच सूचना दिली जात होती कि जितकी त्यांच्या कामासाठी आवश्यक होती, ह्या सर्व गोष्टीं कथन करणे कठिण आहे आणि हे लोकं एक दुस-या बरोबर आश्चर्यजनक इमानदारी चा व्यवहार करत होते (वेस्ट्रन इंडिया : लेखक- सर जॉर्ज़ ली ग्रांट जेकब)

क्रांती संगठन कशा प्रकारे तयार केले गेले, आणि त्याचं स्वरुपं कसं होते- ही सर्व माहिती अधिकंशत: इग्रजांच्या लिहीलेल्या पुस्तकांतून मिळते लिहीले आहे- सन १८५६ च्या आधी नानासाहेब बिठूरात होते, सर्व भारतात चारी बाजूनी आपले गुप्तहेर आणि प्रचारक पाठवणे सुरु केले, नानांचे एक विशेष दूत दिल्लीपासून मैसूरपर्यत सर्व भारतीय राजांच्या दरबारांत पोहोचले आणि त्याचे गुप्त प्रचारक कंपनीच्या सा-या देशी फौजा तसेच जनतेला आपल्या बाजूला करण्यासाठी निघाले, जे गुप्त पत्र नानांनी ह्या वेळी भारतीय राजांना लिहीले, त्यात त्यांनी दाखवले कि कोणत्या प्रकारे इंग्रज एक-एक करुन देशी राज्यांना हिसकावून पूर्ण भारताला पराधीन करण्याचा प्रयत्नात लागले आहेत, काही काळा नंतर इंग्रजांनी नानांच्या एका दूताला पकडले जो मैसूर दरबारच्या नावाने नानांचे पत्र घेऊन गेला होता,ह्या दूता कडून इंग्रजांना समजले कि अशा प्रकारची किती पत्र नानांनी अनेक राजांना पाठवली आहेत, इतिहास लेखक सर जॉन के लिहीतात- महिन्या पासून , खरं तर वर्षा पासून हे लोकं संपूर्ण देशावर आपल्या षडयंत्राचं जाळं पसरवत आहेत, एका देशी दरबारा पासून दुस-या दरबार पर्यंत विशाल भारतीय महाद्वीपाच्या एका टोका पासून दुस-या टोकां पर्यंत, नाना साहेबांचे दूत पत्र घेऊन फिरले होते, ह्या पत्रात हुशारीने आणि एखाद वेळेस रहस्यपूर्ण शब्दात भिन्न भिन्न राजांना आणि सरदारांना सल्ले दिले गेले आणि त्यांना आमंत्रित केलेगेले कि आपण पुढील युध्दात भाग घ्यावा. (इंडियन म्युनिटी: सम्र जॉन के खंड १, पृष्ठ २४ भारतात इंग्रजी राज्य: पृष्ठ ८२१-८२२)

नानासाहेबांचे दूत कोणत्या प्रकारे देशात पसरुन प्रचार करीत होते, ह्या बाबतीत सावरकरांनी लिहीले आहे कोल्हापूर =, दक्षिणेतील सारी पटर्धनी राज्ये आयोध्येचे जमीनदार आणि दिल्ली पासून मैसूर पर्यत सर्व राजधान्यात नानांचे दूत आणि त्यांची पत्रे सर्व हिंदुस्थानला स्वतंत्रता युध्दसाठी उठाव करण्याची चेतना देत फिरत होते, इंग्रजी सत्तेच्या खाली गुलामी आणि स्वधर्माची कशी निंदा होत चालली आहे,

जी राज्यें आज ज्टिकून आहेत, ती पण उद्या कोणत्या तरी प्रकारे नामशेष होणार आहेत, तसेच इंग्रजांना विश्वासघाती ग्लामीत आपल्या प्राणप्रिय हिंदुस्थान कसा बरबाद होतोय- हे सर्व स्पष्ट आणि मार्मिक रितीने जनतेच्या मनांत भरवून मौलवी, पंडित शिवाय रजनीतिक संन्यासी सर्व हिंदुस्थानात गुप्त रितीने फिरु लागले, नोकर आणि गुलामी च्या प्रति राग उत्पन्न करुन हे नोकर नामशेष करणे किती सोपं आहे, हिंदुस्थानच्या ह्रडयात हिंदुस्थानची तलवार कशी खुपसली जात होती आणि हिंदुस्थानी लोकंस्वदेशासाठी मारुन संपवायला तयार झाले तर एका क्षणांत त्यांना आपला देश फिरंग्याच्य तावडीतून मुक्त करणे किती सहज शक्य आहे, हे सर्व राजा पासून रंका पर्यंत प्रत्येक भारतीयाच्या ह्रदयाला ते राजनीतिक संन्याशी चांगल्या प्रकारे समजावून सांगत होते, आपण सारे देशबंधु एक झालो तर मुठभर गो-यांना धूळ चारुन स्वदेशाला क्षणात स्वतंत्र करु शकतो- हा आत्मविश्वास प्रत्येक शिपाई आणि प्रत्येक नागरिकांच्या मनांत, ह्या रजनीतिक संन्यासियांनी कशा प्रकारे उत्पन्न केले होते, हे त्या वेळच्या देशभक्तांचे उदगार पवला-पावला वर दिसत आहेत. (१८५७ चा महा संग्राम विनायक दामोदर सावरकर: पृष्ठ ६९-७०)

क्रांतीच्या ह्या संगठनाला धनाची काही कमतरता नव्हती, तमाम जाहागीरदारंनी, सावकारांनी श्रीमंतांनी ह्या पुण्य कार्या करीता तोजो-या उघडून ठेवल्या होत्या, क्रांतिचे मुख्य कारण केंद्र आता पांच झाले होते, ज्यामुळे प्रत्येक दिशेला प्राचार सारखा करता येईल, ही केंद्रे होती-दिल्ली, बिठूर लखनौ, कलकत्ता, आणि सातारा, दिल्लीत लाल किल्ला क्रांतिच्या यंत्रणेचा सर्वश्रेष्ठ केंद्र होये, त्यांच्या सल्लागारांनी देश आणि नानां ना पूर्ण साथ देण्याचं वचन दिले होते, इंग्रज इतिहासकार सार जॉन के च्या म्हणण्यानुसार सावरकरांनी लिहीले आहे-ह्याच वेळी इंग्रजांची इराण शी लढाई सुरु झाली, हिंदुस्थानात पण त्याच वेळी विद्रोह सुरु होणे आपल्या साठी लाभदायक आहे, हे पाहून इराण च्या शाह ने सन १८५६ मध्ये दिल्लीच्या बादशाहाची मदत करण्याच वचन लिहून पाठवले, एवढेच नाही सन १८५७ च्या आरंभी दिल्लीच्या मशिदीतून अशा प्रकारच्या घोषणा होऊ लागल्या, फिरंगीयांच्या ताब्यातून हिंदुस्थान ला मुक्तकरायला इराणी फौजा लवकरच येत आहेत, म्हणून म्हातारे, जवान, छोटे-मोठे,सुरक्षित अशिक्षित, जनता आणि लश्कर सर्व जण ह्या निर्दयी लोकांच्या पंजातून मुक्त होण्यासाठी रणांगणावर उड्या मारा. (इंडियन म्युटिनी: सर जॉन के, खंड २ पृष्ठ ३०)

लखनौ मध्ये अवध चे असंतुष्ट जाहागीरदार, तालुकदार आदि एकत्र होऊन

क्रांतित आपलं वर्चस्व ओवाळून टाकण्यासाठी तयार होते, इतिहासकार लिहीतात कि त्या वेळी अवधचे राज्य सर्वात मोठे होते आणि त्याचे इंग्रजी राजवटीत मिळणे, क्रांतिच्या कामात आगीत तेल ओतण्या सारखे झाले, त्याने नानासाहेबांवर पूर्ण अवधराज्याचे जाहागीरदार,जमीनदार,तालुकदारांचे समर्थन आणि सहयोग मिळालालखनौ मध्ये क्रांतिच्या ह्या गुप्त संगठनाची कमान नवाब दाजीद अली शाहची बेगम हजरत महल आणि वजीर अली नकी ने सांभाळली,सर जॉन के लिहीतातैंग्रजांच्यात ह्या (अवध) शेवटच्या राज्य अपहरणाचा इतका प्रबळ प्रभाव पडला कि लोकं एकमेकांना विचारु लागले कि आता कोण सुरक्षित रहाणार आहे? जरी इंग्रज सरकारने अवधच्या नवाबा सारखे आपले दोस्त आणि मदतकारांचे राज्य हिसकावले, ज्यांनी आवश्यकतेच्या वेळेला इंग्रजांची मदत केली होती, तर इंग्रजां बरोबर इमानदारी करण्यात काय फायदा? म्हंटल जातं कि जो राजा आणि नवाब ज्य वेळेपर्यंत क्रांतित भाग घेण्यास घाबरुन मागे जात होते, ते आता पुढे आले आणि ननासाहेबांना आपल्या पत्राचे मनासारखे उत्तर मिळू लागले.

विनायक दामोदर सावरकरांनी पण अवध च्या लोकांच्या समर्थन देण्याच्या बाबत एका दूताचा संदर्भाने लिहीले आहे- विभिन्न प्रदेशात पाठवलेल्या राजकीय दूतांतील एक दूत मैसूरात पकडला गेला, त्यांनी सांगितलेला खालील भाग खूप महत्वपूर्ण असल्याने सर्वच्या सर्व तेथे दिला आहे- श्रीमंत नानांनी अयोध्या (अवध) अधिग्रहीत होण्याअगोदर दोन-तीन महिन्यापासून पत्र पाठवणे सुरु केले होते, परंतु पहिल्यांदा त्यांना उत्तरे आली नाहीत कोणालाच आशा नव्हती, आयोध्या चे राज्य अधिग्रहीत झाल्यावर नानांनी पत्रांचा अधिक मारा केला, तेंव्हा कुठे लखनौचे सावकार नानांचे विचार वाचायला लागले, पूरबिया लोकांचा राजा मानसिंग पण मिळाला,नंतर शिपाई लोकांनी आप-आपला बंदोबस्त सुरु केला, लखनौच्या सावकारांची पण नानांना मदत मिळू लागली, आयोध्या अधिग्रहीत होण्या पर्यंत अजिबात उत्तर आले नाही परंतु ते राज्य अधिग्रहीत झाल्या बरोबर शेकडो लोकांनी पुढे येऊन नानांना वचन पत्र पाठवली.

लखनौ मध्ये बेगम हजरत महल अवधच्या सर्व श्रीमंतांना आणि जनतेला राष्ट्रीय क्रांति साठी तयार करायला सुरवात केली,सर जॉन के नी लिहीले आहे कि लखनौमध्ये लोकांच्यात क्रांतिच्या प्रति जबरदस्त उत्साह दिसू लागला वाजीद अली शाहचे वजीर अलीनकी खांच्या आमंत्रणावर हजारो हिंदु शिपाई आणि त्यांच्या ऑफिसरांनी गंगाजळ घेऊन आणि मुसलमानांनी कुराण हातात घेऊन

राष्ट्रीय संग्रामात भाग घेण्यास आणि इम्ग्रजांना देशा बाहेर काढण्याची शपथ घेतली

अलीनकी खां आणि बेगम हजरत महल ला १८५७ च्या क्रांतिचे मुख्य नेत्यांत मानले जाऊ लागले, अलीनकी खां ने कलकत्यात बसून मुसलमान फकीर आणि हिंदु साधुं च्या रुपात आपले गुप्तचर आणि दूत उत्तर भारतातील सर्व भारतीय फौजेत पाठवायला सुरवात केली, आणि त्या फौजेचे ऑफिसरां बरोबर गुप्त पत्र-व्यवहार पेआरंभ केला, लिहीले आहे- बैरकपुर ते पेशावरपर्यंत आणि लखनौ ते साता-या पर्यंत हजारो राष्ट्रीय फकीर आणि संन्यासी एका एका गावांत फिरुन आणि एक-एक पलट्नात स्वाधीनतेच्या युध्दाचा प्रचार करु

म्हणले होते, हजारो मौलवी आणि हजारो पंडित क्रांतीच्या यशासाठी जागो-जागी ईश्वरा कडे प्रार्थना करु लागले,(भारतात इंग्रजी राज्य: सुंदरलाल: पृष्ठ ८२३) हजारो रुपयांचा पगार आणि हत्तींचा पुरस्कार देऊन ह्या राजनीतिक जिहाद चा उपदेश देण्यासाठी मोठे-मोठे मौलवी पाठवले गेले, ते गावांत आणि शहरात राजनीतिक धर्मयुध्दाचा उपदेश गुप्त सभेत देत फिरत होते, शिपायांच्या शिवारत रात्री त्यांचे व्याख्यान होत असे, लखनौच्या मशिदीत जिहाद सुरु करण्या संबंधी तयारीच्या संदर्भात खुले भाषणकेले जायचे, पटणा आणि हैद्राबादेत रात्री सभा होतं आणि विभिन्न मौलवी स्सर्व स्तरातील लोकांना स्वतंत्रतेची रक्षा करणे आणि स्वधर्मासाठी युध्द करण्याची शिकवण देत होते, शेकडो प्रचारक-फकीर आणि संन्याशांचा वेष धारण करुन ठिक-ठिकणी गुप्त प्रचार करण्यात मग्न झाले, भीक मागण्याच्या सबबीने प्रत्येक घरांत जाणे सुलभ झाल्यामुळे आणि ह्या प्रकारे शत्रु च्या मनांत कोणत्याही प्रकारची शंका उत्पन्न न होण्याने हे देशभक्त फकीर आणि संन्यासी मजल मजल फिरुन गुलामीच्या प्रति घृणे कडे भावे स्वतंत्रतेची अभिलाषा, लोकसमुहातप्रदिप्त करायला लागले, ज्या प्रकारे मशिस, मंदिर आणि भिक्षेच्या बहाण्याने घराघरांत स्वतंत्रतेची चेतना उत्पन्न करण्यासाठी मौलवी आणि पंडित, फकीर आणि संन्याशी पाठवले गेले, तसेच विभिन्न स्थानाहून अधिक महत्वाच्या स्थानावर उपदेशाला आणि शिक्षकांना पाठवले गेले, हिंदुस्थानात विभिन्न प्रदेशाच्या लोकांना एकत्रित होण्याचे मुख्य स्थान मोठे-मोठे तीर्थ स्थान आहे, हे क्षेत्र एका प्रकाराने सर्व प्रदेशाच्या लोकांचे राष्ट्रीय संमेलन स्थळं च राहीले आहे. मशिदीत मंदिरात स्थानिक लोकंच येणार परंतु तीर्थांवर सर्व प्रदेशातील लोकं येतात, म्हणून तेथे ही राजकीय महंत नियुक्त केले गेलेआणि लवकरच गंगेच्या पुन्य स्नानाला येणारे हजारो बंधुंना हिंदुस्थानच्या मनांत उचंबळणारे स्वतंत्रता युध्दांत संमिलीत

होण्याचा गुप्त उपदेश देता देता पंडित आणि मौलवीप्रत्येक तीर्थात फिरु लागले. (ट्रेवेलियन कृत कानपुर : १८५७ चा स्वतंत्रता संग्राम: सावरकर : पृष्ठ ७२-७३)

उत्तर भारतात ज्या प्रकारे क्रांतिच्या संगठानाची तयारी आणि प्रचाराचे कार्य होत होते, त्याच प्रकारे दक्षिण भारतात पण रंग़ोबापूजी प्रचार आणि संगठनचे काम पहात होते, पटवर्धनी राज्ये आणि कोल्हापूरच्या दरबारात क्रांति युध्दा साठी जाळं विण्लं जात होते, अधिक काय सांगणार, परंतु थेट मद्रास पर्यंत ह्या क्रांति यज्ञाची ज्वाळा भडकायला लागली होती, सन १८५७ च्य जानेवारीत खालील घोषणा पत्र प्रकाशित झाले- हे देशबंधुं आणि धर्मनिष्ठांने, उठा! निर्दय इंग्रजांना आप्ला देशातून घालवून देण्यासाठी सारे उठा, ह्या इंग्रजांनी न्यायाचे सारे सिध्दांत नष्ट केले, त्यांनी आमचे स्वराज्य लूटले आहे आणि स्वदेशाला धूळीत मिळवण्याचा त्यांचा दृढ निश्चय आहे, इंग्रजांच्या ह्या भयानक यातनांमुळे आपल्या हिंदुस्थान ला मुक्त करण्यासाठी केवळ एकच उपाय बाकी राहीला आहे, आणि तो उपाय म्हणजे तुबळ युध्द करणे, अशा युधात जे रणं-मैदानात शेत राहे३ल ते आपल्या देशाचे शहीद होतील, जो स्वदेश व स्वधर्मासाठी लढेल आणि मरुन जाईल, त्या वीर्यवान शहीदासाठी स्वर्गाच दरवाजे उघडले जातील,।अणि जे डरपोक आणि देशद्रोही अधम ह्या राष्ट्रीय कार्याने परावृत्त होतील त्यांच्यासाठी नरकाचे दरवाजे उघडे होतील देशबंधुंनो ह्यात तुम्ही कोणाचा स्विकार कराल?(चार्ल्सबाल कृतम्युटिनी खंड १ पृष्ठ ४0: १८५७ चा स्वतंत्रता संग्राम : सावरकर ७६-७७)

क्रांतीची तयारी इतक्या जोरांत होत होती, आणि त्याबद्दल लोकांच्यात किती उत्साह होता, त्याचा अनुमान ह्या तथ्याने पण लावला जाऊ शकतो कि अधिकांश इंग्रजांच्या पोलीस ठाण्यात, अनेक सरकारी नोकर आणि इंग्रजांचे स्वयंपाकी आणि पखालीवाल्यां पर्यंत ह्या राष्ट्रीय योजनेत सामील होते, दि मेरठ नॅरेटिव्स मध्ये लिहीले आहे कि एका वेळेस मेरठ छावणीच्या जवळ कोणी फकीर थांबला होता आणि तो क्रांतिचा प्रचार करत होता, इंग्रजांना त्याच्या बद्दल जरा शंका आली वा शिपायांना भेटणे पसंत आले नाही तर त्याला बाहेर हकलण्यांत आले, तो फकीर आपल्या हत्तीवर बसून जवळच्या गावांत गेला आणि तेथून आपले काम करु लागला.

क्रांतीची दोन चिन्ह : कमल आणि चपाती

क्रांतीसाठी नेत्यांनी दोन दोन प्रतीक चिंन्ह निर्धारित केली,के लोकांना क्रांतित सहभागी झाल्याची स्वीकृति देत होते, पहिले चिंन्ह होते कमळाचे फूल,

सावरकरांनी लिहीले आहे- क्ररांतिच्या गुप्त संगठन यंत्राचा प्रचंड चाक आता तीव्र गतीने घुमु लागले, अशा वेळेला विभिन्न चाकांची गति एका लयांत (सूरांत व तालांत) घुमु लागले, असा प्रयत्न आवश्यक होत,ह्याच उद्देशाने क्रांति पक्षाचा एक दूत हातात रक्त कमळ पुष्प घेऊन बंगाल छावणीत प्रवेश करुन आपल्या हातातील फूल पहिल्या तुकडीच्या मुख्य भारतीय अधिका-याला दिले,भारतीय अधिकारी त्याला आपल्या खालच्या अधिका-याला दिले आणि अशा प्रकारे कमळ प्रत्येक शिपायाच्या हातातून शेवटच्या शिपाया पर्यत व परत शेवटच्या शिपाया पासून त्याच क्रांति दूताच्या हाती आले, ह्याप्रकारे एक शब्द न बोलता तो क्रांती दूत बाणा प्रमाणे पुढे निघाला आणि रस्त्यांत दुसरी तुकडी मिळताच तीच्या सरदारच्या हातात ते रक्त कमळ देत असेत. (१८५७ चे स्वतंत्रता संग्रामः सावरकर पृष्ठ ७७-७८)

कमळाचे फूल वास्तवात सेनेत क्रांतिचा प्रचार करण्यासाठी ठेवले होते आणि हे कोणत्याही जाती धर्माचा भेदभाव न करता, सैनिक-पलटनात फिरवणे शक्य होते, हे फूल त्या सैनिक तुकदीत पण फिरत होते, ज्या क्रांतिच्या संगठनेत सहभागी होत्या, कोणत्याही एका पलट्न चा शिपाई फूल घेऊन दुस-या पलटन मध्ये जात होता,त्या पलटन मध्ये हातो-हात एक दुस-या च्या हातातून ते फूल जात होते,ज्याच्या हाती ते शेवटी येत असे, त्याचं कर्तव्य होते कि ते आपल्या जवळच्या दुस-या पलटन पर्यंत त्या फूलाला पोहोचवणे, ह्याचा गुप्त अर्थ हा घेतला जात होता कि त्या पलटन चे सर्व शिपाई क्रांतित भाग घेण्यास तयार आहेत, अशा प्रकारचे हजारो कमल पेशावर पासून बॅरेकपुरपर्यंत विभिन्न पलटणांच्या आंत फिरवले गेले. (व्हारतात इंग्रजी राज्य : पृष्ठ ८२५)

क्रांतीचे दुसरे प्रतीक चिन्ह रोटी वा चपाती होता, हे सामान्य जनतेसाठी क्रांतीत सहभागी होण्यासाठी आव्हान होते, होत असं कि एका गावाचा चौकीदार, दुस-या गावाच्या चौकीदारा कडे जात असे, ह्या चौकीदाराचे कर्तव्य होते कि तो आपल्या बरोबर प्रतीक चिन्हाच्या रुपात आणलेली रोटी वा चपात्यातील थोडीशी स्वतः खाऊन आणि उरलेली च्पाती गावातेल बाकी लोकांना खायला देत, ह्या नंतर तो परत गहूं किंवा दुस-या पिठाची त्याच प्रकारे चपात्या बनवून आपल्या जवळच्या गावा पर्यंत पोचवत, ह्याचा अर्थ हा होता कि त्या गावाची जनता राष्ट्रीय क्रांतित भाग घेण्यास तयार आहे, हा प्रकार आश्चर्यजनक रितीने रोटी अथवा चपाती लाखो गावात पोहोचली(फिरली)आणि क्रांतिचा संदेश पोहोचला होता- इंग्रजांच्या कानाला सुध्दा ह्याची बातमी मिळाली नाही.

१८५७ चा सव्तंत्रता संग्रामात सावरकरांनी लिहीले-सन १८५७च्या आरंभी गुप्त पंखांचे हे देवदूत सर्व हिंदुस्थानात भवी मंगल कार्याचा समाचार देत देत भ्रमण करायला लागले ते कोठून आले आणि कुठे जाणार हे कोणीहे सांगू शकत नव्हत, हे देवदूत ज्याला समजले त्यालाच मुख्य संदेश देत होते आणि ज्याल योग्य समजत नव्हते त्याला खूप ऐकवायचे, ह्या विचित्र चपातीला काही वेड्या इंग्रज अधिका-यांनी पकडून पकडून त्याचा चूरा केला आणि परत त्या चू-याचा पण चूरा बनवून त्याच्या कडून विचारण्याचा प्रयास केला, परंतु कोण्या हडळी प्रमाणे त्या चपातीला बोलायला सांगताच ते आपल्या तोंडाची जीभेलाच नष्ट करुन टाकत आणि ज्याच्याशी बोलायला आवडेल त्याच्याशी बोलत असे, ते रोटी गहू किंवा बाजारातील पिठा पासून तयार केली असे, त्यावर अजूनही काही लिहीले नसायचे, तरीपण ती हातात येताच, त्याचा स्पर्श होताचप्रत्येकाच्या देहांत क्रांतिच्या चेतना संचार करीत असे, प्रत्येक गावातील मुखिया जवळ चपात्या यायच्या, तो स्वत: एक तुकडा खात असे आणि त्याला प्रसाद म्हणून सर्व गावात वाटून द्यायचा. परत तेवढ्याच ताज्या चपात्या बनवून गावातील लोकं शेजारील गावात पाठवत असत. (१८५७ का स्वतंत्रता संग्राम : सावरकर : पृष्ठ ८१)

क्रांती साठी निश्चित दिवस

नानासाहेब, अजीमुल्ला खां, बहादूरशाह जफर,रंगोबापूजी, बेगम हजरत महल आदि सर्व क्रांतिकारी नेत्यांनी एक वर्षापेक्षा अधिक काळ अथक परिश्रम करुन संपूर्ण देशांत क्रांतिची तयारी पूर्ण केली होती, ह्या सर्वांचा विचार होता कि संपूर्ण देशात एकाच दिवशी आणि एकाच वेळेला क्रांति भडकावी ज्याचा चांगल आणि शक्तिशाली प्रभाव होईल आणि इंग्रजांना परिस्थिती सांभाळण्याचा अवसर मिळण्या ऐवजी, नाईलाजाने भारत सोडून पळायला लागेल, ह्यासाठी आवश्यक होते कि सर्व केंद्रांना एका सूत्रात बांधले पाहीजे आणि सर्वांना एकच तारीख, दिवस, वेळ क्रांतिसाठी सांगितले पाहीजे, त्याच बरोबर क्रांतिसाठी संकेत स्वर पण निश्चित केला पाहीजे.

ह्या सर्व कार्याला पूर्ण करण्यासाठी नानासाहेब, अजीमुल्ला, तात्या टोपे आदि सर्व साठींना घेऊन बिठूर पासून तीर्थ यात्रेच्या निमित्ताने निघाले, सर्वश्रृत आहे कि ही यात्रा खूप गुप्त होती आणि तीचे सारे संदेश पण खूप गोपनीय ठेवण्यात यावे, लिहीले आहे- सर्व प्रथम हे लोकं दिल्लील पोचले, लाल किल्यात दिवाणे खास

मध्ये सम्राट बहादूरशाह, बेगम जीनतमहल आणि दिल्लीचे मुख्य मुख्य नेत्यांच्या बरोबर ह्या लोकांची गुप्त मंत्रणा झाली, ह्या नंतर नाना साहेब अंबाल्याला गेले, परत गुप्त रितीने कोणत्या तरी दुस-या जागेवरुन होत १८ एप्रिल ला नाना व त्यंचे साठी लखनौला पोचले,लखनौला नानांची मोठ्या समारंभात मिरवणूक काढली, त्या नंतर कालापी इत्यादि होत एप्रिलच्या शेवटी बिठूर ला परत आले, रसल ने लिहीले आहे- आपल्या ह्या यात्रेच्या दरम्यांन नाना आणि अजीमुल्ला खां रस्त्यात सर्व इंग्रजांच्या छावणीतून जात होते,(भारतात इंग्रजी राज्य: पृष्ठ ८२५) ह्या प्रकारे सर्वांना सुचना दिली कि ३१ मे १८५७ चा दिवस क्रांतिसाठी निश्चित केला आहे, ह्या तिथीचे सुचना साधारण सुचने च्या रुपात दिली गेली नाही, तर सर्व केंद्राच्या मुख्य मुख्य नेत्यांना आणि प्रत्येक पलटनच्या तीन तीन ऑफिसरांना दिली गेली, बाकी लोकांचे कर्तव्य केवळ आपल्या नेत्याच्या निर्देशा नुसार काम करणे होते.

ह्या प्रकारे ३१ मे १८५७ ची सर्व लोकं प्रतिक्षा करु लागले, लोकांचे मनोबळ रहावे आणि त्यांचा उत्साह कमी होता कामा नये, त्यास्ठा सारखे प्रयत्न चालू राहीले, जगो-जागी प्रचारक आणि दूत जात होते, प्रचारकांनी तमाशे, पोवाडे, लेखण्या, कळसूत्री बाहुल्या, नाटक गाणी इत्यादी विविध माध्यमातून लोकांचे मनोरंजन केले, त्याना क्रांतिचा संदेश दिला आणि धीर धरण्यास सांगितला. वास्तवात ३१ मे पर्यंत धैर्य ठेवणे पण आवश्यक होते कारण कि त्याच दिअवशी संगठीत शक्ति द्वारा गर्जनाकरण्या वरच योजनेचे यश निर्भर होते, लोकांचा उत्साह राखण्यासाठी आणि त्यांच्यात हिंम्म्त येण्या साठी क्रांतिच्या संचालकां कडून सरखी पत्र जात होती, त्यांत लिहीले होते- भाइयों! आम्ही स्वत: विदेश्यांची तलवार आपल्या शरीरात खुपसून घेत आहोत, जर आम्ही उभे राहीलो तर यश निश्चित आहे कलकत्या पासून पेशावर पर्यत सर्व मैदान आपलंच असेल.

ह्या सर्व संदेशा बरोबर विद्रोहाची तयारी पूर्ण झाली सैनिकांच्या बराकीत प्रत्येक रात्री गुप्त सभा होत होत्याआणि तपास घेतला जायचा कि सर्व ठीक आहे कि नाही ह्या पध्दतीने जनतेची नस पंडित आणि मौलवी मंदिरात आणि मशिदीत होणा-या धार्मिक सभा घेत होते, एका प्रकारे प्रत्येक मोर्चा वर तयारी पूर्ण होती.

५

गोळ्यांचा अचानक स्फोट

इथे जशी क्रांतिची सर्व तयायी पूर्ण झाली होती आणि क्रांतिचे संचालक तसेच नेत्यांनी योजनेला अंतिम रुप देऊन ३१ मे १८५७ ची तारीख क्रांति साठी निश्चित केली होती, एक दाबलेली ठिणगी पूर्व भारतात हळू हळू अशा प्रकारे विस्फोटाचे रुप घेण्याचा प्रयत्न करत होती, कि कोणीही विचार केला नव्हता, त्या चरबी लावलेल्या गोळ्यांची ही ठिणगी होती, ज्यांनी न चालवता विस्फोट केला होता, सन १८५३ मध्ये एका नव्या प्रकारच्या काडतूसांना कंपनी ने आपल्या सेनेच्या प्रयोगासाठी मागविण्यात आल्या, ह्या काड्तूसांना बनवण्यासाठी भारतात खूप ठिकाणी कारखाने उघडले गेले, ज्या मध्ये एक बंगालच्या बरकपुरात पण चालू केला, ह्या नव्या काड्तूसांच्या आगोदर जी कडतूसांचे प्रयोग प्रचलित होते, त्यांना हातानी तोडून बंदूकीत लोड कराव्या लागल, पण नव्या काड्तूसा वर तोपी इतकी घट्ट होती कि तीला दातांनी कापून तोडावी लागत असे, ह्या कडतूसांच्या टोपीत काय लावल आहे, हे सुरवातीला कोणालाच माहीत नव्हते आणि जी कडतूसं विदेशातून आली होती त्या एक दोन पलटनाला दिल्या गेल्या होत्या, हळू हळू जेंव्हा भारतातील करखान्यात नवी काडतूसं बनली गेली, तेंव्हा जुन्या काडतूसां ऐवजी नवी काडतूसे पलटनांना दिली जाऊ लागली, नवी काडतूसे भारताताच बनली जातं आणि त्यात गाय आणि डुक्कराची चरबी चा प्रयोग होत होता,- ही गोष्ट अधिक काळ लपवली गेली नाही, काही लोकांनी सांगितले,काडतूसात गाय आणि डुक्कराची चरबी चा प्रयोगाची गोष्ट कारखान्याच्या बाहेर आली आणि काडतूसांची चरबी वाली टोपी दातांनी कापण्याचा हुकुम होता, ह्याने देशी सैनिकांची धार्मिक भावना भडकली- जरी तो हिंदु असेल किंवा मुसलमान, सुरवातीला लोकांचा विश्वास बसला नाही त्यामुळे ह्या गोष्टीला गंभीतेने घेतले नाही, नंतर एका घटनेने ठिणगीला विस्फोटाचे रुप घेण्यास मदत मिळाली.

ही घटना डमडम छावणीचे होती, जानेवारी १८५७ ची गोष्ट आहे, एक दिवस एक ब्राह्मण शिपाई आघोळ करुन पाण्यानी भरलेला लोटा घेऊन येत असताना आपल्या बराकीकडे जात होता, तेंव्हा तिथला मेहतर पुढे आला आणि त्या ब्राम्हण सैनिकाला त्याचा लोटा पाणी पिण्यासाठी मागू लागला,ब्राह्मण सैनिकाने लोटा देण्यास नकार दिला, तर मेहतर म्हणाला- अरे पंडित हे स्पृष्य- अस्पृष्य आणि जात-पातीची घमेंड विसरुन जा, आता तर गाय आणि डुक्कराची चरबी लावलेली काडतूस ज्यवेळी दातांनी कापाल तेंव्हा सारा धर्म बघत राहील, इतकं सांगून मेहतर निघुन गेला, पण विस्फोटाची ठिणगी तो फेकून गेला, तो ब्राम्हण शिपाई ह्या अपमानजनक शब्दांना ऐकून रागानी लालबुंद झाला,त्यानी बराकीत आपल्या साथीदार शोपायांना सांगितले, ते पण ह्या गोष्टीला ऐकून लालबुंद झाले, त्यांना वाटले कि ही चरबी जाणून-बुजून लावली जात आहे त्याने शिपायांचा धर्म भ्रष्ट होईल, त्या शिपायांनी लगेच आपल्या जवळच्या ऑफिसर कडे चौकशी केली, त्याम्या ऑफिसरने त्यांचा राग जाणून त्यांना समजावले कि ही फक्त खोटी अफवा आहे आणि त्यांनी ह्या वर विश्वास ठेऊ नये.

शिपायांच्या मनांत एक वेळेस शंका आल्यावर त्यांनी इंग्रजांच्या गोष्टीवर विश्वास झाला नाही, खरंतर नवी काडतूसे बनवण्याचा कारखाना बरकपुर मध्येच होता, म्हणून शिपायांने जाऊन कारखान्यात काम करणा-या भारतीयां कडे खरं जाणून घेण्याचा प्रयत्न केला आणि सत्य बाहेर आलं, कारखान्यात काम करणारे भारतीयांनी सांगितले लो हे सत्य आहे काडतूसाच्या टोपीत ते दोन्ही चरब्या लावल्या जात आहेत, जे हिंदु आणि मुस्लमान धर्मात निषिध्द आहे, नंतर ही गोष्ट डमडम-बरकपुर पासून संपूर्ण भारतात वीजे सारखी पसरली, शिपायांत, इंग्रजांच्या विरुध्द उठाव करण्या शिवाय दुसरी कोणतीच गोष्ट दिसत नव्हती, आणि अचानक उठाव करणे, देशव्यापी क्राऽति योजनेला घातक ठरेल- ही गोष्ट समजून भारतीय सैनिक ऑफिसरांनी कसतरी समजावून ३१ मे पर्यत शांत रहाण्यास सांगितले परंतु ठिणगी आतल्याआंत पेटत राहीली.

सन १८५७ ची क्रांति चे कारण चरबी लागलेली काडतूसे हे होत? काही इंग्रज इतिहासकार ह्याच विद्रोहाला एकमात्र कारण मानतात, त्यांच्याच विचारांच्या समर्थनांत सुरेंद्रनाथ सेन नी ह्याला कर्नल मिचेल च्या जिद्दीचा परिणाम म्हंटले आहे, ज्यांनी भारतीय शिपायांना चरबी लावलेली काडतूसे न तोडण्यासाठी धमकावले, लिहीले आहे- सोळावी रेजीमेंट च्या सैनिकांनी काडतूस-पेटी घालायला मनाई

केली, कारण कि काडतूस तयार करण्या च्या विधि च्या संबंधात त्यांन संदेह होता, त्यांना हिंसा करायची नव्हती हे स्पष्ट आहे, काडतूस पेटी आणि काडतूसा शिवाय त्यांच्या हत्यारांचा काही उपयोग नव्हता आणित्यांची आपत्ती योग्य शंकेवर आधारित होती, किथयंग ने लिहीले आहे- जर मिचल आपल्या सैनिकांच्या विश्वासास पात्र ठरला असता किंवा सुरवाती पासूनच हुषारीने कार्य केले असते तर काही उत्पात झाला नसता, परंतु त्यानी त्याची अपेक्षा करुन कटु भाषेचा प्रयोग केला व घोर दंड देण्याची धमकी दिली, तो सैनिकांच्या निवास स्थानावर गेला, त्यांनी समस्त भारतीय ऑफिसरांना बोलावले तसेच स्पष्ट शब्दात त्यांना सांगितले कि ज्या काडतूसांना बनवून एका पेक्ष अधिक वर्षझाली आहेत, जर त्यांचा उपयोग करण्यास मनाई केली तर उद्या सकाळी प्रात: शिपायांना कठोरत कठोर शिक्षा देण्यात येईल चौथी कंपनीचे सुभेदार शेख करीम बख्शनी सांगितले कि त्याच्या समोर कर्नल ने सांगितले कि जर शिपायांनी त्या काडतूसांचा स्विकार केला नाही,तर त्यांना चीन वा बर्मा ला पाठवले जाईलजेथे ते सर्व मरुन जातील, अन्य साक्षीदारांनी पण त्याला दुजोरा दिला, सुभेदार मेजर मुराद बख्श ने म्हंटले- ह्या वर कर्नल अत्यंत नाराज झाले आणि म्हणाले जर शिपायांनी आपल्या काडतूसाचा उपयोग केला नाही तर मी त्यांना रंगून वा चीन ला घेऊन जाईन तेथे त्यांना मोठी संकटाला सामोरे जावे लागेल आणि ते सर्व मरतील, दुर्भाग्याने काड्तूसं हानीकारकच दिसत होती, ते दोन वेगळ्या कागदा पासून बानली होती,काही दिवस आधीच कलकत्या हून नविन सामान आले होते आणि शिपायांना संशय आला होता कि ही काडतूसे जुन्या काडतूसात मिसळली आहेत आणि कर्नल त्यांना उपरोक्त आपत्तीजनक काडतूसांचा उपयोग करण्या वर ठाम आहे, त्याच्या उत्तेजक भाषणाने शिपायांच्या संदेहाची पुष्टी केली आणि प्रात: कवायत च्या आगोदर उपद्रव सुरु केल गेला. (१८५७ : सुरेंद्रनाथ सेन : पृष्ठ ५३-५४)

अधिकतर इतिहासकारांनी ज्यात इंग्रज पण आहेत- चरबी लावलेली काडतूसां ना १८५७ ची क्रांति चा एकमात्रकारण मानत नाहीत, इतिहासकार जस्टीन मॅकार्थी ने लिहीले- हे खरं आहे कि हिंदुस्थान च्या उत्तर आणि उत्तर पश्चिम प्रदेशाचे अधिकतर भागात ते देशी जातींचा इंग्रजी सत्तेच्या विरुध्द उठाव होता, चरबी च्या काडतूसां चा मामलाकेवळ ह्या प्रकार ची एक ट्ःइणगी होती, जी अकस्मात ह्या विस्फोटकमसाल्यात येऊन पडली, हे युध्द एक राष्ट्रीय आणि धार्मिक युध्द होते, (हिस्ट्री ऑफ अवर ओन टाईम्स : जस्टीन मॅकार्थी, खंड :३) एक अन्य

इतिहासकार मेडले ने मार्च १८५७ पासून १८५८ पर्यंत भारतात भ्रमण केले, आपल्या त्या भ्रमणाच्या अनुभवाच्या आधारेते लिहीतात-किंतु वास्तवात जमीनी च्या आत आतजो विस्फोटक मसाला अनेक कारणाने खूप दिवसा पासून तयार होत होता, त्यावर चरबी लावलेल्या काडतूसांनी केवळ काडेपेटीचे काम केले, इतिहासकार मालेसन लिहीतात-एका निमित्त कारणाच्या रुपातच आणि केवळ ह्या रुपांत च काडतूस क्रांतिचे कारण सिध्द झाले होते, षडयंत्र कारांनी ह्या बहाण्याचा पूर्ण फायदा उठवला आणि त्यांना हा अवसर मिळाला म्हणून उपलब्ध झाला होता, जसे मी सिध्द करण्याचा प्रयत्न केला आहे कि सैनिक तसेच जनतेच्या बहुसंख्य वर्गाच्या मनांत हा विश्वास बध्दमूल केला गेलाहोता त्यांचे स्वामी प्रत्येक कार्यच दुष्ट हेतुनेच करत होते.

मंगल पांडे

इंग्रज ओफिसरांनी कोणत्याही प्रकारे नव्या काडतूसांचा प्रयोग करायचा होता आणि भारतीय शिपाई त्याचा प्रयोग निश्चित धार्मिक कारणाने करण्यास तयार नव्हते, मौलाना आजाद ने १८५७ (लेखक- सुरेंद्रनाथ सेन) च्या भूमिकएत लिहीले आहे- ह्यात काही शंका नाही आहे कि लोकांच्यात देशप्रेमाच्या भावनेनी प्रेरित होऊन च विद्रोहात भाग घेतला होता, पण ह्या भावना एवढ्या तीव्र नव्हत्या कि ह्यामुळे विद्रोह भडकून उठेल, लोकंच्या विद्रोहाला उभारणीत देशभक्तिच्या बरोबर धार्मिक भावना पण काम करतातचरबी च्या काडतूसाच्या बाबतीत ला प्रचार, ह्याचे फक्त एक उदाहरण आहे,ाअपल्या विदेशी शासकांच्या विरोधात उभे राहण्याच्या आगोदर, सैनिकंच्या धार्मिक भावने ला दुस-या प्रकारे पण ठेच लागली होती.

१९ नंबर च्या पलटन ला बरकपुरात जेंव्हा नवी काडतूसे प्रयोग साठी देण्यात आली, तर त्या शिपायांच्या धार्मिक भावनेला आघात झाला, त्यांचा विश्वास झाला कि इंग्रज निश्चित च जाणुन-बुजून आमचा धर्म भ्रष्ट करीत आहेत,म्हणून त्या काडतूसांचा प्रयोग करण्यास त्यांनी साफ नकार दिला, इंग्रज ऑफिसरांने ह्या अनुशासनहीन सहन न झाल्यामुळे आणि त्यांनी संपूर्ण पलटनला दंड करण्याचा विचार केला, पण भारतीय पलटनला दूंडित करायला त्यांना इंग्रजां च्या पलटन ची मदत पाहीजे होती आणि त्या वेळी संपूर्ण बंगालात कोणतीही इंग्रज पलटन नव्हती, म्हणुउन बर्मा हून ताबडतोब एका गो-या पलटन ला बोलावण्यात आली, खरंतर इंग्रज ऑफिसरांनी ठरवलं होतम कि १९ नंबर पलटन ची हत्यारे ठेवून

शिपायांना बर्खास्त करावे, ही गोष्ट मार्च १८५७ ची आहे, बर्माहून इंग्रजांची पलटनच्या येण्याच्या बातनीने भारतीय शिपायांना खूप राग आला आणि त्यांनी विद्रोह करण्याचा निश्चिय केलापरंतु परत एकदा भारतीय ऑफिसरांनी ३१ मे पर्यंत थांबण्यासाठी समजावले, खरं तरचरबी वाली काडतूसांचा प्रयोग न केल्यानी दिल्या जाण-या दंडाच्या गोष्टीने शिपाई रागात होते, २८ मार्च च्या रात्री, बाकी शिपाई तर शांत झाले, पण मंगल पांडे मनांनल्या मनांत विद्रोहाच्या आगीने जळत होता.

२९ मार्च १८५७, १९नंबर ची पलटन ला कवायत मैदानात बोलावण्यांत आले, लिहीले आहे- ज्या वेळी पलट्न येऊन उभी राहीली, मंगल पांडे ताबडतोब आपल्या भरलेली बंदूक घेऊन समोर उडी मारुन आला,तो ओरडून बाकी शिपायांना इंग्रजां विरुध्द धर्म युध्द प्रारंभ करण्या साठी आमंत्रित करत होता, एक इंग्रज ऑफिसर सार्जंट ह्यूसन ने ज्या वेळी बघितलं तेंव्हा त्यांनी आपल्या शिपायांना मंगल पांडेला अटक करण्यास सांगितले, परंतु कोणीही शिपाई पुढे आला नाही, इतक्यात मंगल पांडे ने आपल्या बंदूकी च्या गोळी ने ताबडतोब सार्जंट मेजर ह्यूसन ला ठार मारले, ह्या वर लेफ्टनंट वाघ आपल्या घोड्यावरुन पुढे आला,त्याचा घोडा अजूनही लांबच होता कि मंगल पांडेने एक दुस-या गोळीने घोडा आणि स्वाराला दोघांना जमीनी वर पाडले,मंगल पांडे ने तिस-या वेळेला आपली बंदूक भरण्याचा विचार केला, लेफ्टनंट वाघ नी उठला आणि पुढे येऊन मंगलपांडे वर आपली पिस्तुल चालवली, पण मंगलपांडे त्यातून बचावला,आता मंगल पांडे ने ताबडतोब आपली तलवार काढून दुस-या इंग्रज ऑफिसरला पण तिथेच ठार मारले,थोड्या वेळाने कर्नल व्हीलर ने येऊन शिपायांना हुकुम दिला कि मंगल पांडेला अटक करा, शिपायांनी नकार दिला कि आम्ही ब्राम्हण शिपाया ला हात सुध्दा लावणार नाही, कर्नल घाबरुन जनरल च्या बंगल्या वर गेला, जनरल हीयर काही गो-या शिपायां ना घेऊन आला आणि मंगल पांदे च्या बाजूने पुढे आला, हे पाहून मंगलपांडेने स्वत:च्या छाती वर गोळी चालवली,तो जखमी होऊन जमीनी वर पडला आणि त्याला अटक झाली, ह्या नंतर जेंव्हा मंगल्पांडे दवाखान्यातून बाहेर आलातेंव्हा त्याचे कोर्ट मार्शल झाले, त्याला फाशी ची शिक्षा ऐकवण्यात आली, ८ एप्रिल चा दिअवस त्याच्या फाशी साठी नक्की करण्यात आला, परंतु बरकपुरात कोणीही जल्लाद त्याला फाही देण्यास तयार नव्हता, शेवटी कलकत्या हून चार माणसं ह्या कामा साठी बोलावण्यात आली आणि ८ एप्रिल ला सकाळी मंगल पांडे ला फाही देण्यात आले. (भारतात इंग्रजी राज्य: पृष्ठ ८३०-८३१)

1857 चा स्वातंत्र्य संग्राम ✱✱✱ 85

मंगल पांडे ची घट्न देशातील बाकी भागात जशी जशी पोचली लोकांच्यात परत एकदा विद्रोहा साठी राग भडकला, जस कि ठरवल गेलं होतं कि क्रांति सुरु झाल्या वर रेल्वे तार इत्यादी वर ताबा मिळवण्या बरोबर इंग्रजांचे बंगले आणि बरॅकीत आग लावायची -ह्या घटने च्या प्रतिक्रियास्वरुप लखनौ, मेरठ आणि अंबाल्यात अनेक इंग्रजांची घरं जाळण्यात आली, तरी पण प्रयत्न केला गेला कि ३१ मे पर्यंत कोण्ती ही मोठी घटना होऊ द्यायची नाही आणि सर्व काही योजने च्या अनुसारच व्हावे.

मेरठ मधील क्रांती

इंग्रज ऑफिसरांनी चरबी ची काडतूसांचा प्रयोग करण्याचे थांबवले नाही, असं वाटत होतं कि इंग्रज ऑफिसर जाणुन बूजुन भारतीय शिपायांच्या धार्मिक भावनांना जख्मी करण्याचा आनंद घेत आहेत,नाही तर काय कारण होतं कि सरकार नी मनाई केल्या वर सुध्दा काडतूसांना दातांनी तोडायला सांगत होते, ह्या संबंधात सुरेंद्रनाथ सेन लिहीतात- मेरठ चे लेफ्टनंट हॉग, फेब्रुवारी च्या शेवटच्या आठवड्यांत सांगितले आहे कि जर काडतूसांच्या किनारीला चिमटी नी दाबण्याचा उपाय केला गेला तर त्यांना दातांनी कापण्याची काही गरज नाही पडणार आणि त्यांच्या सुचनेचे समर्थन अन्य अनुभवी ऑफिसरांनी केले होते, गव्हर्नर जनरल नी ह्या बाबत मुख्य सेनापति ला लिहीले होते आणि मुख्य सेनापति येण्याच्या आंत हा आदेश प्रसिध्द केलागेला होता कि डमडममध्ये निशाणेबाजीच्या अभ्यासात काडतूस दातांनी कापायची प्रथा बंद केली जावी,परंतु हे ऐकून आश्चर्य वाटते कि हा आदेश शिपायांना सांगितला नाही.(१८५७ : सुरेंद्रनाथ सेन : पृष्ठ ६०)

जसे कि वर उल्ल सांगितले आहे, इंग्रज ऑफिसरां मध्ये हट्टी, दुष्ट आणि नीच प्रवृत्ती चे पण होते, इंग्रजा ची पुस्त्के ही गोष्ट सिध्द करतात-जसे दातांनी कापायची प्रथा बंद केली जावी- ह्या आदेशा ला लपवून किती तरी पलटनां चे ऑफिसर हिंदुस्थानी शिपयां वर सारखे दबाव टाकत राहीले, सेन नी अशाच एका हट्टी ओफिसर च्या बाबतीत लिहीले आहे- कर्नल कारमायकेल स्मिथ, मेरठ मध्ये तिसरा देशी राज्याचा कमांडर होतातो अहंकारी आणि हट्टी स्वभावाचा होता आणि शिपायांत तो विशेष लोकप्रिय नव्हता, नंतर ज्या घटना घडल्यात्यांना पहाता त्याच्या हरकतींची प्रशंसा करणे कठिण आहे, त्याने तर नंतर इथपर्यंत दावा केलाकि त्यानी ३१ मे साठी निश्चित देशभरात होणारी क्रांतिची योजना निष्फळ करुन साम्राज्याचे

रक्षा केली आहे, पण हे त्याचा सर्व आगऊपणा होता,जर त्याला कोणत्याही अशा षडयंत्रा ची माहीती पण होतीतरी पण त्यानी ह्या रहस्याला आपल्या साथी ऑफिसरांना पण सांगितले नाही ना कि जनरल कमांदिंग ऑफिसरला.झस्मथ ने २३ एप्रिल ला आदेश दिला कि उद्या सकाळी सारा रेजिमेंट चीच नाही तर विभिन्न सैन्य दलांतील ठरावीक ९० शिपायां ची परेड होईल, त्याच ध्येय त्याचा कडून चरबी च्या काडतूसा चा प्रयोग करायचा होता, परंतु मोठे इंग्रज ऑफिसर ना माहीत होते कि ही वेळ बरोबर नाही आणि काडतूसां चा प्रयोग करु नये, स्मिथ च्या ह्या आदेशा विरुध्द कॅप्टन क्रेगी ने एड्जुटेंट ला लिहीले- स्मिथ कडे ताबडतोब जावे आणि त्याला सांगा कि माझ्या सेनेच्या सर्व सैनिकांनी अनुरोध केला आहे कि उद्याची प्रदर्शन कवायत नाही करावी कारण कि संपूर्ण देशी सेनेत क्काडतूसांना घेऊन उत्तेजना पसरली आहे आणि जर त्यांनी काही काडतूसे जाळली तर रेजीमेंट बदनाम होईल मला माहीत पडले आहे कि सहा च्या सहा सेनेत ह्या प्रकार चा रिपोर्ट तयार केला जात आहे,हा खूप गंभीर मामला आहे आणि ह्या वर ध्यान दिलं नाही तर अर्ध्या तासात सर्व रेजीमेंट विद्रोह करु शकतील, कृपया एक क्षण न दवडता स्मिथ कडे ताबडतोब जावे(हिस्ट्री ऑफ इंडियन म्युटिनी : फॉरेस्ट खंड १पृष्ठ ३२)

परंतु कर्नल स्मिथ ने ह्या प्रकार ची कोणत्याही धोक्याची पर्वा केली नाही व परेड बोलावली, केवळ ९० शिपाई परेड मैदानात आले, त्यातील पांच जणांना सोडून बाकी कोणीही कर्नलचे ऐकले नाही, आणि काडतूसांना वापरण्यास मनाई केली,कर्नल स्मिथ हे सहन करु शकला नाही,त्यानी ८५ शिपायां च्या आचरणा विरुध्द चौकशी न्यायालय बसवले, कैद्यांनी आपल्याला निरपराध सांगितले, परंतु त्यांना दहा-दहा वर्षांची कठोर कारावासा ची शिक्षासुनावली गेली,

९ मे सन १८५७ ला सकाळी ह्या ८५ शिपयांना परेड ला आणून उभे करण्यात आले, त्याच्या समोर गोरी फौज आणि त्यांचा तोफखाना होता, छावणी चे बाकी सर्व हिंदुस्थाने शिपायांना पण हे दृश्य दाखवण्या साठी परेड वर बोलावले गेले, ८५ अपराधी करार दिलेले शिपायां कडून सगळ्यां समोर पोषाख उतरवला आणि त्याच परेड वर उभ्या उभ्या त्यांना बेड्या घातल्या (भारतात इंग्रजी राज: पृष्ठ ८३२), मेरठ च्या परेड मैदानांत ९ मे १८५७ ला झालेल्या ह्या घटने च्या बाबतीतैंग्रज इतिहास लेखकहोम्स ए हिस्ट्री ऑफ इंडियन म्युटिनी त लिहीले आहे- ९ मे ला सकाळी आकाशांत वादळ व तुफाना चे सूचक काळे ढग फिरत होते, सूर्याचा काही पत्ता नव्हता, अशात अपराध्यांना अपमानित होताना बघण्या साठी संपूर्ण

ब्रिगेड ला बोलावले होते, पोषाख उतरवून ह्या बिचा-यांना लोहारां च्या सूपुर्द केले गेले त्यांनी हातकड्या-बेड्यानी बांधले, लोहारां नी आपलं काम अतिशय हळू हळू संपवले आणि एक तास फौजे ने चुपचाप आपल्या साथी ं ना अपमानित होताना पाहीले, कायद्याच्या दृष्टी ने त्यांना भले अपराधी सिध्द केले असेल,पण त्यांनी असं काहीच केले नाही ज्यामुळे त्यांना घाणेरडं किंवा चारित्रहीन म्हणले जाईल. ते अत्यंत चांगले शिपाई होते. आणि सैन्यदलातील प्रतिष्ठित लोकांपैकी होते. जनरल गफ ने लिहिले आहे की, आमच्या सैनिकांमध्ये बरीच कुजबुज चालू होती. जर ब्रिटीश सैनिक तेथे हजर नसते तर काय घडलं असतं ते सांगता येत नाही. परंतु परेड शांतपणे संपली. काही शिपायांच्या चेहऱ्यावर नाराजी होती. पण काही गडबड झाली नाही. गफ ने लिहिले आहे की, जेव्हा शिपायांना वाटले की ते काहीतरी गमवत होते. त्यावेळेसच त्यांचा आत्मविश्वासही डळमळला. त्या वयस्क सैनिकांनी आपल्या इंग्रज अधिकाऱ्याबरोबर कितीतरी मोठ्या युद्धात भाग घेऊन ते जिंकून दिले होते. ते छाती पिटत रडायला लागले. आपल्या नशिबाला दोष देत त्यांनी आपल्या अधिकाऱ्यांना प्रार्थना केली की, आम्हाला त्रासापासून वाचवा. तरुण सैनिकांनी पण हेच केले. मी माझ्या जीवनात इतके करुण दृश्य कधीच पाहिले नाही. मी चार वर्षात पहिल्यांदा हतबल झालो की त्यांच्या दुःखामुळे दुःखी झालो. (ओल्ड मेमरीज : गफ)

यानंतर दिवसभर शांतता होती. संध्याकाळी एका देशी अधिकाऱ्याने गफला आज संध्याकाळी विद्रोह होईल असे सांगितले. ही सूचना जेव्हा कर्नल कारम ाईकल स्मिथ ला कळली तेव्हा त्याने दुर्लक्ष करत असे म्हणले की, या प्रकारच्या अफवांवर मी विश्वास ठेवत नाही. आणि ती सुचना देणाऱ्या भारतीय सैनिकाला अपमान करून हाकलून दिले.

खरं तर भारतीय शिपायांमध्ये रागाचे वातावरण होते. पण ते ३१ मे ची वाट पहात होते. ते राग गिळून आपल्या बराकीत परत गेले. संध्याकाळी काही हिंदुस्थानी शिपाई मेरठमध्ये फिरायला गेला होते. लिहिले आहे की, शहरातल्या स्त्रियांनी जागोजागी त्यांना टोमणे मारून अपमानित केले. छी ! तुमचे बांधव तिकडे जेलमध्ये आहेत आणि तुम्ही इथे बाजारात वेळ काढत आहात. तुमच्या जगण्याचा धिक्कार असो.

मेरठच्या स्त्रियांकडून एवढे अपमानास्पद शब्द ऐकल्यावर शिपायांचे धैर्य संपले. त्यांच्यासाठी आता ३१ मे पर्यंत थांबणे अशक्य होते. ९ मेच्या रात्री शिपायांच्या

छावणीमध्ये गुप्त बैठक होऊन सकाळी विद्रोहाची पूर्ण योजना बनवली गेली. याबरोबरच दिल्लीच्या नेत्यांना आम्ही परवापर्यंत दिल्लीला येत आहोत. असे कळवले.

लिहिले आहे की, दुसऱ्यादिवशी १० मे ला रविवार होता. मेरठ शहरात हजारो हत्यारबंद नगरवासी बाहेरून जमा व्हायला लागले होते. इकडे छावणीमध्ये जोरदार तयारी चालू होती. सगळ्यात पहिले काहीजण जेलच्या दिशेने गेले. जेलर पण क्रांतीकारकांना सामील होते. जेलच्या भिंती तोडल्या. सगळ्या कैद्यांच्या बेड्या तोडल्या. हिंदू-मुसलमान, पायदळ, तोफांचे शिपाई इकडे तिकडे मेरठमधील इंग्रजांना मारण्यासाठी निघाले. अनेक इंग्रज मारले गेले. बंगले, ऑफिसेस यांना आग लावण्यात आली. 'हर हर महादेव' 'फिरंग्यांना मारा' असे आवाज शहरात व छावणीत घुमु लागले. योजनेनुसार तारा तोडल्या गेल्या. आणि रेल्वे लाईन वर क्रांतीकारकांचा पहारा ठेवण्यात आला. जे इंग्रज वाचले होते ते काही दवाखान्यात तर गल्लीत लपले. आणि उरलेल्यांनी आपल्या हिंदुस्थानी नोकरांच्या घरी आश्रय घेतला. शहर आणि छावणीमध्ये विद्रोहाची आग लागली होती. यामुळे जी छोटी इंग्रजी सेना मेरठमध्ये होती ती स्तब्ध होती. १० तारखेच्या रात्री मेरठचे सैनिक दिल्लीला रवाना झाले.

मेरठ क्रांतीचे दुष्परिणाम

जेव्हा १८५७सालच्या क्रांतीचा उहापोह केला गेला तेव्हा मेरठमध्ये झालेली ही क्रांती आवेशात तर झाली.परंतू ती वेळेआधी झाल्यामुळे तिने १८५७ च्या संपूर्ण क्रांती योजनेला ढहा दिला.ही गोष्ट तर त्याचवेळी खुद्द इंगअज इतिहासकारांनी लिहून ठेवली होती की, मेरठ क्रांती ही प्रत्यक्षात ब्रिटीश साम्राज्यासाठी वरदानच बनली.

मालेसन, व्हाइट आणि विल्सन हे तिनही इंग्रज लेखक स्वीकार करतात की मेरठ क्रांतीचे वेळेआधी सुरू होणे, इंग्रजांसाठी लाभदायक आणि भारतीय क्रांती नेत्यांसाठी हानिकारक सिध्द झाले. मालसेनने स्पष्ट लिहिले आहे की जर पूर्व निर्धारानुसार एकावेळी,एका तारखेलाच भारतात स्वाधीनतेचे युद्ध सुरू झाले असते, तर भारतात एकडी इंग्रज जिवंत वाचू शकला नसता.आणि भारतात इंगअजांच्या राज्याचा अंत त्याचवेळी झाला असता.ह्याच प्रकारे जे.सी.विल्सन लिहितात की वास्तवात मेरठ शहराच्या स्त्रियांनी तिथल्या शिपायांना वेळे आधी भडकावून इंग्रज राजवटीला गारद होण्यापासून वाचविले.

काही असो. मेरठमध्ये जे काही झाले आणि त्यानंतर जे काही झाले, त्याला थांबविणे आता अवघड होते.क्रांतीच्या नेत्यांकडून खरेतर क्रांतीचा दोर सुटला होता.आणि त्यावर त्यांचे नियंत्रण राहिले नव्हते.याला खरे तर ✻एक विस्फोट झाला होता. जो हळू हळू अन्य जागीही होऊ लागला. मेरठच्या घटनेची बातमी जस-जशी पसरली तस-तशी सगळ्या केंद्रात आणि शहरांमध्ये क्रांती सुरू झाली.

मेरठचे सैनिक ११मे ला सकाळी आठ वाजता चालत दिल्लीला पोहोचले. परंतु दिल्लीच्या नेत्यांकडे क्रांतीकारी सैनिकांच्या येण्याची बातमी आधीच आली होती, त्यामुळे ते तयार होते; पण इंग्रजांना याचा थांगपत्ताही नव्हता. बहरहाल मेरठच्या क्रांतीकारी सैनिकांनी येऊन बहादुरशाह जफर की जय च्या घोषणा दिल्या. इंग्रज इतिहासकार चार्ल्स बाल लिहितो की सेनेच्या भारतीय अधिकाऱ्यांनी सम्राट बहादुरशाह जाफर ला सलाम केला आणि मेरठची हालहवाल ऐकवली.मेरठ चा तोफखाना आणि पायदळ सैन्य ही दिल्लीला पोहोचले. तोफखान्याने लाल किल्ल्यात शिरताच बहादुरशाह जफर ला २१ तोफांची सलामी दिली.

बाहदुरशाह जफर मेरठहून आलेल्या क्रांतिकारी त्यांना ज्यात हिंदु-मुसलमान दोन्ही सामील होते. म्हणाला – माझ्याकडे कुठला खजिना नाही आहे, मी तुम्हा लोकांना पगार कुठून देणार? शिपायांनी उत्तर दिले– आम्ही लोक हिंदुस्तानातल्या इंग्रज खजान्याला आणून तुमच्या पायावर घालू. बहादुरशाह जफर बद्दल ही भावना होती क्रांतिकाऱ्यांची! त्यावेळचे सुरेंद्रनाथ सेन चे पुस्तक १८५७ च्या भूमिकेत मौलाना अबुल कलाम आजाद यांच्या या बोलण्याशी सहमत होता येणार नाही की तो इतका कमजोर होता की ना तो सैनिकांना आपल्या नियंत्रणात ठेवू शकत होता, ना आपल्या सरदारांना. त्याच्या ह्या व्यक्तिगत उणेपणामुळे देखील कोणी त्याच्या जागी दुसऱ्या कोणाबद्दल विचार केला नाही. (१८५७: सुरेंद्रनाथ सेन, पान २६)

वास्तवात त्याचवेळी जेव्हा तमाम देशी राजवटींमध्ये फूट पडली होती, देशाला एका सुत्रात बांधण्यासाठी अशा व्यक्तिची आवश्यकता होती,जी सगळ्यांना (सर्वमान्य) मान्य असेल. आणि म्हणूनच क्रांतिच्या आयोजकांनी बाहदूरशाह जफर च्या हिरव्या झेंड्याखाली एक होऊन स्वातंत्र्याचे युद्ध लढण्याचा संकल्प केला होता. जसे बाहदुरशाह जफरने क्रांतिकाऱ्यांचे नेतृत्व करण्याचे स्वीकारले तसे पूर्ण लाल किल्ला सम्राट की जय आवाजाने दुमदुमला.

ह्यानंतर क्रांतिकारांनी दिल्ली काबीज केली. त्यावेळी दिल्लीमध्ये कोणती गोरी फलटन नव्हती. छावणी मध्ये जे इंग्रज होते त्यांना मारले गेले.१६ मे १८५७ साली

दिल्ली पूर्णपणे कंपनीच्या हातून स्वतंत्र झाली.सम्राट बाहदुरशाहला पुन्हा दिल्लीच्या गादीवर बसवले गेले. लिहिले आहे–बाकीच्या भारतावर नि:संदेह ह्याचा जबरदस्त प्रभाव पडला. नानासाहेब आणि क्रांतिच्या दुसऱ्या नेत्यांनी बाहदुरशाह जफर च्या नावावरच सगळ्या भारताच्या राजांना, सैनिकांना आणि प्रजेला, इंग्रजांविरूद्ध युद्धासाठी आवाहन केले होते.बाहदुरशाहचा झेंडाच त्यावेळी भारताच्या क्रांतिकारांचा झेंडा होता.लाल किल्ल्यावर बाहदुरशाह जफरचा हिरवा आणि सोनेरी झेंडा परत फडकायला लागला होता.(भारतात इंग्रज राजवट पृष्ठ ८३५)

देशात पसरणारी क्रांती

दिल्लीच्या विजयाची बातमी ,देशभर विद्युत गतीने पसरली. ११मे पासून ३१ मे पर्यंत संपूर्ण उत्तर भारतात ठिकठिकाणी क्रांतीच्या ज्वाळा दिसू लागल्या. कंपनीची ९ नंबरची पलटण अलीगड,मैनपुरी, इटावा आणि बुलंदशहरात विभागली होती.क्रांतीच्या एका प्रचारकाला जो की ब्राम्हण होता,बुलंदशहरात पलटणीच्या तीन सैनिकानी पकडून दिले. त्या ब्राम्हणाला फाशी देण्यासाठी अलीगडला आणले गेले, जेथे ९ नंबर पलटणीचे मुख्यालय होते.२० मे ला त्या ब्राम्हणाला भारतीय सैनिकांसमोर फासावर लटकविले गेले. इंग्रजांची ही दुष्ट वागणूक पाहून पलटणीच्या दुसऱ्या सैनिकांना खूप राग आला.एका सैनिकाने तलवार काढली आणि त्या ब्राम्हणाच्या लटकत्या मृत शरीराकडे इशारा करत म्हणू लागला, बंधूनो हा शहीद आपल्यासाठी रक्ताने नहातोय आणि आम्ही तमाशा बघत राहिलो आहोत. यावर बाकीचे सैनिक चिडले. त्यांनी बंडाच्या जोरदार घोषणा केल्या,परंतु शांतिपूर्वक काम केले. त्यांनी इंग्रजांना सांगितले की जर आपल्याला आपले प्राण वाचवायचे असतील तर ताबडतोप अलीगड सोडून निघून जा.इंग्रजांनी तसेच केले आणि अलिगडला हिरवा झेंडा फडकू लागला.त्याच्या नंतर मैनपुरी,इटावा, नसीराबाद, शाहजहांपूर, मुरादाबाद, बदायु, आजमगड,गोरखपूर,बरेली इत्यादी सर्व ठिकाणी क्रांतीचा भडका उडाला.

दिल्लीहून दुसऱ्या ठिकाणच्या क्रातिकारकांना संदेश पाठविले जात होते.त्यांना संघटीत होण्याचे तसेच त्यांना दिल्लीचे हात बळकट करण्याचे आव्हान केले जात होते.याचे एक उदाहरण ते पत्र आहे जे रूहेलखंड स्थित ८ नंबर देशी स्वार,१८ आणि ६८ नंबर पायदळ पलटणींच्या नावे पाठविले गेले होते– दिल्लीच्या सेनापतीकडून बरेली आणि मुरज्ञीदाबादच्या पलटणींच्या सेनापतींच्या नाव हार्दिक भेट ! बंधूनो!

दिल्लीत इंग्रजांबरोबर युद्ध चालू आहे परमेश्वराच्या आशिर्वादाने आम्ही इंग्रजांना प्रथम पराजित केलेले आहे, त्यामुळे ते इतके घाबरून गेलेत,जितके कुठल्यादुसऱ्या ठिकाणी दहा पराजयांनी सुध्दा घाबरले नसते. बेसुमार * हिंदुस्थानी बहाद्दूर दिल्लीत येऊन जमा होत आहेत.अशा वेळी जर आपण तेथेजेवत असाल, तर हात येथे येऊन धुवा. राजांचा राजा, जहापनाह,आपला दिल्लीचा बादशहा आपले स्वागत करेल आणि आमचे कान अशाप्रकारे आपल्याकडे लागलेत, ज्याप्रमाणे रोजे करणाऱ्यांचे कान अजान देणाऱ्याच्या आवाजाकडे लागलेले असतात.आम्ही आपल्या तोफांचे आवाज ऐकण्यासाठी बेचैन आहोत.ापल्या दर्शनाला आतुर आमचे डोळे त्याच रस्त्याकडे लागले आहेत; ज्याप्रमाणे दूतासाठी डोळे लागून रहातात.या,आपले कर्तव्य आहे की लौकर या. आमचे घर आपले घर आहे.बंधूनो,या, आपल्या आगमनाशिवाय, वसंत ऋतुच्या गुलाबांना फुले येऊ शकत नाहीत. पावसाशिवाय कळ्या उमलू शकत नाहीत. दुधाशिवाय मुल जगू शकत नाहीत.

३१ मे च्या सकाळी बरोबर ११ वाजता तोफ उडाली. हा क्रांती सुरू झाल्याचा संकेत होता.इंग्रज नैनितालकडे पळू लागले. काहींना क्रांतिकारकांनी मारून टाकले.सहा तासाच्या आत बरेलीवर स्वातंत्र्याचा हिरवा झेंडा फडकू लागला. ज्यावेळी इंग्रजांचा झेंडा उतरवून, त्याजागी हिरवा झेंडा लावला गेला,त्याचवेळक्ष तोफखान्याचे सुभेदार बरूत खान यांनी क्रातिकारी सैन्याचे सेनापतीत्व ग्रहण केले.

इलाहाबादमध्ये त्यावेळी ६ नंबर देशी पलटणी व दोनशे सैनिक आणि थोडेसे इंग्रज अधिकारी होते.सहा नंबर पलटणीची बैरक किल्ल्याच्या बाहेर होती.६ जूनच्या रात्री ज्यावेळी इंग्रज अधिकारी जेवत होते, ६ नंबर पलटणीच्या सैनिकांनी क्रांतीचा बिगुल फुंकला.कित्येक इंग्रज मारले गेले.त्यांच्या बंगळ्यांना आग लावली गेली. परंतु किल्ल्यावर ताबा मिळू शकला नाही,कारण किल्ल्याच्या आतील भारतीय सैनिकांनी क्रांतीमध्ये सामिल व्हायला नकार दिला होता.इलाहाबाद शहराच्या जनतेने क्रांतिकारकांना साथ दिली. तुरूंगातील कैदी सोडून दिले गेले.खजिन्यावर ताबा मिळविला.शहरातील कोतवालीवर हिरवा झेंडा फडकविला गेला.

७जूनला इलाहाबाद शहरात हिरव्या झेंड्याची मिरवणूक काढली गेली. इलाहाबाद आणि आसपासच्या गावातील सर्व लोकांनी मिळून इंग्रजी राज्याच्या समाप्तीजी घोषणा केली. ठिकठिकाणी मिरवणूका निघाल्या. इंग्रजांनी नेमलेल्या भारतीय जमीनदारांना हटवून जुन्या खानदानी जमीनदारांची नेमणूक केली गेली. इलाहाबाद शहरात मौलवी लियाकत अलींची सुभेदार म्हणून नेमणूक केली गेली.

कानपूरमधे क्रांती

कानपूर क्रांतीचे सूत्रधार त्यावेळी बिठूर मध्ये होते. बिठूर मधेच या क्रांतीची योजना बनली होती.नानासाहेब आणि अजीमुल्ला खान यांनी जेव्हा मेरठ मध्ये क्रांतीचा भडका झाल्याची बातमी ऐकली,तेव्हा त्यांचा मस्तक शूळ उठला. (ते भडकले) कारण योग्य वेळेपूर्वीच क्रांती सुरू होणे,साऱ्या योजनेसाठी घातक ठरू शकते.जे झाले ते थांबविणे अवघड होते आणि जे होणार होते त्यात आता संभ्रम निर्माण झाला होता की काय करावे-आणि काय टाळावे? (काय करू नये?) ११मे पासून ३१ मे पर्यंत वीस दिवसात वेगवेगळ्या ठिकाणी, वेगवेगळ्या दिवसात क्रांती भडकल्यामुळे त्याची शक्ती कमी होणे स्वाभाविक होते आणि त्यामुळे इंग्रजांना क्रांती दडपून टाकण्यासाठी ताकद वाढविण्याची आणि प्रतिकार करण्यासाठी पुरेपूर अवधी/संधी मिळाली.तरी सुध्दा जो दृढनिश्चय केलेला होता, तो पूर्ण करायचाच होता-कारण लोकांच्यात द्वेषाचा भडका उडाला होता.हा द्वेष बऱ्याच कालावधीपासून दबून राहिलेला होता आणि आता त्याला थांबविणे शक्य नव्हते, परिणाम भले काहीही होवो.

कानपूर- बिठूर मध्ये मेरठच्या क्रांतीची बातमी नानसाहेबांना १५ मे ला मिळाली. त्यावेळी बिठूर मध्ये नाना धुंधूपंत पेशवा, त्यांचे दोन भाऊ बाळासाहेब अणि बाबासाहेब, नानासाहेबांचा भाचा रावसाहेब आणि अजीमुल्ला खान तसेच तात्या टोपे हजर होते. कानपूरला सर ह्यू ह्विलर इंग्रज सैन्याचा सेनापती होता. त्याच्या हाताखाली (अधीन) कानपूरला तीन हजार देशी सैनिक आणि सुमारे शंभर इंग्रज सैनिक होते. दिल्लीला बंडाची बातमी आल्यानंतर सुध्दा नानासाहेबांनी ३१ मे पर्यंत गप्प रहाण्याचा निश्चय केला. कारण की कानपूर छावणी मध्ये सैनिकांच्या गुप्त सभा होऊ लागल्या होत्या. सर ह्विलर यांना १८ मे ला दिल्लीची बातमी समजली आणि त्यांनी सावधानी म्हणून गंगेच्या दक्षिणेला एका नव्या जागी वेढा घालून किल्लेबंदी सुरू केली होती.नानासाहेब आणि इंग्रजांचे संबंध चांगले होते, म्हणून इंग्रजांनाभरोसा होता की नानासाहेब त्यांच्या बाजूचे आहेत,आणि ह्विलरने त्यांना असा निरोप पाठविला की आपण कानपूरला येऊन आमची मदत करावी. २२ मे ला नानासाहेब काही सैन्य घेऊन बिठूरहून कानपूरला पोहोचले. ह्विलरने कंपनीच्या खजिन्याची राखण/सुरक्षा नानासाहेबांवर सोपविली.नानासाहेबांनी आपले दोनशे सैनिक खजिन्यावर पहारा ठेवण्यासाठी तैनात केले.दारू गोळ्याचे भांडार सुध्दा नानासाहेबांच्या अधिकारात आले. कानपूरात खरेतर अफवा सुध्दा पसरल्या होत्या.

इंग्रज इतके घाबरले होते की थोडीशी अफवा ऐकून ते जाऊन व्हिलरच्या नव्या किल्ल्यात लपून रहात.

कानपूरला कंपनीच्या देशी सैन्याचे दोन मुख्य नेता होते-सुभेदार टीकासिंह आणि सुभेदार शमसुद्दीन खान.नानासाहेबांचे ज्वालाप्रसाद आणि मोहमद अली हे दोन मुख्य सहायक होते. हे चौघे आणि नानासाहेब तथा अजीमुल्ला खान रात्री नावेत बसून गंगेच्या वरच्या बाजूस दोन-दोन तास गुप्त विचार विनिमय करत असत.

शेवटी ४ जूनच्या अर्ध्या रात्री अचानक कानपूर छावणीमध्ये तीन (फायर) गोळीबार झाले. हा क्रांती सुरू झाल्याचा संकेत होता. लिहिले आहे-तोफ उडताच सर्वात आधी सुभेदार टीकासिंह घोड्यावर आरूढ होऊन सगळ्यांच्या पुढे वेगाने निघाला. त्याच्या मागे-मागे शेकडो घोडेस्वार आणि हजारो पायदळ सैनिक मैदानात उतरले.आधी ठरविल्याप्रमाणे काहींनी इंग्रजांच्या इमारतींना आग लावली, काही दुसऱ्यांना सूचना द्यायला गेले आणि काहींनी जागोजागी इंग्रजांचे ध्वज जमिनदोस्त करून, त्याजागी हिरवे ध्वज फडकविले. त्यावेळी नानासाहेबांनी नवाबगंजला मुक्काम केला होता. नानांचे सैनिक सुध्दा ताबडतोप क्रांतिकारकांना जाऊन मिळाले. ५ जूनला भारतीय सेना आणि नगरवेसियांनी मिळून दिल्ली सम्राट नानासाहेबांना आपला राजा निवडले. नंतर सैन्यासाठी अधिकारी आणि शहरांसाठी शासक सुध्दा त्याच वेळी निवडले गेले. ५ जून लाच हत्तीवरून दिल्ली सम्राटाच्या ध्वजाची मिरवणूक मोठ्या समारंभाने शहरात तसेच छावणीत काढली गेली. नगर वासियांनी मोठ्या आनंदाने नानांच्या आज्ञांचे पालन केले.

आता नानासाहेबांनी जनरल व्हिलरला इशारा दिला.त्यांनी ६ जूनला, आज आपण किल्ला आमचे हवाली करा, नाहीतर संध्याकाळपर्यंत किल्यावर हल्ला केला जाईलअसे एक पत्र त्याला पाठविले. परंतु व्हिलरने किल्ला नानसाहेबंच्या ताब्यात दिला नाही.त्यावेळी कानपूरचे बहुतेक सगळे इंग्रज आणि त्यांचे परिवार त्या किल्ल्यामध्येच होते. संध्याकाळी क्रांतिकारी सैन्याच्या तोफांनी किल्ल्यावर गोळ्यांचा भडिमार सुरू केला. उत्तरादाखल इंग्रजांनी सुध्दा तोफगोळ्यांचा वर्षाव केला.नानासाहेबांजवळ तोफांची कमी नव्हती. २१ दिवस हा मोर्चा चालू राहिला. किल्ल्यात बंद इंग्रज आजारी पडले.त्यांना पाण्यासाठी सुध्दा तडफडावे लागले. तरी सुध्दा किल्ल्याच्या आतून इंग्रजांच्या तोफा सामना करत होत्या.परंतु नानांच्या सैनिकांची हिम्मत उत्तुंग होती. कानपूरचे नागरिक त्यांना पूर्ण सहकार्य करत होते. या मोर्च्यात कानपूरच्या कित्येक महिलांची भूमिका/(सहभाग) अत्यंत

महत्त्वपूर्ण आहे. त्या आपल्या घरातून निघून युध्द भूमीवर आल्या होत्या.तेथे त्या दारूगोळा पोहोचविणे,सैनिकांना भोजन पोहोचविणे, जखमींना सहायता करणे आणि किल्ल्याच्या भिंतीच्या खाली भिडलेल्या तोफगोळ्यांचा मारा करणाऱ्या गोलंदाजांना मदत करण्यास झटत होत्या. त्यांच्यात कानपूरची एक वेश्या अजीजन, तिची कहाणी प्रसिध्द आहे. अजीजन हत्यारासह घोड्यावर स्वार होऊन विद्युत गतीने शहरातील गल्लीतून आणि छावणीमधून दौडत फिरत असे. कधी ती गल्लीतील थकलेल्या, घायाळ सैनिकांना दूध आणि मिठाई वाटत असे आणि कधी इंग्रजांच्या किल्लयाचा भिंतीच्या खालच्या बाजूस लढणाऱ्या सैनिकांची हिम्मत वाढवित असे.

त्या कालावधीत नानांनी औपचारिक रूपाने शासन सांभाळले होते. दुसऱ्या घोडेस्वार रेजिमेंटचे सुभेदार टीकासिंहला जनरल , आणि सुभेदार दलभजनसिंह आणि गंगादिनला कर्नल, आणि नानांच्या स्वत:च्या सैन्याचे सेनापती ज्वालाप्रसादला ब्रिगेडियर बनविले गेले. (न्यायिक)न्यायालयीन प्रशासनाचे काम नानांचे भाऊ बाबा भट यांच्याकडे सोपविले गेले. चोर तसेच अन्य अपराधी त्यांच्यापुढे सादर केले जाऊ लागले आणि त्यांना शिक्षा दिली गेली. परंतु त्या शिक्षा ब्रिटिश भारताच्या कायद्यानुसार नव्हत्या. हिंदू अपराध कायदे, जे मरासर्वठा न्यायालयीन अधिकारी शासन हरण केले जाण्यापूर्वीपासून जाणत होते,पुन्हा लागू केले गेले. त्यामुळे अपराध्यांना अंग-भंगाच्या शिक्षा दिल्या गेल्या.परंतु नाना फक्त हिंदू राज्याचेच प्रधान नव्हते. बंड सुरू झाल्याबरोबरच मुस्लिमांचा हिरवा ध्वज सुध्दा फडकू लागला होता,परंतु दोन्ही धर्माच्या लोकांमध्ये काही भांडण-तंटा नव्हता. (१८५७: सुरेंद्रनाथ सेन : पृष्ठ १६६)

२५ जून सन १८५७ ला जनरल व्हिलरने आपल्या किल्ल्यावर तहाचा सफेद ध्वज लावला.नानासाहेबांनी युध्द थांबविले. अशा प्रकारे कानपूरच्या किल्ल्यावर नानासाहेबांचा अधिकार झाला. कानपूर इंग्रजांचे शासन संपविल्यानंतर २८ जून सन १८५७ ला नानासाहेबंनी एक मोठा दरबार भरविला. या दरबारात सहा पलटन पायदळ, दोन पलटन घोडेस्वार, अनेक जमिनदार आणि असंख्य जनता उपस्थित राहिली होती.सर्वप्रथम सम्राट बहादुरशाह जफरच्या नावावर एकशे एक तोफांची सलामी दिली गेली. नंतर २१ तोफांची सलामी नानासाहेबांना दिली गेली. या दरबारात नानासाहेबांनी जनता आणि सैनिकांना धन्यवाद दिले. लाख रूपये इनाम म्हणून सैनिकांना वाटले गेले. त्यानंतर नानासाहेब बिठूरला गेले. बिठूरला १ जुलैला नाना धुंधुपंत पेशव्यांच्या गादीवर बसले.

इंग्रजांचे दडपशाही–चक्र आणि प्रतिकार

वेळेपूर्वीच क्रांती सुरू झाल्याने आणि सर्व ठिकाणी वेगवेगळ्या दिवशी क्रांती भडकल्याचा लाभ इंग्रजांना या रूपात मिळाला की ते या विखुरलेल्या क्रांतीला दहपून टाकण्यात यशस्वी होऊ लागले आणि त्यांनी इंग्रजांच्या हत्येचा बदला सुध्दा घेतला.

लॉर्ड कॅनिंगने जनरल नीलला विशाल सैन्यासह बंडाला दडपण्यासाठी वाराणसीकडे पाठविले.या सैन्यात अधिकांश गोरे ,काही शिख आणि काही मद्रासी होते. वाराणसीवर अधिकार प्राप्त केळ्यानंतर(ताबा मिळविल्यानंतर)जनरल नील इलाहाबादकडे निघाला, आणि रस्त्यात त्याने आसपासच्या तमाम प्रांतात दडपशाही चक्र चालू ठेवले. जनरल नीलच्या अत्याचारांचे वर्णन स्वत: इंग्रज इतिहासकारांनी तपशीलवार लिहिले आहे.

लेखक जॉर्ज विकर्सने लिहिले आहे–जनरल नीलचे सैनिक एकेका गावात घुसत होते. जेवढे लोक त्यांना रस्त्यात भेटत होते, त्यांना ते काही फरक न करता तलवारीने कापून काढत होते किंवा गोळीने उडवत होते किंवा फाशीवर लटकवित होते.जागोजागी फाशीच स्तंभ उभे केले होते. ज्यावर चोविस तास फाशी देण्यो काम अखंड चालू रहात होते. जेव्हा यांनी सुध्दा काम होत नव्हते तेव्हा इंर्गज सैन्याच्या अधिकाऱ्यांनी झाडांच्या फांद्याचा उपयोग करायला सुरूवात केली.ज्या माणसाला फाशी द्यायचे असेल त्याला बहुधा हत्तीवर बसविले जात होते. हत्तीला कोणत्याही उंच फांदीजवळ घेऊन जात होते.त्या माणसाची मान दोरीने फांदीला बांधली जात होती.मग हत्तीला बाजूला घेतले जात होते आणि लटकत्या प्रेताला त्याच जागी सोडून जात असे.

इतिहासकार सर जॉन के ने लिहिले आहे– भारताच्या भव्हर्नरजनरलने जी पत्रंइंगलिस्तानला पाठविली, त्यात आमच्या ब्रिटीश पार्लमेंटच्या कागदामध्ये ही गोष्ट नोंदविली आहे की म्हाताऱ्या स्त्रियाआणि लहान मुलांचा त्याच प्रकारे वध केला गेला आहे,ज्याप्रकारे त्या लोकांचा, जे बंडाचे अपराधी होते.या लोकांना नीट फाशी सुद्धा नाही दिली गेली तर गावात जाळून मारले गेले. –कदाचित कोठे–कोठे त्यांना आकस्मित गोळीने सुद्धा उडविले गेले. इंग्रजांना गर्वाने हे सांगताना किंवा पत्रात लिहिताना सुद्धा संकोच वाटत नाही की आम्ही एक सुध्दा हिंदुस्थानी सोडला नाही आणि काळ्या हिंदुस्थानींना गोळ्यांनी उडविण्यात आम्हाला मोठा विनोद आणि आश्चर्यकारक आनंदाचा अनुभव येत होता. (हिस्ट्री ऑफ दि सिपॉय वार: सर जॉन के. खंड २)

जनरल नील जेव्हा ११ जूनला इलाहाबादला पोहोचला तेव्हा त्याला इलाहाबादच्या किल्ल्यावर अजून पर्यंत इंग्रजांचा ध्वज फडकताना पाहून सुखद आश्चर्य वाटले. लिहिले आहे: त्याने येताच किल्ल्यातील शीख सैनिकांना जवळचे गाव जाळण्यासाठी बाहेर पाठवून दिले आणि किल्ल्या गोऱ्या सैनिकांकडे सोपविल्या.किल्ला आणि किल्यातील सामानाच्या मदतीने इंग्रजांनी १७ जूनला खुसरो बागेवर हल्ला केला. दिवसभर खूप तुंबळ युद्ध झाले. क्रांतिकारकांनी अतिशय शौर्याने सामना केला. परंतु शेवटी मौलवी लियाकत अलीने पाहिले की नीलच्या विशाल सैन्याच्या विरोधात त्याचे टिकून रहाणे अशक्य होते. म्हणून लियाकत अली तीस लाख रूपयाच्या भारी खजिन्यासह कानपूरला निघून गेला. (भारतमें अंग्रेजी राज: पृष्ठ ८४७) नीलने या नंतर इलाहाबादच्या नगरवासियांचा कसा भयानक बदला घेतला, त्याचा थोडा अंदाज या एका घटनेने लावता येऊ शकतो की अनेक छोट्या छोट्या मुलांना केवळ या अपराधासाठी फाशी दिले गेले. की ते हिरवे झेंडे घेऊन ढोल वाजवित मिरवणूकीप्रमाणे शहरातील गल्लीत फिरत होते. (इंडियन म्युटिनी सर जॉन के. खंड ५ अध्याय २) याच प्रकारची टिप्पणी सर जॉर्ज कैम्पबेलच्या हवाल्याने एडवर्ड थाम्पसनने लिहिले आहे-आणि मला माहित आहे की इलाहाबादमध्ये बिल्कुल (बिना किसी तमीजके) हत्त्या केल्या गेल्या होत्या आणि त्यानंतर नीलने अशी कामे केली जी हत्त्येपेक्षा सुध्दा अधिक भयंकर वाटत होती, त्याने लोकांना जाणून बुजून अशा प्रकारच्या यातना देऊन मारले ज्या पअकारच्या यातना, जेवढे आम्हाला पुरावे मिळाले आहेत,भारतवासियांनी कधी कोणाला दिलेल्या नाहीत.(दि अदरसाइड ऑफ दि मेडल: लेखक एडवर्ड थाम्पसनने हे कथन (उद्धृत) केले आहे.सर जॉर्ज कैम्पबेल,प्रॉविजनल सिविल कमिशनर इन दि म्युटिनी होते.

सतीचौरा घाट हत्त्याकांड

कानपूरला इंग्रजांनी किल्ला क्रातिकारकांच्या हवाली केला.क्रांतिकारकांकडे सोपविला आणि स्वत:ला नानासाहेबांच्या हवाली केला. नानासाहेबांनी त्यांना वचन दिले होते की त्यांना नावेत बसवून इलाहाबादला सुरक्षित पाठवून दिले जाईल.लिहिले आहे: त्याच रात्री चाळीस नावांची व्यवस्था केली गेली.त्यात अन्नपुरवठ्याचे सामान ठेवले गेले.२७ जूनला सकाळी इंग्रजांचा झेंडा किल्ल्यावरून उतरविला गेला. सम्राट बहादुरशाहचा हिरवा झेंडा त्याच्या जागी फडकू लागला

आणि सर्व इंग्रजांना हत्तीवर आणि पालख्यांमध्ये बसवून किल्ल्यापासून दिड मैल दूर सतीचौरा घाटावर पोहोचविले गेले.परंतु या दरम्यान इलाहाबाद आणि त्याच्या आसपासच्या प्रांतातून हजारो लोक, ज्यांची घरे-दारे,बाल-बच्चे आणि सगे-सोयऱ्यांना जनरल नीलच्या सैनिकांनी जाळून खाक केले होते,कानपूर शहरात येऊन एकत्रित होत होते.या लोकांची वर्णने आणि इलाहाबादला इंग्रजांनी केलेले अत्याचार ऐकून कानपूरची जनता आणि तेथिल देशी सैनिकांचा क्रोध उफाळून येत होता.२७ जूनला सकाळी दहा वाजता नावा सतीचौरा घाटातून निघणार होत्या. नानासाहेबांनी त्यांना पाठविण्याची व्यवस्था करून दिली होती, परंतु स्वत: ते आपल्या मुक्कामावर होते. घाटावर सैनिक आणि जनतेची गर्दी होती. असे सांगितले जाते की, नावेत बसून ते इंग्रज जसे निघाले,गंगेच्या पाण्यात सर्व क्रांती सैनिकांनी उड्या मारल्या आणि त्यांनी इंग्रजांना मारायला सुरूवात केली. इतिहासकारांनी या हत्त्याकांडाची फार निंदा केली आहे.नानासाहेबांना जसे हे कळले ,त्यांनी मारकाट बंद केली आणि १२५ इंग्रज स्त्रिया आणि बालकांना आपल्या सुरक्षेत आणून ठेवले.काही इतिहासकारांनी या हत्त्याकांडाला जबाबदार नानासाहेबांना ठरविले आहे. परंतु वास्तविक याच्यासाठी नानासाहेब जबाबदार नव्हते. उलट यासाठी जनरल नीलचे अत्त्याचार दोषी होते, ज्यांच्या आक्रोशाचा बदला लोकांनी या रूपात घेतला. नानासाहेबांना तर याचा अंदाज सुध्दा नव्हता की जनआक्रोश ही अशी कारवाई करेल.ते तर इंग्रजांना सुरक्षित परत पाठविण्याची तयारी करून गेले होते.इतिहासकार या कारणाने नानासाहेबांना दोषी मानत नाही. मॉड आणि शेररने लिहिले आहे- हे निश्चित आहे की नानांनी एकापेक्षा अधिक वेळा त्या मैत्रीपूर्ण व्यवहार केला आणि वास्तविक दया सुध्दा दाखविली.घाट हत्त्याकांडाची योजना कोणा चाणाक्ष व्यक्तीने फारच पाशवी भावनेने बनविली होती, आणि नक्कीच नानांच्यात ही वृत्ती नव्हती.(१८५७: सुरेंद्रनाथ सेन:पृष्ठ १७३) याप्रमाणे जॉन लैंग आपले पुस्तक वांडरिंग्स इन इंडिया एंड अदर स्केचेज ऑफ लाइफ इन हिंदुस्तान (पृष्ठ ११६) यात लिहिले आहे.-काही पुराव्याअभावी, खास करून या विषयावर सर्व पत्रे वाल्यानंतर जुलै १८५७ मध्ये कानपूरला झालेल्या दुर्भाग्यपूर्ण धोकेबाजी आणि भयंकर हत्त्याकांडास त्या व्यक्तीला जबाबदार ठरविले तर मला खेद होईल. नानासाहेब इंग्रज पुरूष आणि महिलांना खूप चांगल्या प्रकारे समजत होते आणि जे इंग्रज मारले गेले होते, त्यातल्या अधिकांश लोकांना ते व्यक्तिगत ओळखत होते. म्हणून हे समजून घेणे योग्यच होईल की जेव्हा त्यांनी नावा तयार करण्याचा आदेश

98 *** 1857 चा स्वातंत्र्य संग्राम

दिला तेव्हा मनापासून त्यांची हीच इच्छा होती की ख्रिश्चन लोक कलकत्त्याला जावेत. आणि त्यानंतर जे काही झाले ते त्या लोकांचे काम होते जे नानासाहेब आणि ब्रिटिश सरकार यांच्यामध्ये एवढे अंतर पाडू इच्छित होते की भविष्यात शांती आणि तडजोड होणे शक्य होऊ नये.(१८५७: सुरेंद्रनाथ सेन : पृष्ठ १७३)

झाशी मध्ये क्रांती

झाशीची राणी लक्ष्मीबाई एक योग्य वीर,सच्चरित्र आणि असाधारण बुद्धीची महिला होती. तिचे आइ-वडिल बिठूरमध्ये पाशव्यांबरोबर त्यांच्या दरबारात रहात होते. तिथेच लहान वयात त्यांनी युद्धकला आणि शस्थ संचालन शिकले होते. त्या नानासाहेबांसोबत शिकार खेळायला जायच्या.त्यांचे लग्न लहान वयात झाशीचे राजे गंगाधररावशी झाले.

ज्यावेळी राणी लक्ष्मीबाई विधवा झाल्या,त्यांचे वय अठरा वर्षे होते.त्यांनी दत्तक घेतलेला मुलगा दामोदररावला गादीवर बसविण्याची अनुमती न देण्याबद्दल आणि झाशीचा खजिना आपल्या ताब्यात घेतल्या कारणाने लक्ष्मीबाई इंग्रजांवर खूप नाराज होत्या. झाशीची जनता राणी लक्ष्मीबाईचा खूप आदर करायची. झाशीच्या जनतेमध्ये इंग्रज शासनाबद्दल अत्यंत असंतोष पसरत होता.

शेवटी ४ जून १८५७ रोजी झाशीत सुध्दा क्रांती सुरू झाली. त्या दिवशी सगळ्यात पहिले १२ नंबर देशी फलटनीचे हवालदार गुरूबख्क्ष सिंहने खजिना आणि दारूगोळ्याच्या भांडारावर कब्जा केला. ह्यानंतर राणी लक्ष्मीबाई हत्यारांनी सिध्द होऊन, क्रांतिकारी सेनेचे नेतृत्व करण्यासाठी महालाच्या बाहेर पडली. क्रांतिकारी सेनेने किल्ल्यावर आक्रमण केले.तिथे अडकलेले इंग्रज मारले गेले. किल्ला काबीज झाला. झाशी इंग्रजांच्या पंज्यातून स्वतंत्र झाली. बालक दामोदरराव ची पालक या नात्याने राणी लक्ष्मीबाई गादीवर बसली.झाशीच्या किल्ल्यावर दिल्ली सम्राटाचा हिरवा झेंडा फडकायला लागला.सगळ्या राज्यात दवंडी पिटली गेली- जग देवाचे,मुलूख बादशाहचाआणि हुकूम राणी लक्ष्मीबाईचा.

अवधमध्ये क्रांती

मेरठमधल्या क्रांतीची बातमी जेव्हा लखनऊ मध्ये पोहोचली तेव्हा अवधचे चीफ कमिशनर सर हेन्री लॉरेन्सनी लखनऊ शहराजवळ मच्छभवन आणि रेजीडेंसी मध्ये किल्लेबंदी सुरू केली म्हणजे जरूर पडल्यावर इंग्रजांच्या परिवाराला तिथे सुध्दा सुरक्षा मिळू शकेल.ठरवल्याप्रमाणे ३० मे च्या रात्री ९वाजता छावणीमध्ये

एक तोफ सुटली.क्रांति सुरू होण्याचा हाच संकेत होता.हा संकेत मिळताच ७१ नंबरची फलटण बंदुका घेऊन बाहेर आली. इंग्रजांचे बंगले जाळले जाऊ लागले. जिथे जो मिळाला त्याला मारले गेले. हेन्री लॉरेन्स काही गोऱ्या सेनेबरोबर आणि देशी फलटणीच्या काही शिपायांबरोबर क्रांतिकारी सेनेचा मुकाबला करण्यासाठी निघाला. परंतु रस्त्यातच भारतीय शिपायांनी त्याची साथ सोडून दिली आणि क्रांतिकारी सेनेला जाऊन मिळाले.लॉरेन्सला नाईलाजाने त्यांना सोडून आपल्या थोड्याशा इंग्रज शिपायांसोबत रेजिडेंसीमध्ये येऊन आसरा घ्यावा लागला. ३१मे च्या संध्याकाळपर्यंत ४८ आणि ७१ नंबर पायदळ आणि ७ नंबर स्वार आणि दुसऱ्या देशी फलटणींमध्ये देखील स्वाधीनतेचा हिरवा झेंडा फडकायला लागला. अशा तऱ्हेने ३१मे ते १०जून च्या दरम्यान लखनऊ शहराचा एक भाग, रेजीडेंसी ह्या सोडून सगळा अवध इंग्रजांच्या हातून निसटला. ३ जूनला सीतापूर स्वाधीन झाला. सीतापूरची बातमी फर्रूखाबादला पोहोचली तेव्हा तिथल्या किल्ल्यावर क्रांतिकाऱ्यांनी ताबा मिळविला. आणि किल्ल्याच्या आत रहाणारे सगळे इंग्रज मारले.अशा तऱ्हेने मोहम्मदी, मालन, बहराइच, गोंडा, सिकरोरा, मेलापूर इत्यादी आजूबाजूचे सगळे प्रदेश १० जून १८५७ पर्यंत पूर्णपणे स्वतंत्र झाले. लिहिले आहे- ही गोष्ट विशेषत: ध्यान देण्यायोग्य आहे की, अवधच्या ज्या जमीनदार आणि तालुकेदारांनी ह्या वेळी स्वाधीनतेच्या संग्रामात उघडपणे भाग घेतला. त्यातील अनेकांनी आपल्या महालांमध्ये इंग्रज अधिकारी आणि मुलांना आसरा देण्यात खूप उदारपणा दाखविला.

अवध क्षेत्रामध्ये त्यावेळी एकही असे गाव उरले नव्हते,ज्याने कंपनीचा झेंडा फाडून फेकून दिला नाही. अवधच्या एकूण एक जमीनदारांचे शिपाई हजारोंच्या संख्येने लखनऊ मध्ये येऊन बेगम हजरत महल च्या नेतृत्वात क्रांतिकारी सेनेचे संघटन करत होते. इतिहासकार लिहितात की अवध च्या ह्या क्रांती मध्ये बेगम हजरत महल सोबत लखनऊच्या अनेक स्त्रिया पुरूषी कपडे घालून, हत्यारे घेऊन, लढाईच्या मैदानात आल्या होत्या. क्रांतिकारकांनी रेजीडेंसीला चारी बाजूंनी घेरले होते, परंतु तिथे एकत्रित असलेल्या इंग्रजांना कुठल्याही प्रकारची केली नाही. संपूर्ण अवधवर वाजिद अली शाह चा मुलगा शहजादा बिरजीस कद्र च्या नावाने, बेगम हजरत महलचे शासन कायम झाले.

इतिहासकार जी.बी.मालेसन लिहितो की,त्यावेळी लखनऊ मध्ये सगळी इंग्रज सत्ता रेजीडेंसीच्या आत कैद झाली होती. त्यात जवळ जवळ एक हजार इंगअज

आणि आठशे हिंदुस्तानी होते. शस्त्रास्त्र आणि अन्नधान्याचे सामान पुरेसे होते. क्रांतिकारकांनी चहुबाजूंनी रेजीडेंसीला घेराव घातला होता. संपूर्ण अवधेने आमच्या विरूद्ध हत्यार उचलले होते. फक्त नोकरीतील फौजच नाही तर पदच्युत नबाबाच्या फौजेची आठ हजार माणसे, जमीनदार, त्यांचे शिपाई,अडीचशे किल्ले - ज्यात बहुतेक करून भारी तोफा बसविलेल्या होत्या.सगळेच्या सगळे आमच्या विरूद्ध उभे राहिले. ह्या लोकांनी कंपनीच्या शासनाला आपल्या नबाबांच्या शासनाबरोबर तोलून बघितले होते आणि जवळ जवळ एकमताने हा निर्णय केला गेला होता की त्यांच्या आपल्या नबाबाचे शासन, कंपनीच्या शासनापेक्षा उत्तम होते.आमच्या सेनेत काम केलेले जे पेन्शनर होते त्यांनी सुद्धा स्पष्टपणे आमच्या राज्याच्या विरूद्ध निर्णय दिला होता. आणि त्यांच्यापैकी हरेक जण बंडात सामील होता.(रेड पेम्फलेट :जी.बी.मालेसन)

मौलवी अहमदशाह आणि फैजाबादची स्वाधीनता

१८५७ सालच्या क्रांतिच्या प्रचारकांमध्ये मौलवी अहमदशाह चे नाव मुख्यत: घेतले गेले आहे. मौलवी अहमदशाह फैजाबाद चे जमीनदार होते आणि त्यांनी फिरून फिरून सगळ्या शहरात, गावात आणि कस्बे (खेड्या-पाड्यातल्या) लाखो लोकांना क्रातिसाठी जागृत केले होते. लिहिले आहे की लखनऊ आणि आग्रा शहरात दहा-दहा हजार लोक मौलवी अहमदशाहचे भाषण ऐकायला जमा होत होते. हिंदू आणि मुसलमान आपल्या शंभर वर्षाच्या पराधीनतेची कहाणी ऐकून मौलवी अहमदशाह च्या व्याख्यानातून ही शपथ घेऊन उठायचे की आम्ही लोक आगामी स्वाधीनता संग्रामात आपल्या प्राणांची बाजी लावू.

फैजाबाद जिल्ह्याच्या तालुकेदारां-सोबत इंग्रजांनी जो अन्याय केला होता, त्याने ते सगळे भडकलेले होते.मौलवी अहमदशाह ची जहागीर पण हिसकावली गेली होती.अवधच्या राजवटीवर इंग्रजांची हुकमत झाल्यानंतर, मौलवी अहम दशाहने आपला सारा वेळ ह्या स्वाधीनता महायुध्दाच्या तयारीमध्ये लावला होता. फैजाबादहून लखनौ आणि आग्र्यापर्यंत ते सारखे दौरे करायचे. त्यांची क्रांतीवरची भाषणे खूप आवेशपूर्ण असायची. त्यांनी अनेक लेख आणि जाहिरातीमधून जनतेला इंग्रजांविरुद्ध भडकावले होते. इंग्रजांना जेव्हा हे सगळे समजले तेंव्हा त्यांनी मौलवी अहमदशाहला अटक करण्याचा हुकूम सोडला. परंतु अवधच्या पोलिसांनी त्यांना अटक करण्यास नकार दिला. तेव्हा इंग्रज फौज आली. अहमदशहाला अटक करून

त्यांच्यावर बंडाचा गुन्हा दाखल केला गेला. त्याला फाशीचा हुकूम ऐकवला गेला आणि फाशीच्या तारखेपर्यंत फैजाबादजेल मध्ये बंद केले गेले.

इंग्रजांच्या ह्या हरकतीविरुद्ध फैजाबाद आणि आसपासची सगळी जनता खवळली. लिहिले आहे– ''मौलवी अहमदशाहच्या अटकेने पूर्ण फैजाबाद विभागात आग पेटवली. फैजाबाद शहरात त्यावेळी दोन पायदळ फलटी, काही स्वार आणि काही तोफखाना होता. लगेचच फैजाबादच्या शिपायांनी आणि जनतेने मिळून स्वातंत्र्याचा झेंडा उभारला. परेडला देशी शिपायांनी आपल्या इंग्रज अधिकाऱ्यांना स्पष्ट सांगून टाकले की यानंतर आम्ही फक्त आमच्या हिंदूस्थानी अधिकाऱ्यांची आज्ञा मानू. सुभेदार दलीपसिंहने पुढे होऊन सगळ्या इंग्रज अधिकाऱ्यांना कैद केले. तुरुंगाच्या भिंती तोडल्या गेल्या. मौलवी अहमदशाह च्या बेड्या कापल्या गेल्या. फैजाबादच्या सगळ्या शिपायांनी आणि जनतेने मौलवी अहमदशाहला आपला नेता निवडले. मौलवी अहमदशाहने फैजाबादच्या साऱ्या इंग्रजांना लिहून पाठविले की तुम्ही लोक फैजाबाद सोडून द्या. त्यांनी सगळ्या इंग्रजांना नौकेत बसवून फैजाबादहून रवाना केले. त्यांना वाटेत खाण्यापिण्याचे सामान आणि काही प्रवासखर्च देखील दिला गेला. फैजाबाद शहरात शांतता प्रस्थापित केली. ९ जूनच्या सकाळी शहरात आणि आजूबाजूच्या भागात घोषणा केली गेली की कंपनीची राजवट संपली आणि नबाब वाजिद अलीशाहची राजवट पुन्हा अमलात आली आहे. मौलवी अहमदशाहच्या खास आदेशानुसार फैजाबादमध्ये एकही इंग्रज मारला गेला नाही.'' (भारतात इंग्रज राजवट: पृष्ठ ८६१)

दिल्ली आणि बहादुरशाह

दिल्लीच्या स्वाधीन झाल्यानंतर सम्राट बहादुरशाहच्या तर्फे संपूर्ण देशात एक घोषणा केली गेली. ''हिंदुस्थानच्या रहिवाशांनो ! जर आपण निश्चय केला, तर बोलबोलता शत्रूचा नाश करू शकतो. आपण शत्रूचा नाश करू आणि आपल्या धर्म आणि देशाला, जे आपल्याला जीवापेक्षा प्रिय आहेत, धोक्यापासून वाचवू.''

मग थोड्याच दिवसांनी अजून एक घोषणा केली गेली. ज्याच्या प्रती सगळ्या भारतात, एवढेच नाही तर दक्षिणेकडील बाजारात आणि छावण्यांमध्ये सुद्धा हातोहात खपताना दिसल्या. ह्या घोषणेमध्ये लिहिले होते: ''एकूण एक हिंदू आणि मुसलमानांच्या नावे ! आपण केवळ आपला धर्म समजून जनतेच्या बरोबर शामील झालोत. ह्या क्षणाला जो कोणी भ्याडपणा दाखवेल किंवा भोळेपणामुळे धोकेबाज

परकीयांच्या वचनांवर विश्वास करेल, तो लवकरच शरमिंदा होईल आणि इंग्लंड शी इमानदारीचे त्याला तसेच इनाम मिळेल, जसे लखनौच्या नवाबांना मिळाले. ह्या व्यतिरिक्त हे देखील जरुरी आहे की ह्या लढाई मध्ये सर्व हिंदू आणि मुसलमानांनी मिळून काम करावे आणि कोणा प्रतिष्ठित नेत्याच्या मार्गदर्शनाप्रमाणे अशी वागणूक ठेवावी ज्यायोगे शांती कायम राहिल. आणि गरीब लोक संतुष्ट रहावे आणि त्यांची प्रतिष्ठा आणि त्यांचा मान रहावा आणि त्यांची शान वाढावी.'' मग एक तिसरी घोषणा चालू झाली. ही घोषणा बरेलीला प्रकाशित झाली. ''हिंदुस्थानच्या हिंदू आणि मुसलमानांनो उठा, बंधूनो उठा. परमेश्वराने जेवढी धनदौलत माणसाला दान केलेली आहे, त्यातील सर्वात मौल्यवान धनदौलत ङ्गस्वातंत्र्यफ आहे. तो अत्याचारी, नीच ज्याने धोका देऊन ही धनदौलत आमच्याकडून हिसकावून घेतली आहे, तो काय कायम आम्हाला त्यापासून वंचित ठेवू शकेल? परमेश्वराच्या मर्जीशिवाय याप्रकारचे काम नेहेमी चालू राहू शकेल? नाही-नाही ! युरोपियांनी इतके अत्याचार केलेले आहेत की, त्यांच्या गुन्ह्यांचा पेला पूर्णपुणे भरलेला आहे. इतकेच नाही तर आमच्या पवित्र धार्मिक संप्रदायाचा नाश करण्याची अपवित्र इच्छा सुद्धा त्यांच्यात निर्माण झाली आहे. तुम्ही आता सुद्धा गप्प बसून रहाणार आहात का? परमेश्वराला आता तुम्ही गप्प रहावे असे वाटत नाही, कारण त्याने हिंदू आणि मुसलमानांच्या मनामध्ये इंग्रजांना आपल्या मुलुखातून बाहेर काढण्याची कामना उत्पन्न केलेली आहे. आणि परमेश्वराची कृपा आणि तुम्हा लोकांच्या बहादुरीच्या प्रतापाने लवकरच इंग्रजांचा संपूर्ण पराजय होईल आणि आमच्या या मुलुखात, हिंदुस्थानात त्यांचा जरा सुद्धा मागमूस रहाणार नाही. आमच्या या सैन्यात उच्च-नीच हा भेद विसरला जाईल आणि सर्वांबरोबर एकसारखा व्यवहार केला जाईल, कारण या पवित्र युद्धात आपल्या धर्माचे रक्षण करण्यासाठी जितके लोक तलवार उपसतील ते सगळे समान यशाचे भागीदार असतील, ते सर्व भाऊ-भाऊ आहेत. त्यांच्यात लहान-मोठ्या चा काही फरक नाही. म्हणून मी पुन्हा माझ्या संपूर्ण हिंदू बंधूंना सांगतो, उठा, परमेश्वराने सांगितलेले हे परम कर्तव्य पूर्ण करण्यासाठी युद्धाच्या मैदानात उड्या घ्या.'' (फिक्शन एक्सपोज्ड एंड उर्दूवर्क्स : लेकी)

इतिहासकारांनी लिहिले आहे की बहादूरशाह जफरवर जनता खूप प्रेम करत होती. ते अतिशय शांत स्वभावाचे आणि अत्यंत चरित्रवान व्यक्ती होते. ते स्वत: सुद्धा जनतेवर खूप प्रेम करत होते आणि त्यांना भेटून त्यांची दु:ख ऐकत होते. यामुळे त्यांच्या घोषणेचे जनतेने स्वागत केले.

***

२ जुलै सन १८५७ ला मोहम्मद बख्त खान च्या ताब्यातील रुहेलखंडच्या सैन्याने दिल्लीत प्रवेश केला. नगरवासी आणि सम्राट बहादुरशाहच्या वतीने या नेत्याचे खास स्वागत झाले. बख्तखानने सम्राटांची भेट घेतली.सम्राटाने बख्तखानला दिल्लीच्या संपूर्ण सैन्याचे प्रधान सेनापती आणि दिल्लीचा 'गव्हर्नर' म्हणून नियुक्त केले. बख्तखान अत्यंत योग्य वीर होता. त्याच्या नेमणूकीची घोषणा साऱ्या शहरात केली गेली. बख्त खानच्या बरोबर चौदा हजार पायदळ, दोन किंवा तीन पलटण घोडेस्वार आणि अनेक तोफा होत्या. त्याने आपल्या सैन्याला सहा महिन्याचा पगार अगोदरच दिला होता. त्याशिवाय त्याने चार लाख रुपये रोख आणून सम्राटाला दिले. बख्त खानने शहरात सुशासन स्थापन केले आणि आज्ञा दिली की कोणाही नगरवासियाने हत्याराशिवाय राहू नये.

दिल्लीत तहाच्या बरोबर खाली, बाहेरच्या बाजूला इंग्रज सैन्याने मुक्काम केलेला होता, आणि ते आपली ताकद वाढण्याची वाट पहात होते. लिहिले आहे की, दिल्लीच्या आत त्यावेळी क्रांतिकारकांचे मुख्य काम हेच होते की ते पुन्हा पुन्हा शहरातून निघून कधी डाव्या तर कधी उजव्या बाजूने इंग्रजांवर हल्ला करत होते. इंग्रजी सैन्याचे भरपूर नुकसान करायचे आणि मागे हटत होते. इग्रंजी सैन्याचे शहरात घुसण्याचे साहस होत नव्हते. दुसरीकडे क्रांतिकारी सैन्याला सुद्धा या गोष्टीचे साहस झाले नाही की एकदा शहरातून बाहेर पडून मैदानात इंग्रजी सैन्याला मारून टाकावे. कारण फक्त हे होते की दिल्लीच्या सैन्यात सैनिकांची संख्या, वीरता, लढायचे साहित्य कशाचीही कमी नसताना, फक्त दिल्लीमध्ये असा एकही योग्य आणि प्रभावशाली नेता नव्हता, जो वेगवेगळ्या प्रांताच्या सैन्याला यशस्वीपणे आज्ञेत ठेऊ शकेल आणि त्या सर्वांना एकत्र आणून एका निर्णायक लढाईसाठी पुढाकार घेऊ शकेल. सम्राट बहादुरशाह फार वृद्ध होता आणि स्वत: सेनापतीत्व स्वीकार करण्यास असमर्थ होता. शहजादा मिर्जा मुगल अयोग्य सिद्ध झाला होता. सेनापती बख्तखान त्यावेळी क्रांतीकारी सेनापतींमध्ये सर्वात अधिक योग्य आणि बुद्धिमान होता, परंतु तो एक सामान्य सेनापती होता. येथे पुन्हा एकदा आमची आपापसातली फूट, अविश्वास आणि मतभेद उफाळून सांगतात की स्वातंत्र्यसंग्रामात यशस्वी न होण्यामागे त्यांची काय भूमिका होती. बख्तखान कोणत्याही शाही घराण्यात जन्म ाला आला नव्हता, म्हणून जे राजे आणि राजकुलातील सेनापती आपले आपले सैन्य घेऊन आले होते, ते बख्त खानचे सेनापतीत्व स्वीकार करत नव्हते. ही उच्च कुळाची घमेंड, त्यावेळी आमच्या क्रांतीकारी सैन्याला संघटित व्हायला आणि

कोणत्याही कुशल नेतृत्वाखाली युद्ध करण्यात बाधा बनली. आणि निश्चितच याचे दूरगामी परिणाम होणार होते ते झाले सुद्धा. लिहिले आहे – दिल्लीच्या अनेक सैन्यांचे सेनापती छोटे छोटे राजे किंवा राजकुलातील लोक होते. त्या लोकांवर बख्त खानचा प्रभाव पडत नव्हता. त्यांच्यातील काही काही तर बख्तखानचा मत्सर करु लागले होते. दिवसेंदिवस आपसात कलह वाढत गेला. सम्राट बहादुरशाहने सर्वांना समजाविण्याचा प्रयत्न केला, परंतु यश आले नाही.

ही लक्ष द्यायची गोष्ट आहे की आता जेव्हा क्रांतीची ज्वाला भडकायला लागली होती आणि सर्व लोक दिल्लीकडे नेतृत्वासाठी अपेक्षेने पहात होते, अशावेळी दिल्लीत कोणी योग्य आणि शक्तिशाली नेता नसणे किंवा बहादुरशहाचे न ऐकणे आणि आपल्या व्यर्थ अहंकारासाठी युद्ध न करणे अत्यंत घातक सिद्ध झाले. एवढेच नाही तर आमच्या राजांना बहादुरशाहन जफरने खूप समजाविले आणि एक मजबूत शक्ती बनविण्याचा प्रयत्न केला तरी देखील त्यांनी यावेळी एकजूटता दाखविली नाही. आणि इंग्रजांना देशाच्या बाहेर काढण्यास काहीही मदत केली नाही . हे खरे आहे की,बहादुरशाह वृद्ध झाल्याकारणाने भले ही नेतृत्व करण्यास असमर्थ होते, तरी सुद्धा त्यांचे प्रयत्न सांगतात की त्यांनी देशवासियांना सतत आव्हान केले. त्यांनी जयपूर, जोधपूर, बिकानेर, अलवर पंजाबचे राजे आणि दुसरे अन्य रोजे सर्वांना जी पत्रं पाठविली होती ती सांगतात की त्यांनी कशाप्रकारे त्यांना आवाहन केले, त्यांच्याकडे मदत मागितली आणि देशहितासाठी नि:स्वार्थ भावनेने समर्पित व्हायला सांगितले. परंतु आमची आपसातील फूट, व्यर्थ अहंकार आणि छोट्या छोट्या मतभेदांनी आम्हाला गुलाम बनविले. स्वातंत्र्य संग्रामाच्या इतिहासात त्यांची भूमिका देशघातकच सांगितली जाईल. बहादुरशाहने आपल्या पत्रात राजांना लिहिले होते– "माझी ही मनापासून इच्छा ओ की ज्या मार्गाने आणि ज्या किमतीवर सुद्धा शक्य असेल तसे युरोपियनांना हिंदुस्थानच्या बाहेर घालवून दिले जावे. माझी ही जबरदस्त इच्छा आहे की संपूर्ण हिंदूस्थान स्वंतत्र व्हावा. परंतु हा हेतू पूर्ण करण्यासाठी जे क्रांतिकारी युद्ध सुरु केले गेले आहे, ते त्यावेळपर्यंत विजयी होऊ शकत नाही, जोपर्यंत कोणी अशी व्यक्ती, जी या सर्व चळवळीची जबाबदारी आपल्या शिरावर घेऊ शकेल, जी जातीच्या विविध प्रकारच्या शक्तींना संघटित करून एका बाजूला लावू शकेल आणि जी आपल्याला सर्व जातींचा प्रतिनिधी म्हणवून घेऊ शकेल, मैदानात येऊन या क्रांतीचे नेतृत्व आपल्या हातात होणार नाही. इंग्रजांना घालवून दिल्यानंतर आपल्य व्यक्तिगत

फायद्यासाठी हिंदूस्थानवर राज्य करण्याची माझी जरा सुद्धा इच्छा बाकी नाही. जर आपण सर्व देशी राजे शत्रूला घालविण्याच्या गरजेसाठी आपल्या आपल्या तलवारी उपसण्यासाठी तयार असाल, तर मी या गोष्टीसाठी तयार आहे की आपले संपूर्ण शाही अधिकार आणि देशी राजांच्या कोणा अशा मंडळाच्या हाती सोपविन. ज्याला या कामासाठी निवडले जाईल.'' (नेटिव नैरेटिक्स : सर टी. मेटकाफ पृष्ठ २२६) परंतु या पत्राचा काहीही परिणाम झाला नाही.

इकडे कंपनीचे सैन्य सतत, दिल्लीवर आक्रमण करण्यासाठी शक्ती जमा करत होती. तेव्हा जनरल निकलसनच्या ताब्यात आणखीही नवीन सैन्याने पंजाबकडून येऊन कंपनीच्या सैन्यात नवे प्राण भरले. हे लक्षात ठेवले पाहिजे की यावेळी कंपनीचे सैन्य दिल्लीच्या बाहेर होते. त्यांत इंग्रजांच्या पेक्षा हिंदुस्थानींची संख्या कित्येक पटीने जास्त होती. या हिंदुस्थानींमध्ये जास्त करून शीख, गुरखा, आणि काही पंजाबी होते. (हिस्ट्री ऑफ दि सीज ऑफ दिल्ली)

कंपनीच्या सैन्यातील एक अधिकारी कॅप्टन हडसन यांनी मोठ्या हुशारीने दिल्ली शहरात आपले गुप्तहेर तयार केले होते. त्यांच्या सर्वात महत्त्वपूर्ण हेर मिर्जा इलाहीबख्श होता, जो बहादुरशाहचा नातेवाईक होता आणि नेहमी त्यांच्याजवळ रहात होता. मिर्जा इलाहीबख्श किल्ल्यातील सर्व गोष्टी आणि निर्णयांची माहिती हडसनला देत असे.

शेवटी विश्वासघातक्यांची मदत अणि भारतीय सैन्याच्या मदतीने, १४ सप्टेंबर सन १८५७ ला कंपनीच्या सैन्याने संघटित होऊन दिल्लीवर चारी दिशांनी आक्रमण केले. क्रांतिकारी सैन्याने लढाई केली. घनघोर युद्ध झाले. यानंतर क्रांतिकारी सैन्य योग्य नेतृत्वाच्या अभावामुळे विस्कळीत होऊ लागली. दहा दिवस लढाई चालू राहिल्यानंतर इंग्रजांच्या सैन्याने तीन चतुर्थांश दिल्ली आपल्या ताब्यात परत घेतली. लिहिले आहे १९ सप्टेंबरच्या रात्री बख्तखान सम्राट बहादुरशाहला भेटायला गेला. त्याने सम्राटांची हिम्मत वाढविली आणि सांगितले-''दिल्ली हातातून गेल्यावरही सुद्धा आपले जास्त काही बिघडले नाही. संपुर्ण देशात आग लागलेली आहे. आपण इंग्रजांकडून पराजय स्वीकार करू नका. आपण माझ्याबरोबर दिल्लीतून बाहेर पडा. कितीतरी दुसरी ठिकाणं युद्धाच्या दृष्टिकोनातून दिल्लीपेक्षा जास्त महत्त्वपूर्ण आहेत. त्यातील कोणत्याही ठिकाणी जमून आपल्याला युद्ध चालू ठेवले पाहिजे. मला विश्वास आहे की शेवटी विजर आपला होईल.'' बख्तखानच्या वक्तव्याशी बहादुरशाह सहमत झाला आणि सांगितले की उद्या सकाळी ये. त्यावेळी मिर्जा

इलाहीबख्त तेथेच होता. आणि बख्तखान तथा बहादुरशाहची बातचीत ऐकत होता. इंग्रजांनी इलाहीबख्तला सांगून ठेवले होते की तू या गोष्टीवर जास्त लक्ष ठेव की बहादुरशाह दिल्लीतून बाहेर जाऊ शकणार नाही, आणि कोणत्याही परिस्थितीत त्याला थांबवून ठेव. इंग्रजांनी या विश्वासघातासाठी इलाहीबख्तला इनाम म्हणून मोठी रक्कम देण्याचा वायदा केला होता. म्हणून बख्त खान गेल्याबरोबर, इलाहीबख्शने बहादुरशाहला समजाविले- ''क्रांती यशस्वी होण्याची आता काही शक्यता वाटत नाही. बख्त खानबरोबर जाण्याने आपल्याला कष्टाशिवाय आणि नुकसानीशिवाय काही मिळणार नाही आणि जर आपण येथे राहिलात तर मी वादा करतो की इंग्रजांना भेटून सर्व गोष्टींचा खुलासा करीन. तुम्ही आणि तुमच्या कुटुंबियांवर कोणत्याही प्रकारची विपत्ती येऊ शकणार नाही.''

बहादुरशाहने इलाहीबख्शचा सल्ला मानला. दुसऱ्या दिवशी सकाळी इलाहीबख्श च्या सल्ल्याप्रमाणेच बादशाह बहादुरशाह आणि बेगमजीनत महल लाल किल्ला सोडून हुमायूंच्या कबरीकडे निघून गेले. बख्त खानच्या फौजेने मुक्काम केला होता. बख्त खान, कबरीच्या पूर्वेकडील द्वारातून बहादुरशाहला भेटण्यास आला. पुन्हा एकदा बख्तखानने बहादुरशाहला समजाविले आणि सांगितले की आपण माझ्याबरोबर चला. बहादुरशाहला बख्त खानबरोबर जावेसे मनापासून वाटत होते, परंतु मिर्जा इलाहीबख्शने बाजू पालटताना पाहिली तेव्हा तो बख्त खानच्या समोरच येऊन बहादुरशाहला येथेच रहाण्याचे किती फायदे आहेत ते सांगू लागला. मग त्याने बख्त खानबरोबर जाण्याचे नुकसान सांगताना असे सांगितले की बख्तखान पठाण आहे, म्हणून मोगलांशी आपल्या जातीचा जुना बदला घेऊ इच्छितो आणि आपल्याला धोका देऊन फसवू पहातोय म्हणतात की या गोष्टीवरून बख्तखान आणि इलाहीबख्शमध्ये इतके भांडण झाले की बख्तखानने तलवार उपसली. तेव्हा बहदुरशाहने मध्ये पडून दोघांना शांत केले. परंतु त्याला इलाहीबख्शचा सल्ला मानणेच योग्य वाटले कारण की इलाहीबख्श त्याचा नातेवाईक आणि जुना जवळचा संबंधी होता. त्याला कुठे माहित होते की ही व्यक्ती भयानक विश्वासघातकी खेळ खेळत आहे. आणि इंग्रजांच्या हाती विकला गेला आहे. शेवटी बहादुरशाहने बख्तखानला समजाविले की, ''बहादुरा माझा तुझ्या प्रत्येक गोष्टीवर विश्वास आहे. आणि मला तुझे प्रत्येक मत मनापासून आवडते. परंतु शरीराच्या कुवतीने म्हणून मी आपला मामला नशीबाच्या हवाली करतोय. मला माझ्या परिस्थितीत सोडून दे आणि श्रीगणेशा करु. येथून जा आणि काहीतरी काम करुन दाखव.मी नाही, माझ्या

खानदानातीलनाही, भले नसेना, तू किंवा कोणी आणखी, हिंदुस्थानची लाज राखा. आमची काळजी करू नका. आपल्या कर्तव्याचे फळ द्या.''(देहली की जांकनी : ख्वाजा हसन निजामी)

बहादुरशाहकडून हे उत्तर ऐकल्यावर बख्तखान चुपचाप डोके खाली घालून उठला आणि कबरीच्या पूर्वेकडील दरवाजानेच बाहेर निघून गेला. लिहिले आहे- ''दिल्लीच्या स्वातंत्र्य संग्रामाचा मुकुट जर बहादुरशाह होता, हात पाय हजारो हिंदू-मुसलमान वीर सैनिक होते, तर हृदय आणि बुद्धी बख्तखान होता.'' (भारत में अंग्रेजी रा : ८९८)

ख्वाजा हसन निजामींचे पुस्तक ''दिल्ली की जांकनी'' च्या हवाल्याने लिहिले गेले आहे की बख्तखान जाताच इलाहीबख्श पश्चिमी दरवाजाने बाहेर निघून गेला आणि त्याने इंग्रजांना इशारा केला. कॅप्टन हडसन तेथे स्वार होऊन आधीच उभा होता. तो ताबडतोब सैनिकांना घेऊन बहादुरशाहला अटक करण्यासाठी पोहोचला. लिहिले आहे की जेव्हा बहादुरशाहला समजले की त्याला अटक केली जात आहे तेव्हा ते विश्वासघातकी मिर्जाइलाहीबख्शकडे रागाने बघत म्हणाले- ''म्हणून तू मला बख्त खान बरोबर जाण्यापासून परावृत्त केलेस?'' इलाहीबख्श काही बोलला नाही. बहादुरशाहने कितीतरी प्रयत्न केले की कोणी भेटेल ज्याच्याकडून ते बख्तखानला बोलवू शकतील, परंतु असे शक्य नव्हते, कारण की इलाहीबख्श आणि हडसनच्या तावडीत करकचून बांधले गेले होते. अतिशय शीघ्रतेने बहादुरशाह आणि जीनत महल ला अटक करून, हुमायूंच्या कबरीच्या पूर्वेकडील दरवाजाने बाहेर आणून, त्यांना लाल किल्लयात पाठवून कैद केले गेले. लिहिले आहे की जनरल विलसन आणि कॅप्टन हडसनचे मत होते की बहादुरशाहची ताबडतोब हत्या केली जावी. परंतु दुसऱ्या इंग्रज अधिकाऱ्यांनी समजाविले की आता क्रांतीकारी भारताचा बराच मोठा भाग आपल्या अधिपत्याच्या बाहेर आहे आणि बहादुरशाहची हत्या करणे आगीत तेल ओतण्याचे काम करू शकते.

बहादुरशाह आणि जीनत महलला तर अटककरून घेऊन आले, परंतु हुमायूंच्या कबरीत बहादुरशाहचे दोन मुलगे- मिर्जा मुगल आणि मिर्जा अखजर सुल्तान आणि एक नातू मिर्जा अबूबकर हुमायूंच्या कबरीतच राहिले होते. ते तेथे असल्याची सूचना इलाहीबख्शने हडसन ला दिली. हडसन ताबडतोब हुमायूंच्या कबरीत परत आला. त्याने तिन्ही राजपुत्रांना कैद केले आणि बरोबर घेऊन गेला. यावेळी इलाहीबख्श बरोबर होता. त्याने राजपुत्रांना भरोसा दिला की, ''तुम्हाला काही

होणार नाही. मी तुमच्या बरोबर आहे.'' तिन्ही राजपुत्रांना बग्गीत बसवून शहराकडे आणले गेले. जेव्हा शहर १ मैल राहिले तेव्हा हडसनने स्वारांना थांबविले. तिन्ही राजपुत्रांना बग्गीतून उतरविले. त्यांचे कपडे उतरविले आणि मग अचानक आपल्या एका सैनिकाच्या हातातील बंदूक घेऊन तिघांना तीन गोळ्यात खलास केले. ते राजपुत्र ''हाय दगा'' म्हणत तेथेच मरुन पडले. मग हडसन ने राजपुत्रांची डोकी कापून, ती एका थाळीत ठेवली आणि त्यावर कपडा झाकून बहादुरशाहकडे घेऊन गेला. त्याने थाळीवरचा कपडा दूर करून बहादुरशाहला कंपनीकडून ही भेट आहे हे सांगितले. ख्वाजा हसन निजामीने लिहिले आहे की बहादुरशाहने तरुण मुले आणि तरुण नातवाची कापलेली डोकी पाहिली तेव्हा तोंड फिरवले आणि म्हणाला, ''आलहम्दोलिल्लाह! तैमुरची संतति अशीच तेजस्वी होऊन बापाच्या समोर येत होती.'' यानंतर ती डोकी ज्या दरवाजावर लटकविली गेली, तो आजसुद्धा 'खूनी दरवाजा' म्हणून ओळखला जातो.

ह्या नंतर इंग्रजांनी दिल्लीवर जो अन्याय केला त्याची एका दिवसाची झलक कशी होती – ते ख्वाजा हसन निजामी ने लॉर्ड रॉबर्टस चे पुस्तक 'फॉर्टीवन इयर्स इन इंडिया' च्या पुराव्याचे लिहिले आहे. ''आम्ही सकाळी लाहौरी दरवाज्याने चांदणी चौकात गेलो तर आम्हाला शहर प्रत्यक्षात मुडद्यांचे शहर दिसत होते. आम च्या घोड्यांच्या टापांशिवाय कोणता आवाज ऐकू येत नव्हता. कोणी जिवंत माणूस दिसला नाही. सगळे मुडद्यांचा बिछाना पसरलेला होता. ज्यातले काही मरण्यापूर्वीचे आचके देत होते. आम्ही चालताना खूप हळू हळू बोलत होतो, ह्या भीतीने की न जाणो आमच्या आवाजाने मुडदे न दचको. एकीकडे मुडद्यांना कुत्रे खात होते. आणि दुसरीकडे सर्व प्रेतांच्या आजूबाजूला गिधाडे जमा होती, जी त्यांच्या मासाला ओरबडून चवीने खात होती आणि आमच्या चालण्याच्या आवाजाने उडून उडून थोडी लांब जाऊन बसत होती. सारांश हा आहे की ह्या मुडद्यांच्या परिस्थितीचे वर्णन नाही होऊ शकत. ज्या प्रकारे आम्हाला त्यांना बघायची भीती वाटत होती. त्याप्रमाणे आमचे घोडे त्यांना बघून भीतीने बिधरायचे आणि खिंकाळायचे. प्रेते पडून सडायची. त्यांच्या सडण्याने हवेत आजार पसरवणारी दुर्गंधी पसरत होती.''

दिल्लीवर इंग्रजांचा पूर्णपणे ताबा झाला होता. बहादूरशाह आणि जीनत महला ला कैद करुन रंगून ला पाठवले गेले. अशा तऱ्हेने मुगलवंशाचा सूर्य लयाला गेला.

इंग्रज फौजेचे कानपूर च्या दिशेने प्रस्थान

कानपूर मध्ये इंग्रजांची सत्ता संपून जाण्याबद्दल आणि तिथे झालेल्या कत्तलीच्या बातमीने गवर्नर जनरल लॉर्ड केनिंग ला चिंतीत करून टाकले. तो इलाहाबादवरूनच पुढची योजना कार्यान्वित करायला कलकत्त्यावरून इलाहाबादला आला. इलाहाबाद मध्ये जनरल नील सैन्य घेऊन हजर होता. असे ठरवले गेले की थोडे सैन्य इलाहाबादच्या सुरक्षेसाठी ठेवून बाकी मेजर रिनार्ड च्या अखत्यारीत कानपुर मध्ये इंग्रजांच्या मदतीला आणि क्रांतिकाऱ्यांना दडपण्यासाठी पाठवावे. मेजर रिनार्डचे सैन्यदेखील, इलाहाबादवरून निघाले, ते नील ची परंपरा मानून रस्त्यातील एकूण एक गावात आग लावत आणि लूट करत पुढे निघाले. ह्या नंतर काही वेळाने जनरल हॅवलाक जूनच्या अखेरीस एक मोठे सैन्य घेऊन इलाहाबादला पोहोचला. त्याच्या सैन्यामध्ये इंग्रज, शीख, आणि मोठा तोफखाना होता. लॉर्ड केनिंग ने जनरल हॅवलाक ला सुद्धा कानपूर साठी रवाना केले. स्पष्ट होते की आता मेजर रिनार्ड आणि जनरल हॅवलाक -दोघांचे सैन्य मिळून कानपूर वर आक्रमण करणार होते.

नानासाहेबांना जेव्हा इंग्रजांच्या सैन्याच्या येण्याची बातमी मिळाली तेव्हा त्यांनी ज्वालाप्रसाद आणि टीकासिंह च्या अखत्यारीत काही सैन्य, कंपनीच्या सैन्याशी मुकाबला करायला पाठवले. १२ जुलैला फतेपुर च्या जवळ दोन्ही सैन्यांमध्ये लढाई झाली, परंतु इंग्रज सैन्याची ताकद जास्त असल्याकारणाने क्रांतिकारी सैन्याच्या छोट्याशा तुकडीला माघार घ्यावी लागली. लिहिले आहे की, ह्यानंतर इंग्रजांच्या सैन्याने फतेपुर मध्ये खूप लूटमार केली. फतेपुरने आपल्या स्वाधीनतेची घोषणा केलेली होती आणि तिथल्या मॅजिस्ट्रेट शेरर ला जीव वाचवून पळावे लागले होते. लिहिले आहे की, ही संधी साधून शेरर आणि हॅवलॉक ने फतेपूर शहराचा पूर्ण बदला घेतला. फतेपुर च्या संपूर्ण शहराला आग लावली गेली आणि नगरवासियांना जाळून राख केले गेले.

बीबीगढचे हत्याकांड

फतेपुर मध्ये इंग्रजांद्वारा केल्यागेलेल्या अत्याचाराची बातमी कानपुरला पोहोचली तर क्रांतिकारी सेना आणि नगरवासी भडकले. त्यावेळी बीबीगढ च्या कोठीमध्ये १२५ इंग्रज स्त्रिया आणि मुले रहात होती. हे तेच लोक होते ज्यांना सतीचौरा घाट हत्याकांडामध्ये नानासाहेबांनी वाचवले होते. सांगितले जाते की,

क्रांतिकाऱ्यांनी फतेपूरच्या अत्याचाराच्या बदल्यात, चिडून ह्या सगळ्या १२५ स्त्रिया आणि मुलांना ठार मारुन, दुसऱ्या दिवशी सकाळी त्यांच्या शवांना एका विहिरीत टाकून दिले. परंतु इतिहासकारांमध्ये ह्या घटनेवरून मतभेद आहेत. काही इतिहासकारांनी ह्या घटनेसाठी सुद्धा नानासाहेबांना जबाबदार ठरवले आहे. परंतु भारतीय इतिहासकारांसोबत इंग्रज इतिहासकारांनीसुद्धा ह्या घटनेला सत्य मानले नाही आहे. 'भारतात इंग्रज राजवट' मध्ये सुंदरलाल ने लिहिले आहे- ''ज्या इंग्रजी पुस्तकात ह्या घटनेचे वर्णन केले आहे. त्यात मुख्यत: ह्या घटनेसोबत कितीतरी दुसऱ्या अजून जास्त भयंकर आणि अमानुषिक गोष्टींना जोडले गेले आहे. उदाहरणार्थ हे की इंग्रज स्त्रिया आणि मुलांच्या हत्येसाठी शहारातून कसाई बोलावले गेले. इत्यादी. ह्या रोमांचकारी गोष्टींविषयी आम्ही फक्त त्या विद्रोहातील सगळ्यात जास्त प्रामाणिक इंग्रज इतिहास लेखक सर जॉन के च्या काही शब्दांचा उल्लेख करतो : ''त्यावेळच्या कितीतरी इतिहासात वर्णन केले गेले आहे की ह्या भीषण हत्याकांडाबद्दल खूप प्रकारच्या परिष्कृत क्रुरता आणि न सांगण्यासारख्या लज्जास्पद गोष्टी बोलल्या गेल्या होत्या. प्रत्यक्षात हा क्रुरपणा आणि अशाप्रकारच्या लज्जास्पद गोष्टी काही लोकांनी रागाच्या भरात येऊन आपल्या कल्पना शक्तीने रचल्या होत्या.'' एक दुसरा विद्वान इंग्रज लंडनमध्ये 'टाईम्स' वृत्तपत्राचा बातमीदार. सर विलियम रसल. जो विद्रोहाच्या वेळी भारतात हजर होता. कानपूरच्या ह्या हत्याकांडाच्या संदर्भात लिहितो ''अनेक कावेबाज आणि नीच बदमाषांनी सतत प्रयत्न करून ह्य घटनेसोबत अनेक भीषण घटना जोडल्या. ह्या कल्पित घटना फक्त ह्या आशेने रचल्या होत्या की त्याने इंग्रजांच्य ह्रदयात राग आणि बदल्याची प्रचंड इच्छा भडकेल; जणू केवळ घृणा ह्या राग बदल्याच्या भावनेला भडकवायला पुरेशी नव्हती.'' (भारतात इंग्रज राजवट : पृष्ठ ८८५-८८६)

सगळे इतिहासकार मिळून ह्या घटनेबद्दल निष्कर्षाच्या रूपात म्हणतात- ''ह्याने कळते की कानपूर मध्ये इंग्रज स्त्रिया आणि मुलांच्या हत्येच्या कहाण्यांम ध्ये जर काही सत्य असेलच तर तो हॅवलॉक च्या अत्याचारांनी दु:खी काही क्रांतिकारकांच्या क्षणिक क्रोधाचा परिणाम होता. 'कोणी त्यासाठी कोणाला आज्ञा दिली नव्हती'आणि नानासाहेबांना त्यासाठी जबाबदार धरणे चुकीचे आहे.''

कानपुर मध्ये संघर्ष

जनरल हॅवलॉक आपली विशाल सेना घेऊन शेवटी १० जुलैला कानपुरच्या

जवळ पोहोचल. नानासाहेबांनी स्वत: सेना घेऊन हॅवलॉक चा प्रतिकार केला. दोन्ही बाजुंनी गोळीबार व्हायला लागला. परंतु हॅवलॉक च्या तोफखान्याच्या समोर, नानांचा तोफखाना टिकू शकला नाही आणि त्यांना माघार घ्यावी लागली. त्यांनी आपल्या सैन्यशक्तिला पुन्हा एकवार गोळा केले आणि हॅवलॉक ला आव्हान दिले. परंतु दुसऱ्या वेळी देखील ते सफल झाले नाहीत आणि हरुन त्यांना बिठूर ला निघून जावे लागले. १७ जुलैला हॅवलॉक ने कानपूरमध्ये प्रवेश केला आणि शहरावर इंग्रजांचा दुसऱ्यांदा ताबा झाला. ह्यानंतर जनरल नील काही सैन्य घेऊन कानपूर ला आला. हॅवलॉक आपले सैन्य घेऊन कानपूरहून लखनौसाठी निघाला. नाना आता बिठूर सोडून आपला खजिना आणि काही सैन्यासहित गंगा पार करून फतहगडला गेले.

लखनौ मध्ये संघर्ष

लखनौ मध्ये अवध चे क्रांतिकारी आणि रेजीडेंसी मध्ये फसलेल्या इंग्रजांमध्ये संघर्ष चालू होता. २० जुलै १८५७ साली लखनौ च्या क्रांतीकारी सैन्याने रेजीडेंसी वर हल्ले सुरु केले. रेजीडेंसी च्या आतून इंग्रजांनी प्रतिकार केला. परंतु त्यांचा प्रतिकार जास्त चालला नाही. त्यांनी मदतीसाठी वारंवा आपले गुप्त दूत कानपूरला पाठवले. परंतु हॅवलॉक कानपूरहून चालत लखनौला पोहोचू शकला नाही. २० जुलै १८५७ साली हॅवलॉक ने कानपूरहून चालत गंगा पार केली. त्याला लवकरात लवकर लखनौला पोहोचायचे होते. त्याने विचार केला होता की कानपूरहून लखनौचे पंचेचाळीस मैलाचे अंतर पार करायला जास्त वेळ लागणार नाही. परंतु त्याला काय माहित होते की, ''अवधेच्या एक एक जमिनीच्या टुकड्यावर स्वाधीनतेची आग भडकत होती. एक-एक जमीनदारांनी आपल्या ताब्यातील शंभर-शंभर, दोन-दोनशे किंवा अधिक माणसे जमा करून हॅवलॉक ला अडविण्याचा निश्चय केला होता. रस्त्यातील प्रत्येक गावावर स्वाधीनतेचा हिरवा झेंडा लहरत होता. हॅवलॉक ला पहिली लढाई उन्नाव मध्ये लढावी लागली. तिथून जस जसा हॅवलॉक पुढे गेला, त्याला विरोधाचा सामना करावा लागला. दुसरा संग्राम बशीरनगंज मध्ये झाला. या दोन्ही लढाया एकाच दिवशी म्हणजे २९ जुलै ला लढल्या गेल्या. या कारणामुळे हॅवलॉकच्या सैन्याचा सहावा हिस्सा या लढायात संपून गेला. इकडे नानासाहेबांनी हॅवलॉक ला लखनौ च्या दिशेने पुढे जाताना बघून पुन्हा एकदा कानपूरवर आक्रमणाची तयारी केली. ४ ऑगस्ट ला हॅवलॉक पुन्हा लखनौच्या

दिशेने पुढे निघाला, परंतु बशीरतगंज मध्ये त्याला क्रांतिकाऱ्यांनी जबरदस्त टक्कर दिली. हॅवलॉकचे खूप नुकसान झाले आणि तो परत गंगेच्या बाजूला आला.

नानासाहेबांकडे आत्तापर्यंत सागर, ग्वाल्हेर इत्यादींकडून पुष्कळ सैनिकांची मदत आली होती. त्यामुळे नानासाहेबांनी कानपुरवर जोरदार हल्ला केला. कानपुर मध्ये जनरल नील च्या जवळ थोडे सैन्य होते त्याने हॅवलॉक कडे मदत मागितली. तेव्हा हॅवलॉक ला कानपुर ला परत यावे लागले. १७ ऑगस्ट ला हॅवलॉकच्या सैन्याने नानासाहेबांवर चाल केली. घनघोर युद्धानंतर दोन्ही बाजूच्या सैन्याला माघार घ्यावी लागली. ह्या दरम्यान कलकत्त्याहून सर जेम्स आऊटरम एक मोठे सैन्य घेऊन हॅवलॉक च्या मदतीसाठी कानपुरला आला.

नानासाहेब जनरल हॅवलॉक वर पुन्हा हल्ला करण्यासाठी सैन्य जमा करत होते. तात्याटोपेंना त्यांनी शिवराजपुरला पाठवले. तिथे कंपनीच्या ४२ नंबरच्या फलटणीला तात्या टोपेंनी आपल्या बाजूला वळवले. ह्या फलटणीच्या मदतीने त्यांनी पुन्हा एकदा बिठूरवर ताबा मिळवला. आणि लखनौला जाणाऱ्या हॅवलॉकच्या सैन्यावर मागून हल्ला केला. परिणाम असा झाला की, हॅवलॉकला लखनौचा इरादा सोडून परत यावे लागले. १६ ऑगस्टला हॅवलॉकच्या सैन्याने परत तात्या टोपेच्या सैन्यावर विजय मिळविला. तात्या टोपे हारुन राहिलेले सैन्य घेऊन फतेगडला पोहोचले. जिथे नानासाहेबांनी डेरा घातला होता.

कंपनीचे सैन्य अवधच्या यच्चयावत क्रांतिकाराऱ्यांचा विरोध असताना देखील २३ सप्टेंबरला लखनौच्या जवळ आलमबागला पोहोचले. आलमबाग मध्ये क्रांतिकाऱ्यांची एक फलटण थांबलेली होती, दिवसभर, रात्रभर आणि दुसऱ्या दिवसभर खूप घनघोर युद्ध झाले. याचवेळी बातमी पोहोचली की दिल्लीवर इंग्रजांनी पुन्हा ताबा मिळवला आहे. आणि बहादुरशाह ला अटक करून कलकत्त्याला पाठवले गेले आहे. ह्या बातमीने देशभरातल्या क्रांतिकाऱ्यांना हादरा बसला. इंग्रजांच्या सैन्याचा धीर वाढला.

२५ सप्टेंबरला इंग्रजांच्या फौजेने आलमबागहून बाजूला होऊन रेजीडेंसी च्या बाजूने पुढे जाण्याचा विचार केला. परंतु क्रांतिकाऱ्यांच्या सैन्याचा जमाव खूप मोठा होता आणि त्यांनी जोमाने युद्ध केले. याच युद्धात जनरल नील मारला गेला. खरेतर जनरल नीलचा मृत्यू हा इंग्रज सैन्यासाठी खूप मोठा आघात होता, तरीही ते सैन्य रेजीडेन्सी ला पोहोचले. परंतु क्रांतिकाऱ्यांनी पुन्हा रेजीडेन्सीला घेराव घातला. हॅवलॉक आणि त्याचे सैन्य रेजीडेन्सीच्या आत कैद झाले.

लखनौमध्ये हॅवलॉक आणि आऊटरम च्या सैन्याच्या मदतीसाठी २७ ऑक्टोबर १८५७ रोजी कलकत्त्याहून नवीन कमांडर इन चीफ सर कॉलिन कॅम्पबेल, लखनौ- कानपुर कडे निघाला. कॅम्पबेल अनुभवी सेनापती होता. ३ नोव्हेंबरला तो कानपूरला पोहोचला. तिथे त्याने एक मोठे सैन्य जमा केले ते ब्रिगेडियर जनरल ग्रांटच्या अखत्यारीत ठेवले गेले होते. जनरल ग्रांट सगळ्यात पहिल्यांदा ह्या सैन्याला घेऊन आलमबागला पोहोचला. कॅम्पबेलने सुद्धा काही सैन्य तोफांसोबत कानपुरमध्ये जनरल विंदमच्या अखत्यारीत सोडले आणि स्वत: पण गंगा पार करून लखनौ मध्ये आलमबागला पोहोचला.

आता कंपनीकडे विशाल सैन्य होते. १४ नोव्हेंबरला कॅम्पबेल आपल्या विशाल सैन्यासोबत रेजीडेन्सीच्या दिशेने कूच करु लागला. पहिल्यांदा सैन्य दिलखुशाबागला पोहोचले. नंतर १६ तारखेला सिकंदर बागेवर चालून गेले. तिथे घनघोर युद्ध झाले. ह्यानंतर चोवीसतास दिलखुशबाग, आलमबाग आणि शाहनजफ मध्ये घनघोर युद्ध होत राहिले. नऊ दिवसापर्यंत म्हणजे २३ नोव्हेंबरपर्यंत लढाई चालू राहिली. परंतु दिल्ली पडल्याने क्रांतिकाऱ्यांचा धीर खचला होता. तरीही ते मागे हटले नाहीत. शहर अजुनही क्रांतिकाऱ्यांच्या हातात होते. याचवेळी २४ नोव्हेंबरला जनरल हॅवलॉक चा मृत्यू झाला. सर कॉलिन कॅम्पबेल ने नाईलाजाने सैन्याला रेजीडेन्सी च्या मोर्च्यावरून हलवून, परत आलमबाग मध्ये जमा केले. आणि आऊटरम ला तिथला सेनापती नियुक्त केले. परंतु ह्या दरम्यान कॅम्पबेल ला बातमी मिळाली की नानासाहेबांचे सेनापती तात्या टोपेंनी कानपुरच्या इंग्रज सैन्याला हरवून पुन्हा नगरावर ताबा मिळविला आहे. तेव्हा कॅम्पबेलने लखनौला आऊटरमच्या भरवशावर सोडले आणि स्वत: सैन्य घेऊन कानपूरला निघाला.

तात्याटोपे आणि बंडाचे केंद्र कालपी

तात्याटोपेंच्या समोर आता सैन्याला संघटित करण्याचा सर्वात मोठा प्रश्न होता ते. ते आता नानासाहेबांच्या सैन्याचे सक्रिय आणि अधिकृत सेनापती होते. फतहगडला राहून क्रांतीचे संचालन होऊ शकत नव्हते आणि संघटनही होऊ शकत नव्हते. तात्या टोपेना यासाठी कोणतीही सुरक्षित जागा पाहिजे होती.

प्रथम तात्या ग्वालियर पोहोचले आणि तेथे मुरारच्या छावणीत सिंधियाच्या विशाल सबसिडियरी सैन्याला आपल्या बाजूला वळविण्याच्या प्रयत्नाला लागले. सिंधियांच्या या सैन्यात पायदळ, घोडेस्वार, आणि तोफखाना तिन्ही होते.

तात्यांनी मोठ्या हुशारीने सैन्याला क्रांतीसाठी तयार केले. ते त्या सैन्याला घेऊन कालपीला आले. कालपीचा किल्ला यमुनेच्या पलीकडे कानपुरपासून ४६ मैल दूर युद्धाच्या दृष्टीने अत्यंत महत्त्वपूर्ण स्थानी होता. ९ नोव्हेंबरला तात्यांनी कालपीच्या किल्ल्यावर ताबा मिळविला. नाना साहेबांनी सुद्धा कालपी पसंत केले. तसेच त्यांनी बाळासाहेबांना कालपीचा प्रधान बनविले. नानासाहेब कायम स्वरुपात कालपीत राहू इच्छित नव्हते.

तात्या टोपेंनी परत एका कानपूरकडे मोर्चा वळविला. त्यावेळी जनरल विंदम कानपूरला होते. १९ नोव्हेंबर १८५७ ला तात्यांनी आपले सैन्य घेऊन कानपूरला वेढा घातला. आणि रसद इत्यादिचे जाणे बंद करून टाकले. विदंमने आपले सैन्य घेऊन पांडु नदीजवळ तात्यांच्या सैन्याशी लढाई केली. सुरुवातीला तात्यांना मागे हटावे लागले. परंतु त्यांनी रणनीती बदलली आणि पुऱ्या ताकदीने इंग्रज सैन्यावर हल्ला करून त्याला कानपूर पर्यंत दूर घेऊन गेले. तीन दिवसाच्या युद्धानं तर पूर्ण कानपूर शहर तात्यांच्या ताब्यात आले. जेव्हा विंदमचा पराजय आणि कानपूरला तात्यांचे येणे कॅम्पबेलाला समजले तेव्हा त्याने लखनऊचा मोर्चा सोडून कानपूरकडे कूच केले. तो ३० नोव्हेंबरला कानपूरला पोहोचला. या दरम्यान नानासाहेब सुद्धा कानपूरला आले जेणेकरून ते तात्यांना मदत करू शकतील.

इंग्रज इतिहासकार जी. बी. मालेसन लिहितात की, सेनापतीच्या रूपात तात्याटोपेची ''स्वाभाविक योग्यता खूपच उच्च होती.'' मालेसन लिहितात की, तात्या टोपेने कॅम्पबेलच्या सैन्याला गंगा किनारीच अडविले आणि एक डिसेंबरपासून सहा डिसेंबर पर्यंत दोन्ही सैन्यात घनघोर युद्ध झाले. परंतु शेवटी तात्यांचे सैन्य कमजोर पडू लागले आणि कानपूर शहर पुन्हा कंपनीच्या ताब्यात गेले. तात्यांनी आपले उरले सुरले सैन्य घेऊन कालपीकडे कूच केले. कॅम्पेबेलने यावेळी बिठूर च्या महालांना पाडून जमीनदोस्त केले.

कालपीमध्ये तात्याटोपेने क्रांती संघटनासाठी सर्व आवश्यक उपाय केले. कालपी एक प्रकारे तात्यांचे नवे संचलन केंद्र बनले जेथे तात्यांचाच हुकूम चालत होता, परंतु तात्या सर्व काम पेशवा नानासाहेब यांच्या सेवेत करत होते. कालपीम ध्ये तात्यांनी तोफा बनविण्याचा कारखाना सुरु केला. मोठ्या प्रमाणात दारुगोळा जमा केला, आसपासच्या गावातील जमिनदारांकडून तात्यांनी कर वसूल केला आणि त्या धनाने सैन्य सामग्री तयार केली. 'सेंट्रल इंडिया' पुस्तकाचे लेखक लिहितात ''किल्ल्यात, घरात तथा तंबूमध्ये लोहार आणि सुतार काम करत होते.

तोफांचे गोळे आणि बंदूकीची काडतुसे बनविण्याच्या कारखान्यात दिवस-रात्र काम चालू होते. प्रत्येक प्रकारच्या बंदूकीच्या आकाराची काडतुसे, तोफांचे गोळे बनवून त्यांना भांडार गृहात अतिशय व्यवस्थित ठेवले जात होते.''

तात्यांनी कालपी आणि आसपासच्या क्षेत्रात शासनव्यवस्था सुद्धा सुधारली होती. ठिकठिकाणी चौक्या बनविल्या गेल्या होत्या आणि तेथे तात्यांचे विश्वासपात्र आधिकारी नियुक्त केले गेले होते. यमुनेच्या घाटावर पहारेदारांची तथा कर वसुल करणाऱ्यांची सुद्धा नियुक्त केली गेली होती. तात्यांचे गुप्तचर संघटन सुद्धा खूप मजबुत होते. इंग्रजांच्या अड्ड्यावर काय तयारी चालू आहे, ते कोठे कूच करणार आहेत, त्यांच्याजवळ किती दारुगोळा आहे. इत्यादि संपूर्ण सुचना तात्यांचे गुप्तचर देत होते.

पुन्हा लखनऊकडे

आत्तापर्यंत रुहेलखंड आणि अवधचे जे क्रांतिकारी सैनिक दिल्लीला गेले होते, ते पुन्हा तेथून निघून/परतून लखनऊला जमा होत होते. लखनऊ आतापर्यंत इंग्रजांच्या हातात आले नव्हते आणि तेथे क्रांतिकाऱ्यांची शक्ती वाढत चालली होती. या कारणाने आता कॅम्पबेल जास्त जोरदार तयारीनिशी लखनऊकडे निघाला. लिहिले आहे '२३ फरवरी १८५८ ला कॅम्पबेल सतरा हजार पायदळ, पाच हजार स्वार आणि १३४ तोफांसहित कानपूरहून लखनऊकडे निघाला. इंग्रज इतिहास लेखक लिहितात की इतके विशाल सैन्य अवधच्या मैदानात कधी दिसले नव्हते. या सैन्यात अधिकतर इंग्रज शीख आणि काही अन्य लोक होते.' रसेलने लिहिले आहे की या सैन्याने रस्त्यात कित्येक गावांना दारुगोळ्याने उडवून दिले होते. (रसेलकी डायरी : पृष्ठ २१८)

त्यावेळी लखनऊमध्ये अवधची अधिकांश प्रजा आणि तेथील जवळ जवळ राजे, जमीनदार आणि तालुकेदार खऱ्या उत्साहाने युद्धासाठी उपस्थित होते. रसेलने लिहिले आहे "अवधचे लोक आपला देश आणि आपल्या शाहसाठी देशभक्तीच्या भावनेने भरून लढत होते.'' (रसेलकी डायरी : पृष्ठ २७५) लखनऊला त्यावेळी फैजाबादचा मौलवी अहमदशाह क्रांतीकाऱ्यांचा सर्वात योग्य नेता होता. जो आणि आपल्या योग्यतेच्या दृष्टीने एक आंदोलन चालवणे आणि एका विशाल सैन्याचे नेतृत्त्व करण्यास योग्य होता. परंतु लखनऊला सुद्धा आपसातील ईर्षा आणि उच्च नीच च्या भावनेने नेतृत्वाचे संकट उत्पन्न केले होते. मौलवी अहमदशाहला

कित्येकदा वाटायचे की आऊटरम वर एक जोरदार हल्ला करून त्याच्या सैन्याला हटवून द्यावे. परंतु लखनऊला उपस्थित क्रांतिकारी नेत्यांना मौलवीचे मत आवडले नव्हते. कारण की अहमदशाह जनतेमधून आलेला नेता होता, तो कोणी श्रीमंत राजा किंवा नबाब नव्हता- या कारणाने त्याच्या व्यवहाराला आणि त्याच्या सल्ल्याला हीन दृष्टीने पाहिले जात होते. म्हणतात की अशाच मतभेदामुळे एकदा बेगम हजरत महलने मौलवी अहमदशाहला कैद केले होते, परंतु सैन्यात आणि जनतेत ते इतके लोकप्रिय होते की त्याला कैद करून ठेवणे बेगमसाठी संकट ठरले आणि त्याला सोडावे लागले.

कॅम्पबेल आपले सैन्य घेऊन लखनऊला पोहोचला. त्याच्याशी लढाई करण्यासाठी भारतीय क्रांतिकारी सैन्याचे नेतृत्त्व अहमदशाहने केले. लिहिले आहे की, "जितक्या वेळा भारतीय सैन्याने आलगबागेवर हल्ला केला, मौलवी अहम दशाह आपल्या घोड्यावर किंवा हत्तीवर नेहेमी सर्वांच्या पुढे लढत असलेला दिसत होता, ज्यावेळी सर कॅलिन कॅम्पबेल आपल्या सैन्यासहित आलमबाग पोहोचला, त्यावेळपर्यंत लखनऊचे सर्व शहर क्रांतिकारांच्या हातात होते. शहराबाहेर अलामबागेत इंग्रज सैन्य होते आणि शहराच्या आत क्रांतिकारांच्या बाजुला तीस हजार हिंदुस्थानी सैनिक आणि पन्नास हजार सशस्त्र स्वयंसेवक जमलेले होते. प्रत्येक गल्ली आणि प्रत्येक बाजारात नाकेबंदी आणि मोर्चेबंदी करून ठेवली होती. प्रत्येक घराच्या भिंतीमध्ये बंदूकींसाठी छिद्र तयार केली होती. प्रत्येक मोर्चावर तोफा बसविल्या होत्या. महलाच्या चारी बाजूला तोफा होत्या. शहराच्या उत्तरेला गोमती आणि बाकी तिन्ही बाजूला मजबूत किलेबंदी केली गेली होती." (भारत में अंग्रेजी राज : पृष्ठ ९२१-९२२)

सर्वात आधी आऊटरमने उत्तरेच्या बाजूने आणि मग कॅम्पबेलने पूर्वेच्या बाजूने हल्ले सुरु केले. ६ मार्च पासून १५ मार्च पर्यंत दोन्ही सैन्यात घनघोर युद्ध झाले. परंतु भारतीय क्रांतिकारी सैन्यात नेतृत्वाच्या कमतरतेमुळे येथे सुद्धा एकदा पुन्हा इंग्रजांना विजयाची संधी दिली. दिलखुश बाग, कदमरसूल, शाहनजफ, बेगम कोठी इत्यादी सर्व मोर्च्यावर इंग्रजी सैन्याचा विजय होत गेला. हे पाहून बेगम हजरत महल, नवाब बिरजीस कदर आणि मौलवी अहमदशाह तिघे लखनऊकडून निघून गेले. लखनऊ शहर इंग्रजांच्या अधिकारात गेले. ह्या नंतर कंपनीच्या सैन्याने लखनऊवासी यांच्याबरोबर ज्या प्रकारचा व्यवहार केला, त्याला सार्वजनिक लूट आणि नरसंहार या दोन शब्दानीच अभिव्यक्त केले जाऊ शकते. लेफ्टनंट माजेंडी

लिहितात की लखनऊमध्ये त्यावेळच्या कत्तलीमध्ये कोणत्याही प्रकारचा विचारच केला गेला नव्हता.

बिहारमध्ये क्रांती : बाबू कुंवरसिंह

बिहारमध्ये १८५७ च्या क्रांतीची संघटन वेगवेगळ्या शहरात होती. परंतु सगळ्यात मोठे केंद्र पटनामध्येच होते. पटण्याला क्रांतीच्या योजना बनत आणि मग अन्य केंद्रांना सूचना जात. बिहारचे स्थानिक पोलीस गुप्त रूपात क्रांतिसंयोजकांना साथ देत होते. लिहिले आहे की पटना केंद्राजवळ पढाची कमी नव्हती. शेकडो पगारी आणि बिनपगारी प्रचारक चहुकडे गावात क्रांतीचा प्रचार करत फिरत होते. तेथील नेत्यांचा दिल्ली, लखनऊ आणि कानपूरच्या नेत्यांशी सतत संपर्क चालू होता. बिहारला क्रांतीचे तीन प्रमुख मौलवी नेता होते. पटण्याला त्या दिवसात टेलर नावाचा इंग्रज कमिशनर होता. त्याने ह्या तिन्ही मौलवींना बातचीत करण्यासाठी आपल्या घरी बोलाविले आणि मग धोका देऊन अटक करून त्यांना कैदेत टाकले. यावर ३ जुलैला पटण्याला बंडाचा भडका उडाला, परंतु दाबून गेला. क्रांतिकारी नेता पीरअलीला पकडून गोऱ्या सैन्याने फासावर लटकाविले.

तिकडे बिहारच्या शाहाबाद जिल्ह्याच्या जगदीशपूर राज्यात बंडाच्या आगीचा भडका उडाला होता. वास्तविक हे राज्य सुद्धा लॉर्ड डलहौसीच्या अपहरण नीतीची शिकार झाले होते. जगदीशपूरचे राजा बाबू कुंवरसिंह आपल्या इलाख्यात फार लोकप्रिय होते. त्यांचे वय त्यावेळी ऐंशी वर्षापेक्षा सुद्धा जास्त होते. तरी सुद्धा त्यांनी क्रांतिकारी युद्धात भाग घेतला आणि मोठी महत्त्वपूर्ण भूमिका निभावली. लिहिले आहे की, ज्यावेळी क्रांतिकारी सैन्य जगदीशपूरला पोहोचले, बाबू कुंवरसिंह ताबडतोब हत्यार उचलून आपल्या महालातून बाहेर पडले आणि क्रांतिकारी सैन्याला मार्गदर्शन करून लागले. त्यांचे सैन्य आराला पोहोचले. त्याने इंग्रजांच्या खजिन्यावर ताबा मिळविला. नंतर तुरुंग उघडून कैद्यांना मुक्त केले. सरकारी इमारतींना तोडले गेले. आराच्या छोट्याशा किल्ल्याला वेढा घातला गेला कारण त्यात थोडे से इंग्रज उपस्थित होते. बाबू कुंवरसिंहनी त्यांना समर्पण करण्यास सांगितले कारण की त्यांचे प्राण-धन वाचेल. परंतु शिख सैनिकांनी त्यांना समर्पण करू दिले नाही. तीन दिवस वेढा घातलेला होता. त्यांच्या मदतीसाठी दानपूरचा कॅप्टन डनवर चारशे सैनिकांना घेऊन मदतीला निघाला. त्याच्याबरोबर तीनशे गोरे सैनिक आणि शंभरापेक्षा जास्त शिख सैनिक होते. लिहिले आहे की बाबू कुंवरसिंहला समजले

की दानापूरहून सैन्य येत आहे. त्या रस्त्यात एक आंब्याची बाग होती. कुंवरसिंहने आपले काही सैनिक आंब्याच्या झाडांवर बसविले. रात्र झाली. दानापूरचे सैन्य जसे आंब्याच्या बागेजवळून जाऊ लागले, त्यांच्यावर क्रांतिकारी सैनिकांनी दणादण गोळ्या झाडल्या. लिहिले आहे की ४१५ माणसातील फक्त पन्नास माणसे जिवंत राहून जाऊ शकले.कॅप्टन डनवर सुद्धा आंब्याच्या बागेत मारला गेला. त्यानंतर मेजर आयर एक मोठे सैन्य घेऊन आला. २ ऑगस्ट १८५७ ला बीबीगंज जवळ कुंवरसिंह चे अप्रशिक्षित सैन्य, इंग्रज सैन्यापुढे टिकू शकले नाही. कुंवरसिंहला शेवटी मैदान सोडावे लागले. ते जगदीशपूरच्या बाजुला परतले तर मेजर आयर ने त्यांचा पाठलाग केला. कित्येक दिवस सुद्धा झाले आणि एकदा पुन्हा कुंवरसिंहचा पराजय झाला. त्यांचा किल्ला मेजर आयरच्या ताब्यात गेला. कुंवरसिंह आपल्या परिवाराला घेऊन, बाराशे सैनिकांसह जगदीशपूरहून बाहेर पडले.

आता कुंवरसिंहने आजमगढ पासून पंचवीस मैल दूर अतरोलिया नावाच्या ठिकाणी मुक्काम केला. तेथे आसपास च्या इलाख्यातील क्रांतिकारी सैनिक सुद्धा येऊन त्यांना मिळाले. याप्रकारे त्यांनी आपली शक्ती मजबूत बनविण्याचा प्रयत्न चालू ठेवला. तिकडे इंग्रजांना समजले की कुंवरसिंह सैन्य संघटित करत आहे. २२ मार्च सन १८५८ ला इंग्रज सैन्य त्यांच्यावर आक्रमण करण्यासाठी अतरौलिया ला पोहोचली. तेथे घनघोर युद्ध झाले. अचानक बाबू कुंवरसिंह मागे सरकू लागले. इंग्रज सैन्याचे अधिकारी मिलमॅन यांना वाटले की कुंवरसिंह मैदान सोडून गेले आहेत. म्हणून त्यांनी युद्ध थांबवून आपले सैन्य एका बागेत थांबून भोजन करण्याची आज्ञा दिली. कुंवरसिंहने या संधीचा फायदा घेतला आणि अचानक इंग्रज सैन्यावर तुटून पडले. इंग्रज सैन्याचे या अचानक हल्ल्याने फारच नुकसान झाले. मिलमॅन जीव वाचवून पळून गेला. कुंवरसिंहने त्याचा पाठलाग केला परंतु तो आजमगडच्या बाजूला निघून गेला. येथे हे उल्लेखनीय आहे की, ऐंशी वर्षापेक्षा जास्त वयाचे बाबू कुंवरसिंह ज्या चलाखी, शीघ्रता आणि हुशारीने युद्ध करत होते, त्यामुळे इंग्रज आश्चर्यचकित झाले होते. त्यानंतर कर्नल डेम्स सैन्य घेऊन आला आणि यावेळी आजमगडला कुंवरसिंहबरोबर त्याची लढाई झाली. इंग्रज सैन्य हरले आणि आजमगड कुंवरसिंहच्या ताब्यात आले.

कुंवरसिंहच्या जोडीला यावेळपर्यंत लखनऊहून पळालेले क्रांतिकारी सेनापती सुद्धा आले होते. आजमगडहून कुंवरसिंह बनारसकडे निघाले. त्यावेळी ते जगदीशपूरपासून शंभर मैल दूर बनारसच्या उत्तरेला होते. लॉर्ड केनिंगने जेव्हा ऐकले

तेव्हा त्याने लॉर्ड मार्ककरच्या नेतृत्वात एक विशाल सैन्य कुंवरसिंहशी लढण्यासाठी पाठवले. ६ एप्रिलला लॉर्ड मार्ककर आणि कुंवरसिंह यांच्यामध्ये युद्ध सुरु झाले. इतिहासकार लिहितात की एक्याऐंशी वर्षाचे वृद्ध कुंवरसिंह पांढऱ्या घोड्यावर स्वार होऊन विजेप्रमाणे तुटून पडताना दिसत होते. या युद्धात लॉर्ड मार्ककर हरला. तो आपल्या लोकांसहित आजमगड कडे पळाला. कुंवरसिंहने त्याचा पाठलाग केला. इतिहासकार मालेसन लिहितात की कुंवरसिंहने हीच चूक केली की बनारसकडे जाण्याऐवजी ते मार्ककरच्या मागे गेले. झाले असे की लुगार्ड नामक एक अन्य इंग्रज सेनापती, सैन्य घेऊन मार्ककरच्या मदतीसाठी आला. तो सुद्धा आजमगडकडे गेला. ही बातमी मिळताच कुंवरसिंहने आजमगडचा रस्ता सोडून गाजीपूर जाऊन तेथून गंगा पार करुन जगदीशपूर पोहोचण्याची योजना बनविली.

लुगार्डच्या सैन्याला चकवून कुंवरसिंह गाजीपूरकडे जाऊ लागले. लुगार्ड ने त्यांचा पाठलाग बारा मैलापर्यंत केला, परंतु कुंवरसिंहला गाठता आले नाही. आता ते गंगेकडे वळले. परंतु दुसऱ्याबाजूने इंग्रज सेनापती डग्लसने कुंवरसिंहला घेरले. तहाई नावाच्या गावाजवळ डगलस आणि कुंवरसिंहच्या सैन्यात युद्ध झाले. या युद्धात सुद्धा बाबू कुंवरसिंहचाच विजय झाला. या नंतर ते जसे पुढे निघाले तसे डगलस ने पुन्हा त्यांचा पाठलाग केला, परंतु तोपर्यंत कुंवरसिंह घाघरा नदी पार करून मनोहर गावात पोहोचले होते. गंगेजवळ पोहोचल्यावर कुंवरसिंहने ही अफवा पसरविली की त्यांचे सैन्य बलिया जवळ हत्तीवरून गंगा पार करेल. हे ऐकून इंग्रजाचे सैन्य त्या ठिकाणी येऊन भिडली. परंतु कुंवरसिंह त्या जागेपासून सात मैल दूर शिवपूर घाटातून रात्रीच्या वेळी नावेतून गंगा पार करू लागले. जेव्हा इंग्रजांना कुंवरसिंहच्या या चालीचा पत्ता लागला तेव्हा ते वेगाने शिवपूरला आले. त्यावेळपर्यंत कुंवरसिंहच्या संपूर्ण सैन्याने गंगा पार केली होती. फक्त शेवटचीनाव गंगेत होती आणि त्यात बाबू कुंवरसिंह बसले होते. इंग्रजांचे सैन्य त्यांच्यावर गोळीबार करू लागले. दुर्भाग्याने एक गोळी कुंवरसिंहाच्या उजव्या हाताच्या म नगटाला लागली. त्यामुळे उजवा हात निष्क्रिय झाला. वृद्ध कुंवरसिंहानी पाहिले की गोळीचे विष सर्व शरीरभर पसरु शकते. म्हणून डाव्या हाताने तलवार उपसून आपल्या उजव्या हाताला स्वत:च, एकाच वारात तोडून गंगेत फेकून दिला आणि हातावर कपडा बांधून त्यांनी गंगा पार केली. गंगेच्या

त्याबाजूला काही अंतरावरच त्यांची राजधानी जगदीशपूर होती. ही घटना २२ एप्रिल सन् १८५८ ची आहे. बाबू कुंवरसिंह आपल्या महालात आले. परंतु

120 *** *1857 चा स्वातंत्र्य संग्राम*

आता ते चोवीस तास सुद्धा विश्रांती घेऊ शकले नाहीत. तर सेनापती लुगार्ड २३ एप्रिलला जगदीशपूरच्या जवळ सैन्य घेऊन आला. कुंवरसिंहजवळ त्यावेळी सैन्य जरी कमी होते आणि त्यांचा एक सुद्धा जखमी होता, तरी सुद्धा त्यांनी मोठ्या वीरतेने लढाई केली. या युद्धात सुद्धा बाबू कुंवरसिंह विजयी झाले. लुगार्ड ला गोळी लागली. आणि तो मारला गेला. इंग्रजांच्या सैन्याचे सामान आणि सर्व तोफा कुंवरसिंहच्या ताब्यात आले. परंतु कुंवरसिंहाची जखम अजून बरी झाली नव्हती. आणि त्याच कारणाने २६ एप्रिल सन १८५८ ला त्यांचे आपल्या महालात निधन झाले. बाबू कुंवरसिंह फार पवित्र चरित्राची व्यक्ती होती. ते खूप संयमित जीवन जगले होते. असे म्हटले जाते की त्यांच्या राज्यात कुंवरसिंह पहातील या भीतीने कोणी मोकळेपणी तंबाखू ओढत नव्हते. त्यांची सारी प्रजा त्यांचा खूप आदर करत होती. आणि त्यांच्यावर प्रेम करत होती. ते आपल्या काळातले अद्वितीय योद्धा होते आणि त्यांच्या शौर्याची प्रशंसा इंग्रज इतिहासकारांनी सुद्धा मोकळ्या मनाने केली आहे.

मौलवी अहमदशाह

अवधच्या क्रांतिकारकांचे केंद्र लखनऊ, इंग्रजांच्या ताब्यात आल्यानंतर, ते विश्वस्त होते. कंपनीचे सैन्य सुद्धा चारी बाजुला आपले प्रभुत्व स्थापित करण्यासाठी प्रत्येक इलाख्यात पोहोचत होते. लिहिले आहे-''फलटणींवर फलटणी इग्लंडहून भर्ती होऊन भारतात येत होते. विशाल भारतीय साम्राज्याला आपल्या हातातून निसटताना पाहून इंग्लंडच्या शासकांनी त्यावेळी आपली सारी ताकद भारतीय क्रांती दडपण्यासाठी लावली होती. एप्रिल सन १८५८ ला कंपनीचे हिंदुस्थानी सैन्य आणि देशी राज्याच्या सैन्याशिवाय कंपनीजवळ भारतात ९६००० गोरे सैन्य होते. इंग्रज वंशाचे मोठ मोठे अनुभवी सेनपती भारतात हजर होते.

भारतात क्रांतिकाऱ्यांच्यात द्वेष वाढत चालला होता. दिल्ली कानपूर आणि लखनऊ सारख्या केंद्रांवर इंग्रजांचा अधिकार आला होता. तरीसुद्धा अवध आणि रुहेल खंडाचे क्रांतिकारी नेता, क्रांतिकारी सैनिकांना सावध करत होते. त्यांचे मनोबल वाढवित होते. आणि त्यांना तुम्ही काय करायला हवे ते सांगत होते. लंडनच्या 'टाईम्स' च्या बातमीदार रसेल, एक अशाच पत्रकाचा उल्लेख करतो जी क्रांतिकारी सैनिकांसाठी संपूर्ण शहरात लावली गेली होती. पत्रकात लिहिले होते ''तुम्ही या कायदेशीर सैन्याचा खुल्या मैदानात सामना करण्याचा प्रयत्न करा.

कारण की त्यांच्यात आपल्यापेक्षा चागंली व्यवस्था आहे.आणि त्यांच्याजवळ मोठमोठ्या तोफा आहेत. त्यांच्या येण्याजाण्यावर लक्ष ठेवा. नद्यांच्या संपूर्ण घाटावर आपला पहारा ठेवा. त्यांचा पत्रव्यवहार मध्येच थांबवा. त्यांची रसद थांबवा, त्यांची पोस्ट आणि चौक्या तोडून टाका, आणि सतत त्यांच्या कॅम्पच्या आसपास फिरत रहा. युरोपियनांना बिलकुल निश्चिंत राहू देऊ नका." (रसेल की डायरी : पृष्ठ २७६)

त्यावेळी बेगम हजरत सहा हजार सैनिकांसह विटावली मध्ये होती. आणि मौलवी अहमदशाह लखनऊ पासून तीस मैल दूर बारी नावाच्या ठिकाणी होते. मौलवी अहमदशाहला इंग्रज कोणत्याही परिस्थितीत पकडू इच्छित होते. होप ग्रँट नावाचा सेनापती तीन हजार सैन्य आणि तोफखाना घेऊन बारीला येण्यास लखनऊहून निघाला. जेव्हा मौलवी अहमदशाहला समजले तेव्हा त्याने बारी पासून चार मैल दूर एका गावात आपल्या पायदळ सैन्याला उभे केले आणि घोडेस्वार सैन्याला आणखी कुठल्यातरी ठिकाणी उभे केले. परंतु स्वार सैनिकांनी मौलवी अहमदशाहच्या निर्देशाचा विचार न करता शत्रू सैन्याला पहाताच हल्ला केला. यामुळे मौलवी सारी रणनीति बिघडून गेली आणि त्याला मैदान सोडून पळावे लागले.

यानंतर मौलवी अहमदशाहला शाहजहावूर आणि बरेली मध्ये सुद्धा घेरण्याचे प्रयत्न झाले, परंतु इंग्रजांना सफलता मिळाली नाही. आपले सैन्यबळ वाढविणे ही मौलवीसाठी आवश्यक बाब होती. यासाठी आर्थिक मदतीची जरुरी होती. पौना नावाच्या एका राज्याचा राजा जगन्नाथसिंह होता. मौलवी अहमदशाहने बेगम हजरत महलची मुद्रा लावुन राजा जगन्नाथसिंहला आर्थिक मदत देण्यासाठी एक पत्र लिहिले. राजा जगन्नाथसिंहने मौलवीला ताबडतोब येऊन भेटायला सांगितले. मौलवी अहमदशाह आल्यावर राजा जगन्नाथसिंह त्याला आपल्या बैठकीत घेऊन गेले. तेथे आता संभाषण चालू होते की अचानक जगन्नाथसिंह च्या भावाने येऊन मौलवीवर गोळी झाडली. राजा जनन्नाथसिंहने मौलवी अहमदशाह मरतातच त्याचे डोके छाटून स्वत: जवळच्या, इंग्रजांच्या कॅम्पमध्ये नेऊन दिले. अशा प्रकारे ५ जून १८५८ ला मौलवी अहमदशाहचे निधन झाले. लिहिले आहे की राजा जगन्नाथसिंहला या कामाचे इनाम पन्नास हजार रुपये मिळाले होते.

मौलवी अहमदशाह एक योग्य आणि प्रभावशाली व्यक्ती होती. इतिहास लेखक जी. बी. मालेसन लिहितात– "मौलवी एक मोठा अद्‌भुत माणूस होता. सेनापतीच्या श्रेणीप्रमाणे त्याच्या योग्यतेचे अनेक पुरावे बंडाच्या वेळी मिळाले.

कोणीही अन्य व्यक्ती गर्वाने हे सांगू शकत नव्हती की मी कॅम्पबेलला दोन वेळा हरविले- परंतु मौलवी सांगू शकत होता आणि अशा मौलवी अहमदशाचे निधन विश्वासघातामुळे झाले. जर कोणा अशा मुनष्याला, ज्याच्या जन्मभूमीच्या स्वातंत्र्याचे अन्यायाने अपहरण केले गेले असेल आणि जो पुन्हा स्वातंत्र्य कायम करण्यासाठी प्रयत्न करेल आणि युद्ध करेल, देशभक्त म्हणाला जाऊ शकतो, तर यात अणुमात्र सुद्धा शंका येऊ शकत नाही की मौलवी अहमदशाह सच्चा देशभक्त होता. त्याने कोणाचीही गुप्त हत्या करून आपल्या तलवारीला कलंकित केले नव्हते; नि:शस्त्र आणि निर्दोष मनुष्याची हत्या त्याने कधी सहन केली नव्हती. त्याने पुरुषोचित शपथेसह आणि धैर्याने खुल्या मैदानात युरोपियांबरोबर युद्ध केले. ज्यांनी त्याचा देश हिरावून घेतला होता. प्रत्येक देशाच्या वीर आणि सच्च्या लोकांनी, मौलवी अहमदशाहचे आदरासहित स्मरण केले पाहिजे.'' (इंडियन म्युटिनी : मालेसन : खंड ४, पृष्ठ ३८१)

६.

"सन १८५८ च्या प्रारंभी हिमालयापासून विंध्याचलापर्यंत संपूर्ण प्रदेश जिंकण्याची सैनिक योजना इंग्रजांनी फार विचारपूर्वक बनविली, हा प्रदेश दोन भागात वाटला गेला. प्रत्येकावर अधिकार स्थापन करण्यासाठी मोठे सैन्य पाठविले गेले.सर कॅम्पबेल इलाहाबादहून गंगा-यमुनेच्या उत्तरेकडे आपले मोठे सैन्यासह निघाला, जिंकले, गंगा पार करुन लखनऊचा विध्वंस केला, बिहारचे बंड दडपून टाकले, बनारसच्या आसपास तसेच अवधच्या बंडखोरांना हरविले, सर्व क्रांतिकारकांना रुहेलखंडला जेथे शेवटची लढाई झाली, पळवून लावले, उत्तर प्रदेशाला क्रांतिकारकांपासून मुक्त केले. या प्रकारे जेथून कॉम्पबेल यमुनेच्या उत्तरेकडे हिमालयाकडे जात होता, त्याप्रमाणे यमुनेच्या दक्षिणेला विंध्यपर्यंतचा प्रदेश जिंकण्यासाठी ह्यूरोज निघाला. शिख, गुरखा तसेच काही हिंदुस्थानी सैनिकांनी कॅम्पबेलला मदत केली, तिकडे दक्षिणेत ह्यूरोजला हैद्राबाद, भोपाळ इत्यादि राज्यांची मदत मिळाली. ह्यूरोजला विशेषत: मद्रास, मुंबई तसेच हैद्राबादच्या पलटणींची मदत मिळाली. हिंदुस्तानी सैनिकांची मदत सुद्धा हयूरोजला मिळाली होती. सत्य तर हे आहे की फक्त आपल्या शक्तीच्या जोरावर विजय प्राप्त करणे इंग्रजांसाठी अशक्य होते. दक्षिण भाग जिंकण्यासाठी हिंदुस्थानी सैन्य दोन भागात विभागले गेले. एक भाग ब्रिगेडियर बिटलॉकच्या अधीन ठेवला गेला, तो जबलपूरहून पुढे निघून रस्त्यातील सर्व प्रदेश जिंकत हयूरोजला जाऊन मिळाला. दुसरा भाग ह्यूरोजच्या अधीन होता. योजना ही होती जेव्हा जबलपूरहून बिटलॉक निघेल तेव्हा ह्यूरोज महूहून निघेल आणि झांशी तथा कालपीवरुन पुढे निघेल."(१८५७ का स्वतंत्रता का संग्राम : विनायक दामोदर सावरकर : पृष्ठ ३७२)

राणी लक्ष्मीबाई

झांशी आणि आसपासच्या संपूर्ण क्षेत्रावर अकरा महिने क्रांतिकारकांचा अंमल अधिकार राहिला. याचे श्रेय झांशीची राणी लक्ष्मी बाईला होते. या अकरा महिन्यात झाशीची प्रजा शांत, सुखी आणि व्यवस्थित राहिली. राणीच्या दिनचर्येविषयी

विस्ताराने लिहिताना तिच्या शासनकुशलतेची खूप प्रशंसा केली गेली आहे. लिहिले आहे ''साधारण तीन वाजता पुरुष वेषात राणी लक्ष्मीबाई दरबारात येत आहे. त्यावेळी तिची वेशभूषा होती पायजमा, गडद निळ्या रंगाचा कोट, डोक्यावर टोपी आणि त्यावर सुंदरशी पगडी बांधलेली असे. वेलबुट्टीचे भरताकाम केलेली ओढणी बारीक कंबरेला बांधत असे, ज्यात रत्नजडित तलवार लटकत असे. यावेशात ती साक्षात गौरी वाटत असे. ती पुरुष वेशाशिवाय कधी कधी स्त्री वेशाची वस्त्र सुद्धा वापरत होती. विधवा झाल्यानंतर ती ते सौभाग्य अलंकार घालत नव्हती. मनगटात हिऱ्याच्या बांगड्या, गळ्यात मोत्यांचा हार आणि करंगळीत हिऱ्याची अंगठी घालत होती. केसांचा अंबाडा घालत होती. सफेदसाडी नेसत असे. याप्रमाणे कधी पुरुष वेशात तर कधी स्त्री वेशात दरबारात बसत असे. दरबारी लोक तिला प्रत्यक्ष पाहू शकत नव्हते. त्यांची खोली वेगळी असे. तिचा दरवाजा दरबारात उघडत असे. सोन्याच्या वेलबुट्टीने सजविलेल्या दरवाजाला चिकाचा पडदा असे. दरवाजावर सोन्याचांदीचा मुलामा असलेले दोन दंड घेऊन दोन द्वारपाल उभे रहात.दिवाण लक्ष्मणराव त्या खोलीच्या समोर महत्त्वपूर्ण कागदपत्र घेऊन उभे रहात आणि त्यांच्या जवळ दरबाराचा अमात्य बसत असे. राणी बुद्धिमान होती. कोणत्याही गोष्टीचे मर्म झटकन ओळखत असे. त्यांचे निर्णय स्पष्ट, संक्षिप्त आणि निश्चित असते. कधी कधी ती आपल्या हाताने आदेश लिहित असे. न्यायाच्या वेळी ती अतिशय सावध रहात असे. जमिनदारी संबंधी तसेच फौजदारीचे निर्णय ती योग्यतापूर्ण करत असे. अशी होती राणी लक्ष्मीबाई जिने डलहौसीच्या नीतिच्या विरोधात जयघोष केला होता. 'मी माझी झाशी देणार नाही'अकरामहिन्यापासून घुमत असलेल्या स्वातंत्र्य घोषाने संपूर्ण बुंदेलखंड दुमदुमत होता.'' (१८५७ का स्वातंत्र्य संग्राम : सावरकर : पृष्ठ ३७०-३७१)

६ जानेवारी सन १८६३ ला सर ह्यूरोज महू हून निघाला आणि रायगड, सागर, बानपूर, चंदेरी जिंकून घेत झाशीपासून चौदामैल दूर त्याच्या सैन्याने मुक्काम ठोकला. लिहिले आहे की राणी लक्ष्मीबाईने कंपनीचे सैन्य पोहोचण्यापूर्वीच झाशीच्या चारी बाजूला दूर दूर पर्यंत च्या इलाख्याला उजाड करून टाकले. या करिता की शत्रूच्या सैन्याला झाशीवर आक्रमण करते वेळी रसद वगैरे मिळू नये. शेतामध्ये धान्याचा एक दाणा नव्हता. कोठेही गवताचे एक पाते नव्हते. आणि कोठे सावलीसाठी एखादा वृक्ष सुद्धा नव्हता. महाराजा सिंधिया आणि टेहरी टीकमगडच्या राजानी कंपनीच्या सैन्याला रसद, गवत इत्यादीचा पूर्ण बंदोबस्त केला होता. की त्यांना कोणत्याही प्रकारचा त्रास होऊ नये.

ज्यावेळी झाशी शहरात बानपूरचे राजा मदानासिंह आणि अन्य कित्येक राजा आणि सरदार राणी लक्ष्मीबाईच्या मदतीला हजर होते. क्रांतिकारकांच्या सैन्याचे सेनापतीत्व राणी लक्ष्मीबाईंनी सांभाळले. त्यांनी एक-एक मोर्चा आपल्या समोर तयार करविला. इंग्रज सैन्य झाशीजवळ येऊन पोहोचले होते. सर ह्युरोजने लिहिले आहे की राणी लक्ष्मीबाईबरोबर झाशीच्या शेकडो स्त्रिया तोफखान्यांबरोबर काम करताना दिसत होत्या. २४ मार्चला सकाळी झाशीच्या एका तोफेने कंपनीच्या सैन्यावर तोफगोळ्यांचा वर्षाव सुरू केला. या तोफेचे 'धनगरज' होते. मग आठ दिवस सतत दोन्ही बाजूंनी गोळाबारी चालू राहिली. या दिवसातील लढाईचे सविस्तर विवरण, एका दर्शकाच्या हवाल्याने दत्तात्रेय बळवंत पारसनी यांनी आपले पुस्तक 'रानी लक्ष्मीबाई का चरित्र' मध्ये लिहिले आहे. ते लिहितात, "२५ तारखेपासून घनघोर युद्ध सुरु झाले. इंग्रजांनी पूर्ण दिवस आणि सारी रात्र गोळ्यांचा वर्षाव केला. रात्रीच्या वेळी किल्ला आणि शहरांच्यावर तोफेचे गोळे भीतीदायक दिसत होते. पन्नास किंवा तीस शेराचा गोळा एखादा छोट्याशा चेंडूसारखाच वाटत होता. परंतु निखाऱ्यासारखा लाल! २६ तारखेच्या दुपारी कंपनीच्या सैन्याने नगराच्या दक्षिणी फाटकावर इतका जोरदार गोळ्यांचा वर्षाव केला की त्या बाजूच्या झाशीच्या तोफा थंड पडल्या. कोणालाही तेथे उभे रहाण्याची हिम्मत होऊ शकली नाही. यावर पश्चिमी फाटकाकडे आपल्या तोफेचे तोंड करून शत्रूवर तोफगोळ्यांचा वर्षाव सुरु केला. तिसऱ्या गोळ्याने इंग्रजांच्या सर्वात चांगल्या तोफेला उडविले. त्यामुळे इंग्रजांची तोफ थंड पडली. राणी लक्ष्मीबाईंनी खूश होऊन गुलाम गैसखान नामक त्या तोफचीला सोन्याचे कडे इनाम दिले. पाचव्या सहाव्या दिवशी राणीच्या लोकांनी चमत्कार दाखविला. त्यादिवशी इंग्रजांच्या बाजूचे अगणित लोक मारले गेले. आणि त्यांच्या कित्येक तोफा थंड पडल्या. परंतु काही वेळा नंतर पुन्हा इंग्रजांच्या तोफा पुऱ्या उत्साहाने धडाडू लागल्या. झाशीच्या सैन्याचा धीर सुटू लागला आणि तोफा थंड पडू लागल्या. सातव्या दिवशी संध्याकाळी शत्रूच्या गोळ्यांनी नगराच्या डाव्या बाजूच्या भिंतीचा एक भाग पाडला आणि त्या बाजूची तोफ थंड पडली. कोणी तेथे उभे रहाण्याचे साहस करु शकत नव्हता. परंतु रात्रीच्या वेळी अकरा मिस्त्री कांबळी पांघरून भिंतीपर्यंत पोहोचले आणि सकाळपर्यंत त्या भागाची डागडुजी केली. झांशीच्या तोफा सूर्य उगविण्यापूर्वी पुन्हा आपले काम करू लागल्या. यामुळे कंपनीच्या बाजूचे खूप नुकसान झाले, इतके की त्यांच्या तोफा खूप काळासाठी निकामी झाल्या. आठव्या

दिवशी सकाळी कंपनीचे सैन्य शंकर किल्ल्याकडे निघाल्या. दुर्बिणीच्या सहाय्याने इंग्रजांनी किल्ल्यातील जलाशयांवर गोळ्यांचा वर्षाव सुरु केला. सहा-सात माणसे पाण्यासाठी गेली तर त्यातील चार तर तेथेच ठार झाली.बाकी आपली भांडी सोडून पळून गेली; चार तास कोणाला आंघोळीला सुद्धा पाणी मिळू शकले नाही. त्यावर पश्चिमी आणि दक्षिणी फाटकांच्या तोपचींनी कंपनीच्या सैन्यावर सतत गोळाबारी सुरु केली. आणि कंपनीच्या ज्या तोफा शंकर किल्यावर हल्ला करत होत्या, त्यांची तोंडे फिरवली. तेव्हा कोठे लोकांना आंघोळीला आणि प्यायला पाणी मिळू शकले. चिंचेच्या झाडाखाली दारुगोळ्याचा एक कारखाना होता. एक गोळा या कारखान्यावर येऊन पडला. ज्यामुळे तीस पुरुष आणि आठ स्त्रिया मरण पावल्या. त्याचदिवशी सर्वात जास्त गोंधळ उडाला. त्यादिवशीची लढाई भीषण होती. बंदुकीचे आवाज काळजाचा थरकाप उडवत होती. तोफा जोरात चालू होत्या. ठिकठिकाणी बिगुलांचे आवाज सुद्धा ऐकू येत होते. आकाश धूर आणि धुळीने भरलेले होते. शहराच्या तटावरील कित्येक तोपची आणि त्यांचे सैनिक मारले गले. त्यांच्या जागी दुसरे नियुक्त केले गेले. राणी लक्ष्मीबाई त्यादिवशी खूप शीघ्रतेने काम करत राहिली. ती प्रत्येक गोष्ट स्वत: पहात होती. आवश्यक आदेश देत होती आणि भीतीमध्ये जेथे कमकुवतपणा आढळला, तर ताबडतोब डागडुजी करून घेत होती. राणीच्या या उपस्थितीमुळे सर्व सैनिकांची हिम्मत बेहद वाढली होती. ते सतत लढत राहिले.'' (राणी लक्ष्मीबाई का चरित्र : दत्तात्रेय बलवंत पारसनी)

कंपनीचे सैन्य इतके विशाल होते की झाशीच्या सैन्याला त्यांच्याही अधिक काळपर्यंत टक्कर देणे शक्य नव्हते. राणी लक्ष्मीबाईंनी तात्या टोपेला मदतीसाठी कालपीला एक पत्र पाठविले. परंतु तात्या कालपीत नव्हते. त्यांनी यमुनेच्या उत्तरेला चरखारीच्या राजावर आक्रमण करून, त्यांच्याकडून तीन लाख रूपये दंड वसूल करून घेऊन आले. कारण त्या राजाने स्वातंत्र्य संग्रामात भाग घेण्यास नकार दिला होता. तात्या टोपे जेव्हा चरखारीहून कालपीला परतले तेव्हा लक्ष्मीबाईंचे पत्र मिळाले. तात्या ताबडतोब विशाल सैन्य घेऊन झाशी कडे निघाले. कंपनीचे सैन्य संकटात पडले. समोर लक्ष्मीबाई होती. आणि मागून तात्यांनी हल्ला केला होता. तात्यांजवळ त्यावेळी ग्वालियरहून आणलेले सैन्य होते. बेतवाजवळ त्या सैन्याने अत्यंत भ्याडपणाचे प्रदर्शन केले, त्यामुळे तात्या कमजोर पडले. तात्यांना आपल्या तोफा सोडून पळावे लागले, त्याबरोबर त्यांचे पंधराशे सैनिक सुद्धा मारले गेले.

तात्या टोपे कमजोर पडल्याकारणाने झाशी स्थिती सुद्धा कमजोर पडू लागली. परंतु राणी लक्ष्मीबाईंनी हार मानली नाही. एक वेळ पुन्हा ३ एप्रिलला इंग्रजी

सैन्यावर हल्ला केला. यावेळच्या स्थितीचे वर्णन करताना लिहिले आहे- ‘‘चारी बाजूने एकाच वेळी आक्रमण होऊ लागले. राणी आपल्या घोड्यावर स्वार सैनिकांची आणि अधिकाऱ्यांची हिम्मत वाढवित, विजेप्रमाणे इकडून तिकडे फिरत होती. शत्रूनी प्रथम उत्तरेकडे सदर दरवाजावर जोर दिला, आठ ठिकाणी शिड्या लावून किल्ल्यावर चढण्याचे प्रयत्न केले गेले. राणीच्या तोफा गोळ्यांचा वर्षाव करत होत्या. इंग्रज आधिकारी डिक आणि मायकेल जॉनने शिड्यांवर चढून आपल्या साथीदारांना लढण्यास उत्तेजन दिले. परंतु ताबडतोब दोन गोळ्यांनी या दाने बहादुर इंग्रजांना तेथेच मारुन टाकले. त्यानंतर बोनस आणि फॉक्सने त्यांची जागा घेतली. ते दोघे सुद्धा मारले गेले. आठडी शिड्या तुटून पडल्या. इतिहास लेखक ‘लो’ लिहितात की झाशीच्या भिंतीवरून गोळ्यांचा वर्षाव त्या दिवशी अत्यंत भीषण होता. ज्यामुळे इंग्रजांना मागे हटावे लागले. परंतु जेव्हा उत्तरेच्या सदर दरवाजांची ही परिस्थिती होती, म्हणतात की कोणा विश्वासघातक्याने दक्षिणी दरवाजा उघडला आणि इंग्रजांचे सैन्य नगरात घुसले. मग तर घनघोर लढाई करत कंपनीचे सैन्य महालाकडे जाऊ लागले.

राणीने किल्ल्याच्या तटावरून नगरवासियांची कत्तल आणि त्यांची बरबादी पाहिली. ती ताबडतोब एक हजार सैनिकांसह इंग्रजांच्या सैन्यावर तुटून पडली. दोन्ही बाजूंनी बंदूका फेकून तलवारींनी लढाई होऊ लागली. दोन्ही बाजूला अनेक प्राण गेले. कंपनीच्या सैन्याला काही दूरीपर्यंत पुन्हा मागे हटावे लागले. इतक्यात कोणीतरी येऊन सूचना दिली की सदर दरवाजाचा रक्षक, सरदार खुदाबख्श आणि तोफखान्याचा अधिकारी सरदार गुलाम गौस खान दोघे मारले गेले. ज्याचा अर्थ हा होता की उत्तरेच्या बाजुचा दरवाजा सुद्धा आता शत्रूसाठी उघडला गेला. हे ऐकून राणीचा धीर खचला. एकदा तिने किल्ल्याला आग लावून त्यात प्राणत्याग करण्याचा मानस केला. परंतु मग साथीदारांनी समजाविल्यावर झाशीच्या बाहेर कुठेतरी पोहोचून स्वातंत्र्य संग्रामात आपले कर्तव्य पार पाडण्याचा निश्चय केला. झाशीवर कंपनीचा ताबा आला.

लिहिले आहे -‘त्याच दिवशी रात्री राणीलक्ष्मीबाईंनी झाशी कायमची सोडली. हत्यारासह पुरुषीवेशात आणि आपला दत्तक पुत्र दामोदरला पाठीवर बांधून तिने किल्ल्याच्या भिंतीवरून एका हत्तीच्या पाठीवर उडी मारली. ती आपल्या आवडत्या सफेद घोड्यावर स्वार झाली, १० किंवा १५ स्वार तिने आपल्या बरोबर घेतले आणि कालपीकडे निघून गेली.’’ (भारत में अंग्रेजी राज : सुंदरलाल : पृष्ठ ९४०)

त्या रात्री राणीने झाशी सोडली, ती फार कठोर निर्णय घेण्याची रात्र होती.

सावरकरांनी आपल्या पुस्तकात त्यावेळचे वातावरण, राणीची मनोव्यथा आणि निर्णय घ्यायच्या क्षणांचे मार्मिक वर्णन केले आहे. लिहिले आहे: ''बघा ! मी या किल्ल्यात आपल्या हातांनी दारुगोळ्याच्या भांडाराला आग लावून बाहेर निघून जाऊ इच्छिते.'' हे ऐकून त्या वृद्ध सरदाराने शांतपणे सांगितले- ''सरकार येथे राहणे आता धोकादायक आहे. शत्रूच्या छावणीला भेदून आपल्याला आज रात्री किल्ला सोडून निघून जायला हवे. आणि पेशव्यांच्या सैन्यात पोहोचले पाहिजे.'' ''मी मैदानात लढता लढता मरणे अधिक पसंद करते'' राणीचे उत्तर होते. ''परंतु मी स्त्री आहे. माझ्या शरीराची विटंबना झाली तर?''

हे ऐकून सरदारांनी एका सुरात सांगितले- ''जो पर्यंत आमच्यातील एक जरी जिवंत आहे तोपर्यंत आपल्या शरीराला स्पर्श करणाऱ्यांचे तुकडे तुकडे केले जातील.''

रात्र झाली, राणीने आपल्या प्रजेला बोलावून शेवटचे आशीर्वाद दिले. राणीचा झाशी सोडण्याचा इरादा पाहून प्रजेचे डोळे ओले झाले, कदाचित परत येणार नाही. राणीने निवडक घोडेस्वारांना आपल्याबरोबर घेतले. 'हर हर महादेव' चा घोष करत ते किल्ला उतरायला लागले. पुरुष वेश घातला होता. पोलादी चिलखताने शरीराचे रक्षण केले होते. कंबरपट्ट्यात एक जांबिया होता. आणि तलवार लटकत होती. रेशमी धोतराने पाठीवर दामोदरराव बांधलेला होता. सफेद घोड्यावर स्वार राणी साक्षात लक्ष्मी वाटत होती. उत्तरी दरवाजाजवळ पोहोचल्यावर देशद्रोही टिहरीच्या राजाच्या पहारेकऱ्याने चौकशी केली- ''कोण आहे?'' उत्तर मिळाले- ''टिहरीचे सैन्य सर ह्युरोजच्या मदतीसाठी कूच करत आहे.''आणि पहारेकऱ्याने जाऊ दिले. राणीच्या अंगरक्षकात एक दासी, एक नोकर आणि दहा पंधरा घोडेस्वार होते. या प्रकारे ही सेना शत्रूच्या छावणीमधून कालपीपर्यंत सुरक्षित पोहोचली. परंतु राणीच्या इतर घोडेस्वारांची इंग्रजांनी संशयाने चौकशी केली. मोरोपंत तांबे घायाळ होऊन सुद्धा दतियापर्यंत निघून गेले; परंतु दतियाच्या देशद्रोही दिवाणाने त्यांना अटक केली आणि इंग्रजांनी त्यांना फाशी दिले.

''लक्ष्मीने घोड्याला टाच मारली, कारण, लेफ्टनंट बोकर निवडक घोडेस्वारांसह राणीला पकडण्यासाठी पाठलाग करत येत आहे हे राणीच्या लक्षात आले. ड्ड्अश्वा ! तुझ्या पाठीवर जो पवित्र आहे, त्याच्या रक्षणासाठी पूर्ण ताकद एकवटून धाव. देशातील माणसे भले ही देशद्रोही बनोत, परंतु देशाच्या प्राण्या तू तर इमानदारच राहणार. तुझ्या पशुत्वापुढे देशद्रोह्यांच्या मनुष्यतत्त्वावर हजार वेळा धिक्कार आहे. हे रजनी, तू सुद्धा राणी आणि घोडेस्वारांना लपविण्यासाठी

आपली काळी चादर पसरुन ठेव. आणि भारताच्या मार्गांनो तुम्ही त्या घोड्यांना काही व्यत्यय येऊ देऊ नका आणि आकाशातील चमकत्या ताऱ्यांनो तुम्ही शत्रूला प्रकाश देऊ नका. होय इतका प्रकाश अवश्य द्या की कमळासारखी कोमल राणी, उत्साहाने आपल्या मार्गाने पुढे जाऊ शकेल. आता उषाचे आगमन झालेले आहे. आणि वीर राणी, तू वायुलहरीच्या पंखांवर रात्रभर उडत आलेली आहेस. म्हणून आता भंडेर गावाजवळ थोडी विश्रांती घे.'' (१८५७ का स्वतंत्रता संग्राम : विनायक दामोदर सावरकर: पृष्ठ ३७९-८०)

राणी लक्ष्मीबाई आणि त्यांच्या साथीदारांनी घोड्यांना अत्यंत वेगाने पळविले. बोकर आणि त्याचे साथीदार सतत पाठलाग करत राहिले. सकाळ होता होता राणी एक क्षणभरासाठी भंडेर नावाच्या गावात थांबली. गावात दूध घेऊन दामोदरला पाजले. इंग्रजी सैन्यदल पाठलाग करतच होते. राणी ने संकट जवळ येताना पाहिले तर ताबडतोब घोड्यावर स्वार होऊन पुन्हा अत्यंत वेगाने निघाली. आता ती कालपीकडे जाऊ लागली. लेफ्टनंट बोकर पाठलाग करत करत राणीच्या जवळ आला. राणीने ताबडतोब तलवार उपसली. राणीच्या एकाच वारात बोकर घायाळ होऊन पडला. तोपर्यंत राणीचे घोडेस्वार आले. बोकर आणि त्यांच्यात तलवारीने युद्ध होऊ लागले. बोकर आणि त्याचे साथीदार घायाळ झाले. त्यांना तेथेच सोडून राणी आपल्या साथीदारांना घेऊन कालपीकडे वेगाने निघाली. सकाळची दुपार झाली. आणि दुपारचा तिसरा प्रहर झाला. परंतु राणीला थांबण्याची संधी मिळाली नाही. मग संध्याकाळ झाली. रात्र झाली आणि तेव्हा अर्ध्या रात्री दाम ोदररावला घेऊन राणी लक्ष्मीबाई कालपीला पोहोचली. ती १०२ मैलाची अत्यंत वेगाने वाटचाल करून आली होती. तिच्या आवडत्या सफेद घोड्याचा कालपीला पोहोचताच अंत झाला. राणीला त्याच्या मृत्यूचे खूप दुःख झाले.

दुसऱ्या दिवशी सकाळी राणी लक्ष्मीबाईंची भेट नानासाहेबांचा भाचा रावसाहेबांशी झाली. तात्या टोपे सुद्धा तेथे हजर होते. तिघांनी बसून देशाची परिस्थिती आणि पुढच्या रणनीतीवर विचार केला. हे सुद्धा की आता सैन्य संघटन करण्याची सुद्धा जरुरी आहे आणि आम्हाला संघटित होऊन इंग्रजांवर आक्रमण केले पाहिजे. लिहिले आहे ''कालपीमध्ये त्या वेळी राणी लक्ष्मीबाई, रावसाहेब, तात्या टोपे, बांद्र्याचा नवाब, शाहगड आणि बानापूरचा राजा आणि अनेक क्रांतिकारी नेता हजर होते. त्या विशाल सैन्यदळासाठी शत्रूवर विचर मिळविणे अधिक अवघड नव्हते. परंतु त्यांच्यात कोणीही एक अशी व्यक्ती नव्हती, जो बाकी सर्वांना आपल्या आज्ञेत ठेवू शकेल. राणी सगळ्यात योग्य होती. परंतु ती स्त्री

होती आणि तिचे वय फक्त २२ वर्षे होते. तात्या टोपे वीर आणि दक्ष सेनापती होते, परंतु त्यांचा जन्म एका साधारण घराण्यात झाला होता. प्राचीन खानदानी राजांचे कोणा स्त्रीच्या किंवा साधारण कुळात जन्म घेतलेल्या माणसाच्या हाताखाली काम करणे त्याकाळात इतके सोपे नव्हते. बरोबर हाच दोष दिल्ली आणि लखनऊच्या पराभवाचे मुख्य कारण बनला होता.

सर ह्युरोज सैन्य घेऊन कालपीकडे निघाला. राणीने पाहिले की तात्या टोपे आणि रावसाहेब, तिच्याबरोबर जाऊन युद्ध करण्यास थोडे संकोचत आहेत म्हणून तिने एकटीनेच ह्युरोजशी लढाई करण्याचा निश्चय केला. ती एकटीच काही सैन्य घेऊन कालपीपासून ४२ मैल दूर कंचगावाला पोहोचली. तेथे सर ह्युरोजच्या सैन्याशी राणीच्या सैन्याशी लढाई झाली. ह्यूरोज खूपच मोठे सैन्य घेऊन आला होता. आणि राणीजवळ थोडेसे सैनिक होते. कालपीहून युद्धासाठी निघताना कोणीही तिच्या मदतीसाठी आपले सैन्य पाठविले नाही. मग ते रावसाहेब असोत, तात्या टोपे असोत, किंवा बानापूरचे राजा वगैरे. ते वस्तुतः राणीच्या नेतृत्त्वाचा स्वीकार करण्यास तयार नव्हते. आणि या व्यर्थ अहंकाराने इंग्रजांना विजय मिळवून दिला आणि राणी लक्ष्मीबाईला पराजय. राणी आपले बचावलेले सैन्य घेऊन कालपीला परतली.

परंतु सर ह्युरोजची हिम्मत जबरदस्त होती. ते प्रत्येकवेळी युद्धात भारी पडत होते. आणि आपल्या ज्या मिशनवर निघाले होते, त्यात भारतीयांच्याच प्रत्यक्ष –अप्रत्यक्ष मदतीने त्यांना यश मिळत होते. म्हणून आता ते ताबडतोब कालपीकडे वळले. त्यांना माहित होते की कालपीला यावेळी क्रांतिकारी नेत्यांचा अड्डा आहे. आणि त्यांना उद्ध्वस्त करणे जरुरी आहे. सर ह्युरोजने कालपीवर पूर्ण सैन्यशक्तीसह आक्रमण केले. आपले क्रांतिकारी नेते या अनपेक्षित आक्रमणासाठी तयार नव्हते. ते मोठ्या चतुराईने मागे हटले. मोर्चा एकटी वीरांगना लक्ष्मीबाईला सांभाळावा लागला. ती अशी सुद्धा पुरुष क्रांतिकारी नेत्यांच्या सारखी चतुराई करून मागे हटणारी नव्हती. तिच्याजवळ जे काही सैन्य होते, त्यांनाच संघटित करून, तिने सर ह्युरोजचा मोठ्या बहादुरीने सामना केला. घनघोर युद्ध झाले. एकदा तर राणीचा हल्ला इतका जबरदस्त होता की इंग्रजी सैन्याला मागे हटावेच लागले. कंपनीचे तोपची आपल्या तोफा सोडून पळून गेले. लक्ष्मीबाई आपल्या घोड्यावर स्वार होऊन सर्वात पुढे होती. तिच्याशी सामना करण्यासाठी स्वतः ह्यूरोज डाव्या बाजूने लढाईसाठी निघाला. शेवटी एकदा परत ह्यूरोजने मैदान मारले. २४ मे सन १८५८ ला कालपीमध्ये कंपनीच्या सैन्याने प्रवेश केला. कालपीच्या किल्ल्यात

इंग्रजांना सातशे मण दारुगोळा आणि असंख्य अस्त्र, शस्त्र आणि सामान प्राप्त झाले. रावसाहेब, तात्या टोपे, लक्ष्मीबाई सगळे कालपी सोडून ग्वालियरला गेले.

त्यावेळी बाकी क्रांतिकारी नेता आणि सैन्याची काय दशा होत होती, त्यासंबधी लिहिले गेले आहे. "निःसंशय सर ह्यूरोज, ज्याने आतापर्यंत एक हजार मैलाची कठीण वाटचाल करून, अनेक पहाड, जंगले आणि नद्यांना पार करून मोठ मोठ्या सैन्यावर विजय प्राप्त केला होता. आणि नर्मदेपासून यमुनेपर्यंतचा प्रदेश कंपनीसाठी पुन्हा जिंकला होता. कंपनीचा अत्यंत योग्य आणि वीर सेनापतींमधील एक होता. इकडे क्रांतिकारकांची दशा चिंताजनक झाली होती. वस्तुत: ते असंघटित होते. आणि त्यांच्यात नेतृत्व आणि आपासातील विश्वासाचा अभाव होता. छोटे छोटे मानपान देखील राष्ट्रहितापेक्षा वरचढ ठरत होते. म्हणून ते आपली सैन्यशक्ती घालविण्याबरोबरच दारुगोळा, तोफा, सैन्यसामग्री सुद्धा घालवत होते. त्यामुळे ते सतत कमजोर होत चालले हाते आणि त्यांना प्रत्येक युद्धानंतर पुन्हा शक्ती जमवावी लागत होती. त्यांच्याजवळ सामान नव्हते. कोणतेही चांगल्याप्रकारचे सैन्य नव्हते. की कोणताही किल्ला नव्हता. तात्या गुप्तरीतीने कालपीहून निघून ग्वालियरला पोहोचले. ग्वालियरला त्यांनी महाराजा सिंधियांच्या सैन्याला आणि प्रजेला आपल्या बाजूला वळविले. या नव्या सैन्याला बरोबर घेऊन ते पुन्हा मागे वळले. गोपाळपूरला तात्या, लक्ष्मीबाई, बांदाचे नवाब आणि रावसाहेब यांची पुन्हा भेट झाली. लक्ष्मीबाईंनी आता रावसाहेबांना प्रथम ग्वालियरवर विजय मिळविण्याचा सल्ला दिला. ज्या योगे ग्वालियरच्या क्रांतिकारकांना नवे क्रेंद्र मिळू शकेल. युद्धाच्या दृष्टीने सुद्धा ग्वालियर योग्य होते. २८ मे सन १८५८ ला सर्व क्रांतिकारी नेता ग्वालियरला पोहोचले. प्रथम तर क्रांतिकारकांनी सिंधियाला पत्र पाठविले की आम्ही येत आहोत आणि आम्हाला मदत करा. परंतु जेव्हा या बदली सिंधियाने युद्धाची तयारी केली आणि सैन्य घेऊन पुढे आला तर राणी लक्ष्मीबाई तीनशे स्वारांसह सिंधियाच्या सैन्यावर चालून गेली. सिंधियाच्या सैनिकांनी पहिलेच तात्याटोपेंना वचन दिले होते, म्हणून या युद्धात ते क्रांतीसैन्याच्या बाजूचे झाले. ग्वालियरवर क्रांतिकारकांचा अधिकार आला. ग्वालियरच्या प्रजेने आनंद आणि उल्हासाने विजयी क्रांतिकारकांचे स्वागत केले. ग्वालियरच्या सैन्याने पेशवा नानासाहेबांचे प्रतिनिधी रावसाहेबांना पेशवा मानून तोफांची सलामी दिली. सिंधियाचा खजिना सुद्धा क्रांतिकारकांना मिळाला. (भारत में अंग्रेजी राज : पृष्ठ ९४२-९४३)

क्रांतिकारकांचा हा विजय आणि रावसाहेबांना मिळालेल्या सन्मानाप्रीत्यर्थ, ग्वालियरच्या फुलबागेत ३ जून सन १८५८ ला एक खूप मोठा दरबार भरला.

सगळ्या सामंतांनी, सरदारांनी आणि श्रीमंतांनी तेथे आपली उपस्थिती नोंदविली. साऱ्या दरबारात रावसाहेबांचा पेशवा म्हणून स्वीकार केला गेला. वीस लाख रुपये सैन्यामध्ये वाटले गेले आणि शेवटी तोफांची सलामी झाली.

त्यानंतरचा काळ रावसाहेब आणि त्यांच्या दरबाऱ्यांनी ऐशोआराम यात घालवला. खरंतर तो काळ यासाठी नव्हता. लिहिले आहे ''लक्ष्मीबाईंनी आता या गोष्टीवर जोर दिला की बाकी सर्व काम सोडून सैन्याला ताबडतोब समृद्ध करून मैदानात आणले जावे. रावसाहेब आणि दुसऱ्या नेत्यांनी राणीच्या सल्ल्याची अवहेलना केली. येथे पुन्हा एकदा पुरुषवादी व्यर्थ अहंकारी विचारांनी आपला प्रभाव दाखविला. याप्रकारे युद्धाच्या तयारीसाठी मिळणारा अमूल्य वेळ मेजवान्या आणि उत्सवात नष्ट केला गेला. इतक्यात सर ह्यूरोजने ग्वालियरचे महाराजा सिंधिया यांना आपल्या बरोबर ठेवले. त्यांनी घोषणा केली की कंपनीचे सैन्य केवळ सिंधिया ला गादीवर बसविण्यासाठी आले आहे. (भारत में अंग्रेजी राज : पृष्ठ ९४४) वास्तविक क्रांतीचे नेते मेजवान्या आणि मौजमजेमध्ये इतके मग्न होते की ह्यूरोज चा अचानक हल्ला त्यांच्यासाठी आश्चर्य बनला आणि त्यांना सावरायला सुद्धा वेळ मिळाला नाही. संपूर्ण सैन्यात उलथापालथ आणि घबराहट पसरली. रावसाहेब सुद्धा घाबरले. त्यांच्या लक्षातच आले नाही की आता काय करावे. ती तर राणी लक्ष्मीबाई होती जी पुन्हा पुऱ्या हिम्मतीने उठून उभी राहिली. घाबरलेल्या सैन्याची हिम्मत वाढविली. त्याला संघटित केले आणि त्यांच्यात नवीन जोश उत्पन्न केला. राणीने स्वत: सैन्याची व्यूह रचना केली आणि नगराच्या पूर्वी फाटकाच्या रक्षणाचा भार आपल्यावर घेतला.

या युद्धाचा तपशिल देताना लिहिले आहे : 'लक्ष्मीबाई बरोबर त्यांच्या दोन मैत्रिणी मंदरा आणि काशी, घोड्यावर स्वार होऊन शौर्याने शस्त्र चालवत होत्या. प्रसिद्ध सेनापती जनरल स्मिथ आता लक्ष्मीबाईचा सामना करण्यासाठी सरसावला. कित्येक वेळा स्मिथच्या सैन्याने पूर्वी फाटकावर हल्ला केला, परंतु प्रत्येक वेळी त्याला हार स्वीकारून मागे हटावे लागले. कित्येक वेळा राणी लक्ष्मीबाईने फाटकातून निघुन बाहेरच्या सैन्यावर हल्ला केला आणि अनेक शत्रूंना मैदानात संपवून परत आपल्या फाटकाला येऊन सांभाळले. लिहिले आहे, लक्ष्मीबाई त्या दिवशी सकाळपासून संध्याकाळपर्यंत घोड्यावर स्वार विजेसारखी इकडून तिकडे जाताना दिसत राहिली. शेवटी जनरल स्मिथला त्या बाजूचा प्रयत्न सोडून देऊन म ागे हटावे लागले. १७ जून सन १८५८ चे मैदान राणी लक्ष्मीबाईच्या हातात राहिले. १८ जूनला जनरल स्मिथ अजून जास्त सैन्य घेऊन त्याच फाटकावर पोहोचला.

त्यादिवशी इंग्रज सैन्याने कित्येक बाजूनी ग्वालियरच्या किल्ल्यावर हल्ला केला. जनरल स्मिथ बरोबर सेनापती ह्यूरोज सुद्धा राणी लक्ष्मीबाईंशी सामना करण्यासाठी पूर्वी फाटकासमोर दिसला. सकाळी लवकर, जेव्हा लक्ष्मीबाई आपल्या दोन्ही मैत्रिणींसह तयार होऊन सरबत पीत होती, खबर मिळाली की कंपनीचे सैन्य चाल करून येत आहे. ताबडतोब सरबताचा प्याला फेकून राणी दोन्ही मैत्रिणींबरोबर सरसावली. लक्ष्मीबाई त्यावेळी पुरुषी वेशात होती. एका इंग्रज दर्शकाने लिहिले आहे, 'ताबडतोब सुंदर राणी मैदानात पोहोचली. सर ह्यूरोजच्या सैन्याशी लढाई करण्यासाठी तिने खंबीरपणे आपल्या सैन्याला उभे केले. पुन्हा पुन्हा तिने प्रचंड वेगाने सर ह्यूरोजच्या सैन्यावर हल्ला केला. राणीचे दळ कित्येक ठिकाणांवर शत्रूच्या गोळ्यांनी विद्ध झाले. तिच्या सैनिकांची संख्या सतत कमी होताना दिसत होती. तरी सुद्धा राणी सर्वांच्या पुढे दिसायची. ती पुन्हा पुन्हा आपल्या विखुरणाऱ्या सैन्याला एकत्र करत होती. आणि पावलापावलाला अलौकिक शौर्याची ओळख देत राहिली. परंतु या सर्वांने सुद्धा काम झाले नाही. स्वत: सर ह्यूरोजने आपल्या सांडणीस्वारासह पुढे होऊन राणी लक्ष्मीबाईंच्या अंतिम व्यूह रचनेला तोडले. यावर सुद्धा वीर आणि धीट राणी आपल्या जागी ठाम उभी राहिली.' (भारत में अंग्रेजी राज :सुंदरलाल: पृष्ठ ९४५)

पुढे लिहिले आहे की राणी लक्ष्मीबाई जेव्हा ह्यूरोजशी लढाई करत होती, इंग्रजांचे दुसरे सैन्य क्रांतिकारकांना भेदत आले. त्यांनी राणीवर पाठीमागून वार सुरु केले. राणी लक्ष्मीबाई ङ्गआता दोन्ही बाजूंनी वेढली गेली होती. खेदाची गोष्ट ही आहे की, ग्वालियरच्या या युद्धात तात्या टोपे, रावसाहेब, बानपूरचा राजा, बांदाचे नवाब कोणीही राणी लक्ष्मीबाईच्या मदतीला आले नाहीत. राणी एकटीचं लढत राहिली आणि जेव्हा ती दोन्ही बाजूंनी घेरली गेली तेव्हा बाकी क्रांतीकारी सैन्य सुद्धा हार मानून सटकले आणि राणी लक्ष्मीबाईला एकटीला लढण्यासाठी सोडून दिले. लिहिले आहे- ''राणी जवळ फक्त तिच्या दोन्ही मैत्रिणी आणि १५ किंवा २० स्वार बाकी राहिले होते. राणीने आपल्या छोट्याला वेगाने वळविले आणि शत्रूला कापत दुसऱ्या बाजूच्या क्रांतिकारी सैन्याला जाऊन मिळवण्याचा प्रयत्न केला. इंग्रज स्वारांनी तिचा पाठलाग केला. राणी आपल्या तलवारीने रस्ता बनवत पुढे निघाली. अचानक एक गोळी तिची मैत्रिण मंदराला लागली. मंदरा घोड्यावरून पडून तेथेच मृत्यू पावली. राणीने ताबडतोब वळून आपल्या तलवारीने त्या गोऱ्या स्वारावर वार केला, ज्याची गोळी मंदराला लागली होती. स्वार कापला जाऊन खाली पडला. यानंतर राणी पुन्हा पुढे गेली. समोर एक छोटासा नाला होता.

एका उडीत तो नाला पार झाला असता तर इंग्रज स्वारांना राणीला स्पर्श करणे अशक्य होते. परंतु दुर्भाग्याने राणीचा घोडा नवा होता. मागच्या लढाईत राणीने आपले कित्येक आवडते घोडे गमावले होते. घोडा उडी मारण्याऐवजी नाल्याच्या या बाजूने फेऱ्या मारायला लागला. राणीने खूप प्रयत्न केले परंतु घोडा अडला. तोपर्यंत मागून इंग्रज स्वार येऊन पोहोचले. त्यांनी राणीला चारी बाजूंनी घेरले. आता राणी अगदी एकटी राहिली. एका स्वाराने मागून येऊन राणीच्या डोक्यावर वार केला. डोक्याचा उजवा भाग वेगळा झाला. उजवा डोळा सुद्धा निघून बाहेर आला. तरी सुद्धा राणी घोड्यावर ठाम राहून आपली तलवार चालवत राहिली. तिने मागून वार करणाऱ्या इंग्रजाला मारुन टाकले. तेवढ्यात दुसऱ्या एका सैनिकाने राणीच्या छातीवर वार केला. डोके आणि छातीतून रक्ताची धार वाहू लागली. बेशुद्ध होण्यापूर्वी राणीने एकदा पुन्हा पूर्ण ताकद लाऊन, त्या समोरुन छातीवर वार करणाऱ्या इंग्रजाला मारले.

लिहिले आहे की, लक्ष्मीबाईंचा एक ईमानदार नोकर, रामचंद्राव देशमुख, त्यावेळी जवळ होता. घटनास्थळाजवळ गंगादास बाबाची छोटी झोपडी होती. रामचंद्रावाने राणीला उचलून त्या झोपडीत घेऊन आला. गंगादास बाबाने राणीला थंड पाणी पाजले. काही क्षणातच राणीचे घायाळ शरीर थंड पडले. रामचंद्रावाने राणीच्या अंतिम इच्छेप्रमाणे, शत्रूपासून लपवून एक चिता बनवली आणि राणी लक्ष्मीबाईचे मृत शरीर त्यावर झोपवून अंतिम संस्कार केले. ग्वालियरमध्ये आज महाराणी लक्ष्मीबाईची समाधी त्याच ठिकाणी बांधली आहे.

लिहिले आहे- ''महाराणी लक्ष्मीबाईचे व्यक्तिगत जीवन जितके पवित्र आणि निष्कलंक होते, त्यांचा मृत्यू तेवढाच वीरोचित होता. जगाच्या इतिहासात कदाचित विरळच उदाहरणे या प्रकारच्या स्त्रियांची मिळतील. ज्यांनी इतक्या लहान वयात या प्रकारचे शुद्ध जीवन व्यतीत केल्यानंतर लक्ष्मीबाई प्रमाणे अलौकिक वीरता आणि असाधरण युद्ध कौशल्यासह कोणत्याही देशाच्या स्वातंत्र्यासाठी युद्ध केले असेल अथवा या प्रकारे आपल्या आदर्शासाठी लढत लढत रणांगणात प्राणार्पण केले असेल.'' (भारत में अंग्रेजी राज : पृष्ठ ९४७)

राणी लक्ष्मीबाईंच्या बलिदानाने स्वतंत्रता महासंग्रामात शेवटची आहुती दिली. विनायक दामोदर सावरकरांनी राणी लक्ष्मीबाईंचे बलिदान आणि स्वतंत्रता महासंग्राम ाच्या पूर्णाहूतीवर अत्यंत भावपूर्ण, उत्तेजक, आणि प्रेरणादायी टीका लिहिली आहे. भारताचे हे अहो भाग्य आह की असे स्त्री रत्न येथे जन्मले. तिचे शरीर बाबा गंगादासच्या झोपडीत प्रज्वलित ज्वाळेत चमकत आहे. परंतु या रत्नदीपाला आम

ची मातृभूमी सुद्धा कदाचित जन्म देऊ शकली नव्हती. जर हा स्वातंत्र्य संग्रामाचा महायज्ञ रचला गेला नसता. अनमोल मोती सागराच्या पृष्ठभागावरच नाही मिळत; रात्रीच्या अंधारात सूर्यकांत मणी तेजाची किरणे नाही फेकत; चकमक दगड कोमल वस्तूच्या घर्षणाने ठिणगी उत्पन्न नाही करत; या सगळ्याला विरोधाची अपेक्षा असते. अन्यायाने चिरडलेल्या मनाला बेचैन बनवा. आतपर्यंत रक्ताच्या एक एक थेंबाला उकळी आली पाहिजे. अन्यायाचे इंधन बदल्याच्या भट्टीत तापवित राहिले, की अशा भट्टीत मग सद्‌गुणांचे कण चमकू लागतात.

सन १८५७ मध्ये आपल्या भूमीवर खरोखरोच आग भडकली होती आणि मग जगाच्या कानात घुमणारा धमाका. या आगीचा इतका विशाल विस्तार झाला आहे. उंच उंच ज्वाळा, ज्वाळेतून ज्वाळा - मेरठमध्ये ठिणगी आणि डलहौसीच्या ङ्गरोलरफने समतल झालेली धुळीची रास- सारा देश ज्वालामुखी दारुगोळ्याच्या ढीगासारखा दिसू लागला. जसे अनार फुटल्यावर त्यातून रंगी-बेरंगी बाण झाडे तसेच अन्य गोष्टींना स्पर्श करतात आणि शांत होतात. त्याप्रमाणे या क्रांतीच्या अनारातून तापलेले रक्त वाहिले, शस्त्रास्त्र आणि लढाया निघाल्या आणि अनार सुद्धा किती मोठा मेरठपासून विंध्याचलपर्यंत लांब, पेशावर पासून दमदमपर्यंत रुंद आणि त्याला प्रज्वलित केले गेले. आगीच्या ज्वाळा सर्व दिशांना व्यापून राहिल्या आणि त्या अनारच्या पोटात काय काय अजब वस्तू होत्या. रक्त, ढगांसारखे बरसले. गारांसहित. दिल्लीचे वेढे, प्लासीचे बदले, कानपूर, लखनऊ तथा सिकंदराबादच्या कत्तली, हजारो वीर झुंजत आहेत. मरत आहेत, शहरे जळत आहेत, कुंवरसिंह येतो, झुंजतो पडतो, मौलवी आला, लढला, मेला, कानपूर, लखनौ, दिल्ली, बरेली, जगदीशपूर, झाशी, बांदा, फर्रुखाबादची सिंहासने, पाच हजार, दहा हजार, हजारो-लाखो तलवारी, ध्वज सेनापती, घोडे, हत्ती, उंट सर्व या अनारातून बाहेर एकापाठोपाठ एका आगीच्या फवाऱ्यासारखे निघतात. एक उंच ज्वाळेवर काही दुसऱ्यावर या उंच चढत जातात. अडखळतात आणि लुप्त होतात. सगळीकडे लढाई आणि विजेच्या कडक ज्वालामुखीच्या भीषण ज्वाळांचा हा कारंजा. आणि ही चिता बाबा गंगदासच्या झोपडीजवळ जळत आहे. सन १८५७च्या स्वातंत्र्य संग्रामाच्या ज्वालामुखीची ही शेवटची ज्वाळा आहे. (१८५७ का स्वातंत्र्य संग्राम : सावरकर : पृष्ठ ३९३-९४)

७

१८५७ सालच्या क्रांतिला दडपून पूर्ण भारतात ब्रिटीश सत्तेचे शासन अमलात आल्यानंतर इंग्लंडहून राणी व्हिक्टोरियाने जी इंग्लंडची साम्राज्ञी होती. एक आदेश जारी केला. ज्यात इंग्रजांकडून युद्धाला पूर्णविराम देण्याचा प्रत्यत्न केला गेला. आदेशात म्हटले होते– कंपनीचे राज्य आता संले आणि त्याच्या जागी भारताच्या शासनाची बाग आम्ही आपल्या हातात घेतली आहे. आमच्या इंग्रज प्रजेच्या हत्येमध्ये भाग घेणाऱ्या अपराध्यांव्यतिरिक्त बाकी जी लोकं हत्यारे ठेवतील. त्या सगळ्यांना माफ केले जाईल. हिंदुस्थान्यांची दत्तक घ्यायची प्रथा आतापासून कायदेशीर समजली जाईल आणि दत्तक मुलांना वडिलांच्या संपत्ती आणि गादीचे मालक मानले जाईल; कोणच्या धार्मिक विश्वासांमध्ये किंवा धार्मिक रीतिरिवाजांम ध्ये कुठल्याही प्रकारचा हस्तक्षेप केला जाणार नाही. देशातल्या राजांशी आत्तापर्यंत कंपनीने जितक्या संधी केल्या आहेत, त्यातल्या सगळ्या अटी आता ईमानदारीत पाळल्या जातील. ह्या नंतर कुठल्याही भारतीय राजाचे राज्य किंवा त्याचा कोणताही अधिकार हिरावून घेतला जाणार नाही. सगळ्या भारतीयांसोबत तसाच व्यवहार केला जाईल जसा इंग्रजांसोबत केला जातो.

''आमची ही सुद्धा इच्छा आहे की, आमच्या प्रजाननांमध्ये जो कोणी आपले शिक्षण, क्षमता आणि कृतित्व च्या आधारे योग्यता मिळवेल त्याला जाति, धर्म, पंथ कशाचाही विचार न करता नि:संकोच आणि निष्पक्ष भावाने आमच्या सेवेत कोणत्याही पदावर भरती करून घ्यावे.''

महाराणी व्हिक्टोरियाच्या ह्या आदेशाची मिश्रित प्रतिक्रिया झाली. पुष्कळशा क्रांतिकाऱ्यांनी हत्यारे टाकून क्षमा मागितली. अनेक राजांनी समझोता केला. परंतु नानासाहेब, बेगम हजरत महल, तात्या टोपे इत्यादिंनी समर्पण केले नाही. महाराणी व्हिक्टोरियाच्या आदेशाच्या विरोधात बेगम हजरत महल ने एक आदेश प्रकाशित केला, ज्याचा काही अंश इथे उल्लेखित आहे.

"या आदेशात लिहिले आहे की, हिंदुस्थान चे राज्य, जे आत्तापर्यंत कंपनीच्या ताब्यात होते. आता राणीने आपल्या शासनाखाली घेतले आहे. आणि आतापासून राणीचे कायदे मानले जातील. आमच्या धर्मनिष्ठ प्रजेने यावर विश्वास ठेवता कामा नये. कारण कंपनीचे कायदे, कंपनीचे इंग्रज नोकर, कंपनीचा गव्हर्नर जनरल आणि कंपनीची न्यायालये इत्यादि. सर्व जशीच्या तशीच राहतील. तर मग यात नवीन काय आहे, ज्यामुळे जनतेला लाभ होईल किंवा ज्यावर ते विश्वास ठेवू शकतील?"

"त्या आदेशात लिहिले आहे की, कंपनीने जे जे वादे आणि करारनामे केले आहेत, राणी ते मान्य करेल. लोकांनी या चालीला बारकाईने, लक्षपूर्वक पहावे. कंपनीने पूर्ण हिंदुस्थानावर ताबा मिळविला आहे. आणि जर ही बाब कायम राहिली तर मग त्यात नवीन काय झाले? आमच्या प्रजेतील कोणी इंग्रजांच्या आदेशाच्या धोक्यात येऊ नये."(हिस्ट्री ऑफ दि इंडियन न्युटिनी : चार्ल्स बाल :खंड २)

राणी व्हिक्टोरियाच्या आदेशानंतर सहा महिन्यापर्यंत सुद्धा अवध प्रांत इंग्रजांच्या ताब्यात येऊ शकला नाही. ही गोष्ट वेगळी आहे की जे युद्ध अवधच्या क्रांतिकारकांनी चालू ठेवले होते. त्यात त्यांना अपयश येत राहिले. आणि त्यांची उरली सुरली शक्ती सुद्धा क्षीण होत गेली. इंग्रज सैन्य सुद्धा त्यांच्यावर दडपण आणत होते. आणि त्यांना अस्ताव्यस्त करत होते.

तात्या टोपेचा लपंडाव–

तात्याटोपे स्वातंत्र्य संग्रामाचे मुख्य सेनापती होते आणि नानासाहेबांचे सेवक. कानपूरच्या युद्धापासून तात्या टोपेने स्वतंत्र सेनापतीच्या रूपात कित्येक युद्ध केली. परंतु त्यांनी पेशव्यांच्या प्रती आपला प्रामाणिकपणा सोडला नाही. तात्या टोपे, नानासाहेब, रावसाहेब, मनुबाई (राणी लक्ष्मीबाई) चे लहानपणाचे साथीदार होते. या सर्वांच्या वयात अंतर होते, परंतु बाजीरावांनी या सर्वांना एकत्र शिक्षण आणि शस्त्रसंचालनाचे प्रशिक्षण दिले होते. याशिवाय एक दिवस तात्या टोपेंवर प्रसन्न होऊन, बाजीरावांनी त्यांना एक टोपी दिली होती. तेव्हापासून त्यांच्यानावाबरोबर 'टोपे' या 'टोपी' लागले. ती टोपी रत्नजडित होती आणि तात्या टोपे ती नेहमी घालत असत. त्यांचे पूर्ण नाव होते– रामचंद्र पांडुरंग येवलकर म्हणजे ते 'येवला' गावचे होते. दिसायला दुबळे असल्याने त्यांचे मोठे भाऊ त्यांना 'तात्या' नावाने हाक मारत असत. नंतर हेच नाव पडले.

१८५७ चे युद्ध जेव्हा संपायला आले तेव्हा तात्या ग्वालियरहून निघून एकदा पुन्हा सैन्य संघटित करायच्या कामाला लागले. तात्यांजवळ सैन्य संघटनाची विलक्षण बुद्धि होती. लिहिले आहे 'तात्या टोपे यांचे मुख्य साथी नानासाहेब, बाळासाहेब, आणि लक्ष्मीबाई यांच्यातील आता कोणी बाकी राहिले नव्हते. इंग्रजांची सत्ता भारतात पूर्णपणे पुन्हा स्थापित झाली होती. स्वत: तात्यांजवळ लढण्यासाठी सैन्य नव्हते की सामान नव्हते. तरी सुद्धा तात्यांनी आशा सोडली नव्हती. २० जून सन १८५८ ला ग्वालियरहून निघून तात्यांनी रावसाहेब, बांदाचे नबाब आणि मुठभर उरल्या सुरल्या सैनिकांसह नर्मदा पार करायचे ठरवले. तात्यांचा उद्देश नर्मदा पार करून पेशव्यांच्या नावाने दक्षिणेचे राजे आणि जनतेला क्रांतीसाठी पुन्हा तयार करणे हा होता.

येथे हा उल्लेख सुद्धा महत्त्वपूर्ण आहे की सन् १८५७ च्या क्रांतीचे मुख्य क्षेत्र उत्तर भारत होते. जर विंध्याचलपासून दक्षिणेच्या भागाने क्रांती ला त्याचप्रकारे साथ दिली असती, ज्या प्रकारे उत्तर भारताने दिली तर मद्रास आणि मुंबईच्या सैन्याला उत्तरेला जाऊन बिहार, बनारस, इलाहाबाद, अवध, आणि रुहेलखंडला पुन्हा विजय मिळवणे शक्य झाले नसते. आणि क्रांतीचा अंतिम परिणाम बिल्कुल दुसराच झाला असता. दक्षिणेत क्रांतीचे प्रचारक पोहोचले होते. आणि काही ठिकाणी झाले सुद्धा. परंतु हे सर्व इतके अवेळी आणि अव्यवस्थित पद्धतीने झाले की इंग्रजांना ते दडपून टाकणे अत्यंत सरळ, सोपे झाले. आणि क्रांतिकारकांना त्यामुळे विशेष लाभ झाला नाही. 'भारत में अंग्रेजी राज' मध्ये सुंदरलालने (पृष्ठ ९५६-९५७ वर) लिहिले आहे.:

"आता तात्या टोपे दक्षिणेला जाऊन काही करू इच्छित होते. परंतु २२ जूनला इंग्रज सैन्याने त्याला जौरा अलीपूरला जाऊन घेरले. परंतु तात्या सटकून निघून गेले. वास्तविक तात्या नर्मदा पार करु इच्छित होते आणि इंग्रज त्यांना असे करण्यापासून कोणत्याही किंमतीवर अडवू इच्छित होते. हेच कारण होते की जेव्हा तात्या भरतपूरच्या बाजूला निघाले तेव्हा ताबडतोब एक बळकट इंग्रजी सैन्य तात्यांना घेरण्यासाठी भरतपूरला आले. तात्या जयपूरच्या बाजूला वळले. जयपूरची प्रजा आणि सैन्य दोघांना तात्यांबद्दल सहानुभूती वाटत होती. परंतु इंग्रजांना तात्यांचा इरादा समजला. ताबडतोब एक इंग्रज सैन्य नसीराबादहून जयपूरला रवाना झाले. तात्यांना आता विवश होऊन दक्षिणेकडे वळावे लागले. तात्या इंग्रजांच्या सैन्याचा डोळा चुकवून टोकला पोहोचले. टोकच्या नबाबाने नगराचे दरवाजे बंद करविले

आणि आपले काही सैन्य आणि चार तोफा तात्यांशी सामना करायला पाठविले. हे सैन्य समोर येताच तात्यांना जाऊन मिळाले. आणि त्यांनी आपल्या तोफा सुद्धा तात्यांच्या हवाली केल्या. तात्या टोपेनी नवे सैन्य आणि तोफासहित इंद्रगडच्या बाजूला कूच केले. पावसाळा होता. जोरदार पाऊस पडत होता. तिकडे कर्नल होम्स आपले सैन्य घेऊन तात्यांना घेरण्यासाठी निघाला होता. राजस्थानच्या बाजूने सेनापती रॉबर्टस सुद्धा सैन्य घेऊन तात्यांकडे येत होता. तात्यांच्या समोर चंबळ नदी होती, जिला भरपूर पूर आला होता. आणि त्या परिस्थितीत तिला पार करणे अशक्य होते. अशा प्रकारे तात्या बुंदीकडे वळले. ते भीलवाड्याला पोहोचले. जेथे शेवटी सेनापती जनरल रॉबर्टसने ७ ऑगस्ट १८५८ ला तात्यांवर हल्ला केला. दिवसभर युद्ध चालले. रात्री तात्या आपल्या तोफांसह उदयपूरच्या कोटरा गावी पोहोचले. तेथे सुद्धा त्यांना १४ ऑगस्टला इंग्रज सैन्याशी युद्ध करावे लागले. इंग्रज सैन्य तात्यांचा सतत पाठलाग करत होते आणि त्यांना कोठेही स्वस्थपणे टिकू देत नव्हते.

"आता तात्या एकदा पुन्हा चंबळकडे वळले. हा विचार करून की आता पूर कमी झाला असेल. परंतु एक इंग्रज सैन्य मागे मागे येत होते, दुसरे उजव्या बाजूने आणि तिसरे त्यांच्या बरोबर समोरून पुढे येत होते. तात्या तीन बाजूंनी घेरले जाऊन सुद्धा इंग्रज सैन्याचा डोळा चुकवून निघून गेले. पुढे चंबळ नदी होती आणि ते आपल्या सैन्यासह तिला पार करून गेले. परंतु त्यांच्याजवळ रसद नव्हती. आणि तोफा ही नव्हत्या. तात्या झालरापट्टणकडे निघाले. तेथक्षल राजा सैन्य आणि तोफा घेऊन तात्यांशी सामना करण्यास आला. परंतु त्याचे सैन्य, तोफांसहित तात्यांना जाऊन मिळाले. तात्यांनी त्या सैन्याची रसद, सामान सुद्धा घेतले. त्यांनी राजाकडून सुद्धा चौदा लाख रूपये युद्ध खर्चासाठी वसुल केले. आता तात्यांजवळ सैन्य, धन, सामान इत्यादी सर्व काही होते. त्यांची सैन्यबुद्धी लागू पडली. इंग्रजी सैन्यानी त्यांचा पाठलाग केला आणि त्यांनी त्यांना फसविणे सुरु केले."

या लपंडावाच्या खेळाचा मनोरंजक वृत्तांत एका इंग्रज लेखकाने आपले पुस्तक 'फ्रेंडस् ऑफ इंडिया'(१८५८) मध्ये लिहिले आहे, "तात्यांच्या वाचणे आणि पळून जाणे याची ही आश्चर्यजनक शृंखला सुरु झाली, जी दहा महिन्यापर्यंत चालू राहिली. आणि ज्यामुळे समजत होते की आमचा विषय निष्फळ झालेला आहे. या शृंखलेमुळे तात्यांचे नाव युरोपभर आपल्या अधिकांश इंग्रज सेनापतींच्या नावापेक्षा कितीतरी जास्त प्रसिद्ध झाले. तात्यांच्या समोरची समस्या सोपी नव्हती. त्यांना

आपले अव्यवस्थित सैन्य सतत इतक्या प्रचंड वेगाने घेऊन जावे लागत होते. की ज्यामुळे केवळ त्यांचा पाठलाग करणारे सैन्यच नाही, तर ते सैन्य सुद्धा जे कधी उजव्या बाजूने आणि कधी डाव्या बाजूने अचानक त्याच्यावर तुटून पडत होते, पश्चाताप करत रहात होते. एकीकडे ते याप्रकारे उन्मत्तपणे आपले सैन्य पळवत घेऊन जात होते. दुसरीकडे ते डझनावरी शहरे आपल्या ताब्यात घेत होते. आपल्या बरोबर नवीन सामान जमा करत होते. इकडून तिकडून नव्या तोफा बरोबर घेत होते. आणि या सगळ्या व्यतिरिक्त आपल्या सैन्यासाठी नवे स्वयंसेवक नवशिक्या म्हणून भरती करत होते. ज्यांना साठ मैल रोज या हिशेबाने सतत पळावे लागत होते. तात्यांनी आपल्या अत्यंत थोडक्या साधनांनी जे काही करून दाखविले त्याने सिद्ध होते की, त्यांची योग्यता असाधारण होती. तो त्या श्रेणीचा माणूस होता ज्या श्रेणीचा हैदरअली होता. सांगितले जाते की, तात्या नागपूरला जाऊन मद्रासला पोहोचू इच्छित होता. जर तो खरोखर मद्रासला पोहोचला असता, तर तो आमच्यासाठी भयंकर सिद्ध झाला असता. जितका कधी काळी हैदरअली झाला होता. नर्मदा त्याच्यासाठी इतका मोठा अडथळा सिद्ध झाली जितकी इंग्लिश खाडी नेपोलियनला झाली होती. तात्या सर्व काही करु शकला. परंतु नर्मदा पार करू शकला नाही. इंग्रज सैन्य सुरुवातीला तेवढेच हळूहळू पुढे निघाले, जेवढे हळू चालण्याची त्यांची सवय होती परंतु मग नाईलाज होऊन त्यांनी वेग शिकून घेतले. तरी सुद्धा तात्या वाचून निसटत राहिले. उन्हाळा गेला, पावसाळा गेला, सारा हिवाळा गेला, तरी सुद्धा तात्या काही हाती लागला नाही आणि निसटून जात राहिला.''

इतके दिवस सतत प्रयत्न केल्यानंतर सुद्धा तात्याला नर्मदा पार करण्यात यश मिळाले नाही हे कसे होऊ शकत होते? लिहिले आहे - ''दक्षिणेला मायकेलचे सैन्य, पूर्वेला कर्नल लिडेलचे सैन्य, उत्तरेला कर्नल मीडचे सैन्य, पश्चिमेला कर्नल पार्कचे सैन्य आणि चंबळेच्या बाजूला जनरल रॉबर्टसच्य बरोबरचे सैन्य पाच बाजूंनी तात्याला इंग्रज सैन्याने घेरले. तात्यांनी इंग्रजी सैन्याला फसविण्यासाठी दक्षिणेची यात्रा सोडून वेगाने उत्तरेकडे जाणे सुरु केले. इंग्रज समजले की तात्यांनी दक्षिणेला जाण्याचा विचार सोडून दिला. परंतु तात्या मग अचानक वळला. वेगाने त्याने बेतवा नदी पार केली, काजूरीला इंग्रज सैन्याशी त्याची एक लढाई झाली. आणि तेथून रायगडला पोहोचला. मग सरळ तारेप्रमाणे दक्षिणेकडे झेपावला. इंग्रज त्याच्या या चालीने घाबरले. जनरल पार्क एका बाजूने, मायकेल दुसऱ्या

बाजूने, बेचर समोरून तात्याकडे निघाले परंतु तात्या सैन्यासह नर्मदेपर्यंत पोहोचला आणि होशंगाबादजव, जगातल्या सगळ्यात मोठमोठ्या युद्ध निपुणांना चकित करत आपल्या सैन्यासह नर्मदा पार करून गेला. इतिहास लेखन मालेसन लिहितात ''ज्या दृढतेने आणि धैर्याने तात्यांनी आपली ही योजना पूर्ण केली, त्याची प्रशंसा करणे अशक्य आहे.'' लंडन टाईम्स चे बातमीदार रसेल ने लिहिले ''आमचा अत्यंत अद्‌भुत मित्र, तात्या टोपे इतके कष्ट देणारा आणि चलाख शत्रू आहे की त्याची प्रशंसा केली जाऊ शकत नाही. मागच्या जून महिन्यापासून त्याने मध्य भारतात खळबळ माजविलेली आहे. त्याने आमच्या कित्येक ठिकाणांना तुडवून टाकले आहे, खजिन्यांना लुटले आहे. आणि आमच्या मॅगजीनांना रिकामे करून ठेवले आहे. त्याने सैन्य जमा केली आहेत आणि घालविली आहेत. लढाया केल्या आणि हार खाल्ली आहे. देशी राजांच्या तोफा बळकविल्या आहेत. त्या तोफांना घालविले आहे. मग आणखी तोफा मिळविल्या आहेत आणि त्यांना सुद्धा घालविले आहे. यानंतर त्याच्या मोहिमा विजेप्रमाणे वाढत आहते. आठवड्याला तो तीस तीस आणि चाळीस चाळीस मैल रोज चालतो. कधी नर्मदेच्या ऐलतीरी कधी पैलतीरी, तो कधी आमच्या सैन्यदळांच्या मधून निघून जातो. कधी मागून आणि कधी सम ोरून, कधी पर्वतांवरून, कधी नद्यांवरून, कधी दऱ्यांमधून आणि कधी घाटांमधून, कधी दलदलीमधऊन, कधी पुढ्यातून तर कधी मागून कधी एका बाजूने, तर कधी वळून तरी सुद्धा तो हाती लागला नाही.'' (दि टाईम्स, १७ जानेवारी सन १८५९) (भारत में अंग्रेजी राज : पृष्ठ ९५९-९६०)

नर्मदा पार केल्यानंतर तात्या नागपूरला पोहोचला. तात्यांना लोकांचे मनोबल संपलेले आढळले. उत्तर भारतात ज्या तात्याला लोक स्वत: येऊन मदत करत होते, त्याच तात्याला नागपूरचे लोक आपल्या जवळ येऊ देत नव्हते.त्याला घाबरत होते की त्याच्यामुळे कुठल्या संकटात तर फसणार नाही. तात्या परत आला तर नर्मदेच्या दोन्ही घाटांवर इंग्रज सैन्य त्याची वाट पहात होते. तरी सुद्धा तात्याने ज्या चपळाईने शीघ्रतेने नर्मदा पार केली, ते पाहून इंग्रज सैन्य चकित झाले होते. मालेसन लिहितात ''जगातल्या कोणत्याही सैन्याने कधी कोठेही इतक्या वेगाने कूच केलेले नाही. जितक्या वेगाने तात्यांचे भारतीय सैन्य यावेळी कूच करत होते.'' (इंडियन म्युनिटी : खंड २ पृष्ठ २४७)

लिहिले आहे ''२५ डिसेंबर सन १८५८ ला तात्या बांबकडा च्या जंगलातून निघाला. बरोबर याच वेळी दिल्लीच्या राजकुलाचे प्रसिद्ध राजपुत्र फिरोजशाह, ज्याने

अवध संग्रामात भाग घेतला होता. आपल्या सैन्यासह तात्यांच्या मदतीला आला. ज्या प्रकारे राजपुत्र फिरोजशहाने सैन्यासह गंगा आणि यमुना पार करून तात्यांना जाऊन मिळाले. त्याने इंग्रज सुद्धा चकित झाले. १३ जानेवारी १८५९ ला इंद्रगढला फिरोजशाह, तात्या आणि रावसाहेब यांची भेट झाली. या भेटीत सिंधियाचा एक सरदार मानसिंह सुद्धा घेऊन सामील झाला. परंतु इंग्रज सैन्याचा घेराव इतका जबरदस्त होता की शेवटी तात्या इकडून तिकडे पळत राहिले. ही संपूर्ण धावपळ आणि सतत इंग्रज सैन्याचा दबाव यामुळे तात्यांची हिम्मत फारच ढासळायला लागली. शेवटी तात्या मानसिंगला भेटायला गेला. मानसिंह एका जंगलात लपला होता. तात्याला ती जागा सुरक्षित वाटली. तात्या तेथे आल्यावर मानसिंह गुपचुप इंग्रजांना जाऊन मिळाला. इंग्रजांनी त्याला जहागिरी परत देण्याचा वादा केला होता. ७ एप्रिल १८५९ ला अर्ध्या रात्री झोपलेल्या तात्या टोपेला अटक केली गेली. या अटकेसाठी मानसिंहाचा विश्वासघात उपयोगी पडला. तात्या टोपे या विश्वासघाताने खचून गेले. तात्यावर खटला भरला. ते केवळ एक नाटक होते. त्याला फाशीची शिक्षा दिली गेली. १८ एप्रिल १८५९ तात्याटोपेसाठी फाशीचा दिवस निश्चित झाला. ग्वालियर जवळ शिवपुरीला त्याला फौजेच्या पहाऱ्यात फाशी दिले गेले. लिहिले आहे - फौजेच्या चारी बाजूला टेकाडावर उभे राहून हजारो गाववाले तात्यांना दुरुन श्रद्धेने नमस्कार करत होते. तात्या धैर्य आणि साहसाने फाशीच्या तख्तावर चढले. त्याच्या बेड्या कापल्या गेल्या. तात्याने हसत आपल्या हाताने फाशीचा फांस गळ्यात घातला. तख्ता खेचला गेला. संध्याकाळपर्यंत तात्यांचे शव फाशीवर लटकत राहिले. सांगतात की संध्याकाळी जनतेने त्यांच्या डोक्याचे केस तोडून आठवण म्हणून ठेवले आणि अशा तऱ्हेने १८५७ च्या क्रांतीचे एक वीर तसेच अद्‌भुत सेनापती यांचा अंत झाला.

१८५७ च्या क्रांतीचे अपयश

१८५७ ची क्रांती या प्रकारे विश्वासघातक्यांच्या मदतीने अयशस्वी झाली. आमच्या देशात फूट, स्वार्थ, भ्रष्टाचार इत्यादि गुण या तऱ्हेने आमच्यात भिनले आहेत की आम्ही देश विकायला सुद्धा संकोच केला नाही. याचा इतिहास साक्षी आहे. आमच्यात राष्ट्रीय चारित्र्याचा अभाव, आपल्या मालकाशी प्रामाणिक नसणे, आपली सदूसदूविवेक बुद्धी सुद्धा विकणे. यासारखी वैशिष्ट्ये आहेत, जी गुलामीच्या दोनशे वर्षाच्या इतिहासाच्या विश्लेषणातून प्रकाशात आली आहेत. सन १८५७

च्या स्वातंत्र्य संग्रामाच्या अपयशाची जी कारणे इतिहासकारांनी मोजली आहेत ती अशा प्रकारची आहेत,

१. वेळेपूर्वीच युद्धाची सुरुवात. २. इंग्रजांना शिखांची आणि गुरख्यांची मदत ३. इंग्रजांना आपले शासन नीट बसविण्यासाठी भारताच्या लोकांकडून त्यांना दिले गेलेले प्रत्येक प्रकारचे सहकार्य. आपण आपल्याच पायावर कुऱ्हाड मारली. ४. क्रांतीच्या वेळी योग्य आणि प्रभावशाली नेत्यांचा अभाव. ५. देशी राजांचा नाकर्तेपणा, कित्येक प्रमुख राजा जसे सिंधिया, होळकर आणि राजस्थान तसेच पंजाबच्या राजांचा असहयोग. ६. दक्षिणेकडे उदासिनता, जर मद्रास, मुंबई आणि महाराष्ट्रात उत्तर भारतासारखी क्रांती झाली असती तर इंग्रजांना भारतात राहणे अवघड झाले असते. ७. उच्च कुळाचा अभिमान एक अशी गोष्ट होती की ज्याने (मिथ्याभिमान) वृथाभिमानाच्या कारणाने भारतीय सैन्याला पराजित केले आणि देशाला गुलाम बनविण्याचा रस्ता सुलभ बनविला.

परंतु इतक्या सगळ्या कमतरता असताना देखील, काहीही असो, भारताचे अस्तित्व नष्ट झाले नाही. १८५७ चा स्वातंत्र्य संग्राम संपला परंतु भारताला गुलामगिरीच्या बेड्यांतून मुक्त करण्याचे प्रयत्न चालू राहिले. आज १५० वर्षांनंतर जेव्हा आम्ही पाने उलटून तो इतिहास पाहतो तेव्हा असे वाटते की, भारताच्या अस्तित्वात असे काहीतरी आहे – जे विश्वासघात, धोका, कपट, भ्रष्टाचार इत्यादींच्या व्यतिरिक्त सुद्धा टिकवून आहे. तरी सुद्धा इतिहासाची ही पाने आम्हाला पुन्हा सावध करतात. आठवण करून देतात की ज्या राष्ट्रीय भावनेच्या अभावामुळे आम्ही १५० वर्षांपूर्वी भारताला गुलाम बनवले होते, तशाच खुशामती आणि चुकीच्या धोरणांचे अनुसरण करून आम्ही पुन्हा ही चूक करता कामा नये.

***